கி.ரா.வின் கரிசல் பயணம்

கி.ரா.வின் கரிசல் பயணம்

பக்தவத்சல பாரதி (பி. 1957)

முப்பத்தைந்து ஆண்டுகளாக மானிடவியல் புலத்தில் பங்காற்றி வருபவர். இதுவரை 14 நூல்களை எழுதியும் 10 நூல்களைப் பதிப்பித்தும் மொழி பெயர்த்தும் உள்ளார்.

'பாரதியின் பண்பாட்டு மானிடவியல்', 'தமிழ் மானிடவியலின் விவிலியம்'. 'தமிழர் மானிடவியல்', 'திராவிட மானிடவியல்', இன்றைய தமிழ்ச் சமூகம் ஆகிய நூல்கள் தமிழ்ச் சமூகத்தின் இருத்தலைப் பேசுபவை. தமிழகப் பழங்குடிகள், தமிழகத்தில் 'நாடோடிகள்', 'மலைவாசம்', 'வரலாற்று மானிடவியல்' ஆகியவை விளிம்புநிலை, பின்காலனியம் சார்ந்தவை. 'தமிழர் உணவு', 'சாதியற்ற தமிழர்-சாதியத் தமிழர்', 'பண்பாட்டு உரையாடல்' ஆகிய நூல்கள் தமிழ்ச் சூழலில் புதிய விவாதங்களைப் பேசு பொருளாக்கியுள்ளன.

'இலங்கையில் சிங்களவர்' எனும் பாரதியின் மிக முக்கியமான நூல் சிங்கள மரபு தமிழ் மரபிலிருந்து கிளைத்துப் பிரிந்த உருவ நீட்சி என்பதை நிறுவியுள்ளது. இலங்கை-இந்திய மானிடவியல் இந்தப் புலத்தில் மேற்கொள்ளப்பட்ட முதல் ஒப்பியல் ஆய்வாகும். 'இலக்கிய மானிடவியல்', 'பாணர் இனவரைவியல்', 'கி.ரா.வின் கரிசல் பயணம்' ஆகிய நூல்கள் தமிழிலக்கியப் பரப்பில் மானிடவியல் சொல்லாடலை முன் வைக்கின்றன. சோழமண்டல மீனவர், நரிக்குறவர் பற்றிய பாரதியின் இரண்டு ஆங்கில நூல்கள் மேற்குலக அறிஞர்களின் கவனத்தைப் பெற்றுள்ளன. இவருடைய பங்களிப்பிற்காக இதுவரை பன்னிரண்டு விருதுகள் வழங்கப்பட்டுள்ளன.

ஆசிரியரின் பிற நூல்கள்

- ❖ பண்பாட்டு மானிடவியல் (1990)
- ❖ தமிழர் மானிடவியல் (2002)
- ❖ மானிடவியல் கோட்பாடுகள் (2005)
- ❖ தமிழகப் பழங்குடிகள் (2008)
- ❖ பாணர் இனவரைவியல் (2012)
- ❖ பிற்சங்ககாலச் சமய விழாக்கள் (2012)
- ❖ வரலாற்று மானிடவியல் (2013)
- ❖ இன்றைய தமிழ்ச் சமூகம் (2013)
- ❖ இலக்கிய மானிடவியல் (2014)
- ❖ திராவிட மானிடவியல் (2014)
- ❖ இலங்கையில் சிங்களவர் (2016)
- ❖ பண்பாட்டு உரையாடல் (2017)
- ❖ சாதியற்ற தமிழர், சாதியத் தமிழர் (2018)
- ❖ இலங்கை இந்திய மானிடவியல் (இணையாசிரியர் – 2004)
- ❖ மலைவாசம் (இணையாசிரியர் – 2019)
- ❖ பெண்ணிய ஆய்வுகள் (பதிப்பாசிரியர் – 1998)
- ❖ தமிழகத்தில் நாடோடிகள் (பதிப்பாசிரியர் – 2003)
- ❖ பண்டைத் தமிழர் சமய மரபுகள் (பதிப்பாசிரியர் – 2010)
- ❖ தமிழர் உணவு (பதிப்பாசிரியர் – 2011)
- ❖ சமூக-பண்பாட்டு மானிடவியல் (மொழிபெயர்ப்பு – 2005)
- ❖ துர்க்கையின் புதுமுகம் (மொழிபெயர்ப்பு – 2013)
- ❖ *Coromandel Fishermen* (1999)
- ❖ *Vagri Material Culture* (2009)

பக்தவத்சல பாரதி

கி.ரா.வின் கரிசல் பயணம்
கரிசல்காட்டுக் கதைசொல்லியின் சுதேசி இனவரைவியல்

காலச்சுவடு பதிப்பகம்

அன்பார்ந்த வாசகருக்கு,

வணக்கம்.

காலச்சுவடு நூலை வாங்கியமைக்கு நன்றி.

நூலின் உள்ளடக்கம், உருவாக்கம், அட்டைப்படம் இன்ன பிற அம்சங்கள் பற்றிய உங்கள் கருத்துகளையும் ஆலோசனைகளையும் காலச்சுவடு வரவேற்கிறது. தகவல், எழுத்து, வாக்கியப் பிழைகள் தென்பட்டால் கட்டாயம் தெரிவித்து உதவுங்கள். நூல் தயாரிப்பில் கடும் குறைபாடு இருப்பின் மாற்றுப் பிரதி உங்களுக்குக் கிடைக்கக் காலச்சுவடு ஏற்பாடு செய்யும்.

மின்னஞ்சல்: publisher@kalachuvadu.com

காலச்சுவடு நாகர்கோவில் தலைமையகத்துக்கும் கடிதம் அனுப்பலாம்.

தங்கள்
எஸ்.ஆர். சுந்தரம் (கண்ணன்)
பதிப்பாளர் — நிர்வாக இயக்குநர்

கி.ரா.வின் கரிசல் பயணம் ❖ கட்டுரைகள் ❖ ஆசிரியர்: பக்தவத்சல பாரதி ❖ © எஸ். பக்தவத்சல பாரதி ❖ முதல் பதிப்பு: ஜனவரி 2020, இரண்டாம் (குறும்) பதிப்பு: ஜூன் 2021 ❖ வெளியீடு: காலச்சுவடு பப்ளிகேஷன்ஸ் (பி) லிட்., 669, கே.பி. சாலை, நாகர்கோவில் 629001

ki.raa.vin karical payaNam ❖ Essays ❖ Author: S. Bhakathavatsala Bharathi ❖ © S. Bhakathavatsala Bharathi ❖ Language: Tamil ❖ First Edition: January 2020, Second (Short) Edition: June 2021 ❖ Size: Demy 1 x 8 ❖ Paper: 18.6 kg maplitho ❖ Pages: 256

Published by Kalachuvadu Publications Pvt. Ltd., 669, K.P. Road, Nagercoil 629001, India ❖ Phone: 91-4652-278525 ❖ e-mail: publications @kalachuvadu.com ❖ Printed at Clicto Print, Jaleel Towers, 42 KB Dasan Road, Teynampet Chennai 600018

ISBN: 978-93-89820-31-7

06/2021/S.No.964, kcp 3038, 18.6 (2) uss

தமிழ்நாடு முற்போக்கு எழுத்தாளர் கலைஞர்கள்
சங்கத்தின் கௌரவத் தலைவர்
எழுத்தாளர் ச. தமிழ்ச்செல்வனுக்கு

பொருளடக்கம்

நூன்முகம் — 11
1. பாதையும் பார்வையும் — 17
2. கலைக் கோட்பாடு — 25
3. சுதேசி இனவரைவியல் — 33
4. மொழியும் எழுத்தும் — 42
5. நிலம், நீர் — 52
6. தாவர வழக்காறுகள் — 59
7. விலங்கின வழக்காறுகள் — 65
8. மக்கள், சாதிகள் — 74
9. மீள்வரலாறு எழுதுதல் — 86
10. கிராமங்கள், வாழிடங்கள் — 91
11. பூப்பும் பதின்பருவமும் — 98
12. கல்யாணம், மண உறவுகள் — 102
13. குடும்பம், உறவுமுறை — 112
14. பெண்ணும் சமூகமும் — 120
15. பெண்மையும் பண்பாடும் — 126
16. பால்சார்பும் பாலியலும் — 138
17. விவசாயம், வாழ்வாதாரம் — 151
18. தொழில்களும் குடிமையும் — 163

19.	உணவும் உணவு மரபும்	170
20.	பொருட்கள், புழங்கு பொருட்கள்	186
21.	சிறார்கள், விளையாட்டுகள்	193
22.	வாழ்வியல் நடப்புகள்	199
23.	வாய்மொழி வழக்காறுகள்	211
24.	இறப்பும் சடங்குகளும்	217
25.	இசை ஞானம்	225
26.	அகராதி அறிஞர்	234
27.	சமூக-பொருளாதார மாற்றங்கள்	240
	பின்னுரை	249
	கலைச்சொற்கள்	*255*

நூன்முகம்

"முக்கா துட்டுக்குப் பிரயோஜனம் இல்லாம போயிருப்பேன். இல்லைன்னா, ஏதாவது ஒரு சங்கீத வித்வானா மாறியிருப்பேன். நான் என்பது முக்கால் பங்கு சங்கீதம். கால் பங்குதான் இலக்கியம். ஒரு காத்து அடிச்சுக்கொண்டு வந்து என்னை இலக்கியம் பக்கம் நிறுத்திருச்சு. வயலின் கத்துக்க ஆசைப்பட்டுப் படிச்சேன். அதைத் தொடர முடியாமப் போயிருச்சு. பாட்டு கத்துக்கணும்னு நினைச்சேன். அதுவும் முடியலை. ஒரு கைதி ஜன்னல் வழியா தெரியிற ஆகாயத்தைப் பார்ப்பானில்லையா அப்படி நான் இலக்கிய உலகத்துலேர்ந்து சங்கீதத்தைப் பார்க்கிறேன்."

– கி. ராஜநாராயணன்

படைப்புலகில் கி. ராஜநாராயணன் (கி.ரா.) ஒரு சுயம்பு. அவருடைய எழுத்துலகம் பொதுமைகளைக் காட்டிலும் தனித்துவங்கள் நிறைந்தது. தன்னுடைய கரிசல் காட்டுச் சம்சாரிகளின் பாடுகளைச் சொல் மரபில் சொல்லி வருகிறார். கி.ரா.வின் கரிசல் கிராமியம் ஒரே நேரத்தில் தமிழாகவும், தமிழ் வாழ்வியலாகவும் புதுவாசத்துடன் மலர்ந்தது. கி.ரா. தன் வாழ்நாள் முழுவதும் தமிழ்க் கிராமியத்தின் வட்டாரத் தன்மையை வர்ணனை செய்துள்ளார். அதனைத் தமிழ் வாழ்வியலின் கிராமிய நாகரிகமாகவும் நீட்டித்துக் காட்டியுள்ளார். அவரது

படைப்புகள் யாவும் சங்க இலக்கியம் போன்று சாகாவரம் பெற்றவை.

கி.ரா.வின் இருத்தலியல் இலக்கியத்திலிருந்து வெளிப்பயணம் செய்யவல்லது என்பதை இந்நூல் பேசுகிறது. இலக்கியம் என்பது படைப்பு மட்டும்தானா? கி.ரா.வின் புனைவற்ற எழுத்துகள் இலக்கியப் பரப்பைத் தாண்டக் கூடியவை. உள்ளடக்கம் சார்ந்து அவற்றை எதார்த்தம் பேசும் ‘உணர்வார்ந்த இனவரைவியல்’ *(reflexive ethnography)* என இந்நூல் பேசுகிறது. வகைமை சார்ந்து ‘சுதேசி இனவரைவியல்’ எனவும் வரையறை செய்கிறது.

கி.ரா.வின் படைப்புகளில் சுயம்பு வகையிலான இனவரைவியல் தன்மை அவருடைய அனைத்துப் பனுவல்களிலும் நீக்கமற நிரம்பியுள்ளது. ‘ஓர் இனத்தைப் பற்றிய வரைவு’ என்பதை இனவரைவியலின் குறைந்தபட்ச வரையறையாக இங்கு எடுத்துக் கொள்ளலாம். இது இன்றைய மானிடவியல் கற்கை முறையில் மிக முக்கியமான பிரிவுகளில் ஒன்றாக உள்ளது. மக்களுடன் வாழ்ந்து, அவர்களை ஓர்ந்து, அந்த அனுபவத்தின் ஊடாகச் சமூக மெய்ம்மைகளை உருவாக்குதல் இனவரைவியல். எளிமையாகச் சொல்வதானால் ஒரு சமூகத்தோடு வாழ்ந்து, ஓர்ந்து, அதன் வாழ்வியலை மொழிபெயர்த்தல் இனவரைவியலாகும்.

உண்மையில் எந்தவோர் அறிவு மரபிலும் ஒரு சுயாதீனமான சிந்தனை முறை இருக்குமல்லவா? அதுபோல, இனவரைவியல் மரபும் தமிழ் அறிவு மரபில் காலங்காலமாகவே இருந்து வருகிறது. அதனை நாம் இனங்காண முடியும்; மீட்டுருவாக்க இயலும். தொல்காப்பியப் பொருளதிகாரம் தொடங்கிச் சங்க இலக்கியங்கள் ஊடாகச் சிலப்பதிகாரம் வரை தொல் இனவரைவியலை நாம் மீட்டுருவாக்கலாம்.

இராமாயணத்திலிருந்து இனவரைவியலை முன்னெடுத்த முயற்சி நடைபெற்றுள்ளது. இராமதாஸ் எழுதியுள்ள ‘இராமாயணத்தில் தொல் குடிகள்’ *(The Aboriginal Tribes in the Ramayana, 1925)* எனும் கட்டுரை முக்கியமானது. ‘வர்ண ரத்னாகரமும் அதன் இனவரைவியலும்’ *(Varna Ratnakar and its Ethnography)* எனும் கட்டுரையும் கவனிக்கத்தக்கது. வர்ண ரத்னாகரம் என்பது மைதிலி மொழியில் எழுதப்பட்ட மிகவும் பழமையான இலக்கியமாகும்.

மகாபாரதத்தின் இனவரைவியலைக் கே.எஸ். சிங் *(Ethnography of the Mahabharata, 2011)*, ஐராவதி கார்வே *(Yugantha, 1967)*, அஜய் மித்ரா சாஸ்திரி *(Ethnography of the Mahabharata and the North-East, 2004)* உள்ளிட்ட இன்னும் சிலரும் எழுதியுள்ளனர். கே.சி. மிஸ்ரா எழுதிய 'மகாபாரதத்தில் தொல்குடிகள்' *(Tribes in Mahabharata: A Socio-cultural Study, 1987)* முதலான நூல்களும் மகாபாரத இனவரைவியல் சார்ந்தவை. இந்த வரிசையில் தொல்காப்பிய இனவரைவியல், சங்க இலக்கிய இனவரைவியல் தொடங்கிச் சிலப்பதிகார இனவரைவியல் ஊடாக, கி.ரா. இனவரைவியல் வரை எழுதலாம். இத்தகைய நோக்கில் எனது 'பாணர் இனவரைவியல்' *(2012)* நூலும் குறிப்பிடத்தகுந்தது.

இன்றைய நவீன கற்கை முறையில் இனவரைவியல் என்பது 'முறையியல்' சார்ந்துள்ளது, 'அணுகுமுறைகள்' சார்ந்துள்ளது, 'கோட்பாடுகள்' சார்ந்துள்ளது. ஆனால் சுயாதீனமான இயல் மரபுகளில் இவற்றுக்கான தோற்றுவாய் சட்டெனக் கண்ணுக்குப் புலப்படாதது போல் இருக்கும். ஆனால், இருக்கிறது என்பதே உண்மை. இந்த இயல் மரபுகளில் ஓர் உள்ளார்ந்த 'அகவய ஒழுங்கமைப்பு' இருக்கிறது. இதனையே பின்னாளில் அயல் மரபுகளைச் சோந்தவர்களும் அறியும் வகையில் 'புறவய ஒழுங்கமை'ப்பாக உருவாக்குகிறார்கள். இலக்கணம் எழுதுதலும், உரை எழுதுதலும், எந்த ஒன்றையும் பனுவலாக்கம் செய்தலும் புறவய ஒழுங்கமைப்பு சார்ந்தது எனலாம். இதன் மூலமாகவே ஒரு மரபைச் சேர்ந்தவர்கள் இன்னொரு (புற) மரபினை அறிய முடிகிறது.

இனவரைவியல் மூலம் சமூக மெய்ம்மைகளைக் காண்பதில் இரண்டு தடங்கள் உள்ளன. ஒன்று, மானிடவியல் படித்த இனவரைவியலர்கள் ஒரு சமூகத்தை ஆராயும்போது அவர்கள் 'புறத்தார்' என்ற நிலையில் ஆராய்கிறார்கள். ஆனால், தன் சொந்த வட்டாரத்தின் வாழ்வியலை நாவலாக்கும்போது படைப்பாளி 'அகத்தார்' என்ற அடையாளத்துடன் எழுதுகிறார்கள். ஆய்வாளர் ஒருவர் புறத்தாராக நின்று ஓர் அயல் சமூகத்தின் வாழ்வு முறையை உற்றுநோக்கி இனங்காண முயலும்போது ஒருவிதமான சட்டகத்தை மட்டுமே உருவாக்க முடிகிறது. ஒரு பேருந்தை உருவாக்கும்போது முதலில் கூடு கட்டுதல் போன்றது இந்தச் சட்டகம் என்பது. கூடு கட்டிய பின்னரே பேருந்தில் உட்புறமும் வெளிப்புறமும் அழகுபடுத்திப் பேருந்து வடிவம் பெறுகிறது. ஓர் அயலாராக நின்று அயல் சமூகத்தை அறிவதும் விளக்குவதும் பேருந்துக்குக் கூடு கட்டுதல் போன்றது.

அகவயப் படைப்பாளி ஒருவர் அவருடைய சொந்த சமூகத்தை விளக்கிச் சொல்லுதல் என்பது பேருந்தில் கூடு

கட்டிய பின்னர்ச் செய்யப்படும் முழுமை நோக்கிய, அழகியல் நோக்கிய வேலைகள் போன்றது. கி.ரா. ஓர் அகவயவாதி. தன் சொந்த கரிசல்காட்டுச் சம்சாரிகளின் பாடுகளை லயித்து லயித்து நுட்பமாக எழுதுகிறார். தன்னுடைய மக்களின் வாழ்வியலில் ஊறிப்போய்விட்டவர் என்பதால் எந்த ஒன்றையும் சிலாகித்துச் சொல்கிறார். கரிசல் வாழ்வியலின் ஆன்மாவைப் படம் பிடித்துக் காட்டுகிறார்.

தொழில்முறை இனவரைவியலர்கள் கி.ரா. போன்று சிலாகிப்பதில்லை. அவர்கள் புலன்களால் உணர்வதை மட்டுமே பதிவிடுகின்றனர். கி.ரா. புலன்களுக்கு அப்பால் சென்று மானுட மனதுக்குள் ஓடுகின்ற விடயங்களையும் பதிவிடுகிறார். மானிடவியல் பயின்ற இனவரைவியலர்கள் உடலைக் கண்டால், கி.ரா. உடலுக்குள் உறைந்துள்ள உயிரைக் காண்கிறார். ஆன்மாவும் ஆத்மாவும் அவருக்குச் சிக்கிக் கொள்கின்றன. ஆக, கல்விப்புல இனவரைவியலர்கள் 'புறவய இனவரைவிய'லை முன்னெடுக்கும்போது, கி.ரா. உள்ளிட்ட வட்டார நாவலாசிரியர்கள் 'அகவய இனவரைவிய'லை முன்னெடுக்கிறார்கள்.

எனது நாற்பது ஆண்டுக்கால இனவரைவியல் வாசிப்பில் இப்போது ஓர் அனுபவத்தைக் காண்கிறேன். ஒரு சமூகத்தின் உள்ளார்ந்த உணர்வுகளை வட்டார நாவலாசிரியர்கள் வெளிப்படுத்துவதுபோல் கல்விப்புல இனவரைவியலர்கள் வெளிப்படுத்துவதில்லை. அவர்கள் அயல் சமூகத்தாரிடம் செலவிடும் காலம் குறைவு. தங்கள் எழுத்தை உயிரோட்டமாக்கு வதில்லை. ஆனால் வட்டார நாவலாசிரியர்கள் பல்லாண்டு காலம் தம் பகுதியில் வாழ்கின்றனர். மக்கள் வாழ்வியலின் அனைத்து நுட்பங்களையும் அனுபவித்து எழுதுகின்றனர். இத்தகைய எழுத்துமுறை கல்விப்புல இனவரைவியலர்களிடம் வெளிப்படுவதில்லை. இந்நிலையில் கல்விப்புல இனவரைவியலர்கள் எழுதுவதைப் 'புறவய இனவரைவியல்' என்றும், படைப்பாளிகள் எழுதுவதை 'அகவய இனவரைவியல்' என்றும்கூட இனங்காணலாம்.

தொழில்முறை இனவரைவியலர்கள் சமூகத்தின்/ பண்பாட்டின் அமைப்பு சார்ந்த விடயங்களைக் கவனப்படுத்து கின்றனர். ஒரு கட்டடத்தின் வரைபடம் போன்றது இது. அந்தக் கட்டடம் எந்தெந்த வசதிகளைக் கொண்டிருக்கிறது, எவ்வாறு பயன்படுகிறது போன்ற செயல் சார்ந்த விடயங்களைக் கவனப்படுத்துவதில்லை. படைப்பாளிகள் நிஜ வாழ்வின்

எதார்த்தமான செயல்பாடுகளைச் சொல்வார்கள். அந்தக் கட்டடத்திற்கும் அதில் வாழும் வீட்டுக்காரர்களுக்கும் உள்ள ஆத்மார்த்தமான உறவை விளக்குவார்கள்.

நூலின் வகிபாகம்

இந்நூலில் கி.ரா.வின் இனவரைவியலை விவாதிக்கின்றேன். ஒரு சமூகத்தை அல்லது பண்பாட்டைப் பற்றிப் பேசும்போது ஏறக்குறைய 55 இனவரைவியல் கூறுகளின் அடிப்படையில் பேசுவது தேவையாகின்றது (விரிவுக்குக் காண்க: 'இலக்கிய மானிடவியல்', பக்தவத்சல பாரதி, 2012). கி.ரா.வின் எழுத்துக்கள் எப்படி இனவரைவியலாகப் பரிணமிக்கின்றன என்பதை இந்நூலில் காண முடியும்.

நூலில் ஒவ்வோர் அத்தியாயத்தின் தொடக்கமும் அந்த அத்தியாயத்தின் இனவரைவியல் கூறின் விழுமிய கருத்தொன்றினை முன்வைக்கிறது. இது கல்விப்புல இனவரைவியலர்கள் முன்வைக்கும் கருத்தாகும். அத்தியாயத்தின் அடுத்த பகுதி 'கி.ரா.வின் இனவரைவியல்' என்பதாக அமைகிறது. இப்பகுதியில் கி.ரா.வின் தேர்ந்தெடுத்த இனவரைவியல் வண்ணனைகள் அவருடைய எழுத்து முறையிலேயே இடம்பெறுகின்றன. இவை அவருடைய சுதேசி இனவரைவியல் பார்வையை அறிய உதவும். கரிசல் பண்பாட்டின் செறிவான அடர் வரைவியலைக் காண உதவும். இந்த நூலில் என்னுடைய எழுத்துக்கள் மிகக் குறைவாகவே இருக்கும். கல்விப்புல இனவரைவியலையும், கி.ரா.வின் சுதேசி இனவரைவியலையும் எவ்வாறு அணுக வேண்டும் என்ற பார்வையைச் சுருக்கமாகச் சொல்வதே என்னுடைய வேலை.

இந்நூலினை மற்றவர்களை விடவும் இனவரைவியல் எழுத்தில் ஈடுபடக்கூடியவர்கள் படிக்க வேண்டுமென்பது என் ஆசை. ஏனெனில், ஒரு பொருள் பற்றிக் கல்விப்புல இனவரைவியலர்கள் தகவல்கள் சேகரித்து எழுதுவதற்கும், அதே பொருள் பற்றிக் கி.ரா. சொல்வதற்கும் எவ்வளவு வேறுபாடுகள் உள்ளன என்பதைக் காணலாம். கி.ரா.வை வாசிப்பதன் மூலம் இனவரைவியலுக்கு உயிரோட்டமான, கலாப்பூர்வமான வண்ணனைகளும் தேவையென்பதை நிச்சயம் உணர முடியும். என்னைக் கவர்ந்த கி.ரா.வின் இனவரைவியல் வண்ணனைகள் வாசகர்களையும் கவரும். இந்த விதத்தில்தான் கி.ரா.வின் சுதேசி இனவரைவியலைத் தரிசிக்க விரும்புகிறேன். அவருடைய படைப்புகளிலிருந்து தேர்ந்தெடுத்த பகுதிகளை

'உன்னத இனவரைவியல்' எனும் பார்வையில் ஒவ்வோர் இயலிலும் கொடுத்திருக்கிறேன்.

ஒவ்வொரு அத்தியாயத்தின் இறுதிப் பகுதியில் கி.ரா.வின் சுதேசி இனவரைவியல் பற்றிய சுருக்கமானதொரு மதிப்பீட்டை யும் கொடுத்திருக்கிறேன்.

புதுச்சேரி   பக்தவத்சல பாரதி
04-10-2019

1

பாதையும் பார்வையும்

"கி. ராஜநாராயணன், ஜானகிராமனின் குடும்பத்தைச் சேர்ந்தவர். ஜானகிராமனைப் போலவே அபூர்வமான அழகுணர்ச்சியும் ரசனையில் திளைக்கும் மனோபாவமும் கொண்டவர். இவரது கதை உலகத்தைத் தமிழ் மண்ணுக்கே உரித்தான ஒரு பழத்தோட்டம் என்று சொல்லலாம். வித்தியாசமான மனிதர்களைக் கதாபாத்திரங்களாக மாற்றும் ஆற்றல் இவர் கலை வன்மை."

– சுந்தர ராமசாமி

கதைகள் ஓர் உயிரி போன்றவை, மற்ற நாட்டார் வழக்காறுகளைப் போல. கதைகளுக்கும் ஜீவன் உண்டு, வடிவம் உண்டு, திரிபு வடிவங்கள் உண்டு. ஓர் இனத்தின் பொதுவியல்புகளையும், ஒரு தனி உயிரியின் சிறப்பியல்புகளையும் கொண்டதாகவே உயிரி பரிணமிக்கிறது. கதை மரபுக்கும் இது பொருந்தும். உயிரியின் 'இனம்' பரந்தது என்றாலும், தனி உயிரிகள் 'வட்டாரம்' சார்ந்தவை. மண்ணும் மனிதரும் வட்டார வாசத்தில் வாழ்வு பெறுகின்றன(ர்).

தமிழகம் வட்டாரங்களால் வியாபித்திருக்கிறது. பகுதிகள் எனும் வட்டாரங்களே முழுமை எனும் தமிழகத்தை வரைபடமாக்கியுள்ளன. இந்த வட்டாரங்கள் யாவும் உட்பண்பாடுகள். இவை மானுட வாழ்வின் இருத்தலால் வேறுபடுகின்றன. நாஞ்சில் நாடு, கரிசல்காடு, நெல்லைச் சீமை, கொங்குதேசம், தொண்டை மண்டலம், மலைநாடு, நெய்தல்கரை, நடுநாடு என இங்குப் பகுதிகள் ஜீவப் பிரபஞ்சமாய்த் தொழிற்பட்டுள்ளன. மரமும் கிளைகளுமாய் அவை வாழ்கின்றன. ஒரு கிளையில்

ஏறிச் சிகரம் கண்டவர் கி.ரா. அக்கிளையே இன்று தனி மரமாய் ஓங்கி நிற்கிறது.

கி.ரா. வட்டாரப் பண்பாடுகளை எவ்வாறு காண்கிறார் என்பதை அவரது எழுத்துகளைக் கொண்டே பார்ப்போம்.

மதியச் சாப்பாடு ஆச்சா கேட்டேன்.

திவ்யமா ஆச்சு. அதன் சிகரமாக ஒரு வெத்திலை போடுவோம் என்று தஞ்சைக் கோவிலுக்குப் பக்கத்திலுள்ள ஒரு வெத்திலை பாக்குக் கடைக்குப் போனார்களாம். பாக்குப் பொட்டலம், தளிர் வெத்திலை, வாசனைச் சுண்ணாம்பு என்று அருமையாய் அமைந்ததாம். அந்த ஜோரில், ஒரு நாலடி கூட எடுத்து வைத்திருக்க மாட்டோம்; கடைக்காரரின் அன்பான குரல்:

> அண்ணாச்சி, எந்த ஊரு நீங்கன்னு சொல்லலையே;
> சொன்னீங்கன்னா உங்க ஊருக்கே வந்து துட்டை
> வாங்கிக்கிடுவேனே என்றாராம்!

பேசியில் நண்பர் சொன்ன இந்த செய்தியைக் கேட்டதும்,

> அட, எப்பேர்ப்பட்ட பண்பாடான பேச்சு. மெனக்கிட்டுத்
> தஞ்சாவூருக்கே போயி அந்தக் கடைக்காரரைப்
> பாராட்டலாமே என்று தோன்றியது.

மக்களிடம் பண்பு என்று இருப்பது ஒருபுறம் இருக்கட்டும்; அதை அவர்கள் வெளியிடும் பாங்கைப் பார்த்தீர்களா.

அண்ணாச்சி என்று அவர் விளித்ததினால் அவர் இவரைத் தெக்கத்திக்காரர் என்று நினைத்திருக்கலாம்; அல்லது அவரே தெக்கத்திக்காரராகவும் இருந்திருக்கலாம்.

> வட்டகைதோறும் வட்டகைதோறும் மரியாதைச் சொற்கள்
> மாறுகின்றன.
> புதுவையில் வாய் நிறைய்ய அப்பா... என்று அழைக்கிறார்கள்.
> கொங்குவில் பெண்களை அம்மணீ... என்று அழைக்கிறார்கள்.
> மக்கா என்று நாஞ்சிலில் அழைக்கும் சொல்லுக்கு ஈடு உண்டா.
> ஓரே மக்கள் ஓரே மொழி
> மண்மட்டுமே வேற வேற.

ஏன் என்று கேட்பவர்க்கு அது அப்படித்தாம் என்பதே பதில். பல நாக்குகள் கொண்ட தமிழ் அம்மைக்கு இதயம் மட்டும் ஒன்றே.

> மண்தோறும் மொழிக்கு வண்ணம் என்று உண்டா?
> இருக்கே என்பதுதாம் பதில். (*லீலை*, 2016: 30)

தமிழ் மண்ணின் வட்டார வாழ்வியலை இவ்வளவு தூரம் கி.ரா. விவரித்திருப்பதே அவரைச் சுதேசி இனவரைவியலராக உயர்த்திக் காட்டுகிறது. இனவரைவியல் இடத்தாலும்,

இனத்தாலும் உயிர்ப்பு பெறுகிறது. அதனால்தான் வட்டார நாவல்கள் யாவும் இனவரைவியல் பனுவல்களாகக் காட்சி பெறுகின்றன.

தமிழர் வாழ்வியலின் காலத்தொலைவு நீண்ட, நெடிய, அறுபடாத மரபு கொண்டது. இதில் இனமரபும், சமூக மரபும், பண்பாட்டு மரபும் தொன்மையாகவும் தொடர்ச்சியாகவும் காட்சியளிக்கின்றன. இலக்கிய மரபும் இப்படித்தான். இப்பின்புலத்தில் கி.ரா. 1950களின் இறுதியில் வருகிறார். 1958இல் *சரஸ்வதி* இதழில் 'மாயமான்' கதையை எழுதித் தமிழிலக்கிய உலகில் அரங்கேறுகிறார்.

தன் சொந்த கிராமமான இடைசெவலை இலக்கியமாக்கினார். அதற்குக் *கோபல்ல கிராமம்* என அழகாகப் பெயரிட்டார். தொன்மங்கள் தொடர்வது போல அடுத்துக் *கோபல்ல கிராமத்து மக்கள்* நாவலை எழுதினார். புராணங்கள் எல்லை கடந்து விரிவது போல *அந்தமான் நாயக்கர்* நாவலையும் படைத்தார். கிராமியமே ஆதார சுருதிபோல 1958 தொடங்கி இன்றுவரை 62 ஆண்டுகள் முன்னத்தி ஏர் ஓட்டிக் கொண்டிருக்கிறார். மாற்றுவதற்கு ஆளில்லாமல் ஓய்வறியா உழைப்பாளியாய்ப் பயணப்பட்டுக் கொண்டிருக்கிறார்.

கி.ரா. ஒரு முன்மாதிரி; ஓர் இலக்கிய மேதாவிலாசம்; கிராமியப் பல்கலைக்கழகம்; கிராம வாழ்வியலை இலக்கியமாக்கியவர்; வழக்காறுகளை வண்ணங்களாக்கியவர். ஊரக வாழ்வியல் பற்றிக் கி.ரா. எடுத்துரைக்காத களங்கள் ஏதுமில்லை. அவருடைய பார்வையும் பதிவுகளும் கூர்மையானவை. கி.ரா.வுக்குப் பக்கத்திலேயே நாம் வாழ்ந்திருந்தாலும்கூட நம்மால் இப்படியொரு பதிவைச் செய்திருக்க முடியாது. கிராம வாழ்வின் உள்ளார்ந்த உளவியலை ஊடறுத்துச் சொல்லும் மன வீச்சுகளைக் கி.ரா. நுட்பமாகக் காட்டுகிறார். அவரது கண்கள் பூதக் கண்ணாடி. நமக்குப் புலப்படாதவற்றை அவர் புலப்படுத்துகிறார்.

கி.ரா.வின் கதையாடலில் வழக்காறுகள் தீவிரம் பெறுகின்றன. "பாட்டைத் திறப்பது பண்ணாலே" என்பதுபோல் வாழ்வை வரையறுப்பது வழக்காறுகள் என்பதை வாசகர்கள் மத்தியில் கொண்டு சென்றவர் கி.ரா. அவர் ஒரு பண்பாட்டுப் பேணுநர். மரபின் மாண்புகளை மதிப்பவர்.

மனித நாகரிகத்தில் முதல் புரட்சியாக அமைந்தது விவசாயம்தான். நாகரிகம் நகரங்களில் வளர்ந்தது என்று கருதலாம். இந்தியாவில், குறிப்பாகத் திராவிடர்களின் நீர்ப்பாசன வேளாண் நாகரிகம் கிராமங்களில்தான் வேரூன்றியது. நம்முடைய 'கிராம நாகரிகத்தை அங்குலம் அங்குலமாக, அணு அணுவாக

விவரித்தவர் கி.ரா. வேளாண்மையின் அத்தனைப் பண்பாட்டுக் கூறுகளையும் நம் வாசிப்புக்குக் கொண்டு வந்தவர் அவர். எந்த ஒன்றையும் நுட்பமாக வண்ணனை செய்வது அவரது அறிதிறன்.

இன்றைய பொருளியல் துறையினர் வகுத்துள்ள கோட்பாடுகள், அணுகுமுறைகள் மூலம் தமிழ்க் கிராமங்களின் பாரம்பரியப் பொருளாதாரத்தை அறிய இயலாது என்ற கருத்து மானிடவியலர்களிடம் உண்டு. அந்தச் சார்பியல்வாதி களுக்குக் கூடுதல் தரவுகளைக் காட்டுகிறார் கி.ரா. சி. குமரப்பா போன்ற காந்தியப் பொருளியல்வாதிகளையும், மார்க்கியச் சிந்தனையாளர்களையும் ஒரு புள்ளியில் நெருங்கச் செய்பவ ராகக் கி.ரா. காணப்படுகிறார். இது ஒரு வித்தியாசமான இணைவுதான். கி.ரா.விடம் இத்தகைய குடிஊழிய முறை சார்ந்த வாசிப்பைக் காண முடிகிறது. குடிகள் பலவும் தங்கள் தொழிலை மற்றவர்களுக்குப் பரஸ்பரம் வழங்கிக் கிராம மக்களின் தேவைகளை நிறைவு செய்வதே குடிஊழிய முறை. கிராமப் பொருளாதாரத்தில் இது பணப் பொருளாதாரமும் சந்தைப் பொருளாதாரமும் தோன்றுவதற்கு முன்னர் ஏற்பட்டது.

விவசாயத்தில் விவசாயிகள் உழைப்பாளிகளாக இருந்தார்கள். அவர்களுக்கு வேண்டியவற்றை அவர்களே உருவாக்கிக் கொண்டார்கள் (இன்று நாம் நுகர்வனவற்றை நாம் உருவாக்குவதில்லை). இந்த உழைப்பாளிகள் மொழி, இசை, கலை, இலக்கியம், மருத்துவம், நாட்டார் அறிவியல் என அனைத்தையும் அவர்களே உருவாக்கிக் கொண்டார்கள்.

ஆக, பழமை 'உற்பத்தி' சார்ந்தது என்றும், நவீனம் 'நுகர்வு' சார்ந்தது என்றும் இப்போது நம்மால் வரையறுக்க முடிகிறது. இந்த உழைப்பாளிகளின் பாடுகளையும், அவர்களின் கலை, இலக்கியம், மொழி உள்ளிட்ட அத்தனை அறிவுமுறைகளையும் படம்பிடித்துக் காட்டுகிறார் கி.ரா. இந்த விடயத்தை நாம் மேம்போக்காகக் கருதிவிடக் கூடாது. மக்களின் உள்மன ஓட்டங்களிலிருந்தும், கிராமியத்தின் ஆணி வேர்களிலிருந்தும் அகழாய்வு செய்து விளக்குவதுதான் கி.ரா.வின் அணுகுமுறை.

கி.ரா.வின் இத்தகைய கிராமியக் கதையாடலில் செழித்து நிற்கும் தப்புச்செடி போல் ஒரு விடயம் நம் சிந்தனைக்கு அகப்படுவதைக் காண்கிறோம். கிராமங்களில் ஒவ்வொரு சாதிக்கும் ஓர் ஒழுகலாறு உண்டு. இவற்றில் வெவ்வேறு சாதி ஒழுகலாறுகளின் வேறுபாடுகளை ஒருபுறமும், ஒற்றுமைகளை மறுபுறமும் கி.ரா.பேசுவது முக்கியமானது. அதுபோல, வாழ்வியலை நெறிப்படுத்த அறநூல்கள் தோன்றுவதற்கு முன்பே, வழக்காற்று ஒழுக்க நெறியை வாய்மொழியாகவே கொண்டு செல்லும்

பழமைச் சமூகத்தின் அறவியலைக் கி.ரா. அளப்பறிய வகையில் சுட்டிச் செல்கிறார். நாட்டார் அறம் நவீன சமூகத்திற்கு முந்தையது. நாட்டார் பஞ்சாயத்துகள் வழக்கு முடிந்தவுடன் வாதியையும் பிரதிவாதியையும் சமரசம் செய்து ராசி செய்துவிடும். நவீன நீதிமன்றம் குற்றவாளியைச் சிறையில் அடைத்துவிடும்.

கிராம சமூகத்தின் ஒன்றியத்தையும் ஒருமைப்பாட்டையும் சீர்குலையாமல் காப்பாற்றும் உபாயங்களை வெகு இயல்பாகப் பேசுகிறார் கி.ரா. ஓர் இனவரைவியலன் காண வேண்டிய இலக்குகளைத் தன் சித்தரிப்பில் காட்டுவது அலாதியானது. திருமணமாகாத ஓர் அநாதைப் பெண் பேச்சி கருவுற்றபோதும், அவள் பிரசவித்த போதும், ஊரை விட்டு வெளியேறும் போதும் நடந்த நிகழ்வுகள் சினிமா பார்ப்பதைவிடத் தத்ரூபமானவை. நமது நெஞ்சை உலுக்கிவிடுகிறார் கி.ரா. இவ்வளவு மனித வாஞ்சையுடன் வேறு எவரும் விளக்கியதில்லை. கி.ரா.வின் எழுத்தில் மாந்த நேயமுண்டு.

தமிழ்ச் சமூக வாழ்வியலை அதன் அத்தனை லயங்களோடும் ஒலிக்கச் செய்தவர் கி.ரா. சிற்றின்ப நுகர்ச்சி, கள்ளுண்ணல், புலால் உண்ணல், பரத்தையர் ஒழுக்கம், திருடுதல், ஏமாற்றுதல் உள்ளிட்ட அனைத்தும் சமூக எதார்த்தமாகச் செயல்படுவதை மௌனமாகப் பேசுகிறார். இவர் சொல்லும் விதத்தால் அது ஓர் இனவரைவியல் பனுவலாகப் பரிணமிக்கிறது. ஒவ்வொரு பக்கமும் இனவரைவியல் தெறிப்புகள் மின்னலாய் நம் கண்களைப் பறிக்கின்றன. இத்தகைய நிகழ்வுகளை இவர் எங்குக் காண்கிறார், எவ்வாறு புரிந்து கொள்கிறார், எவ்வாறு எடுத்துரைக்கிறார் என்று எண்ணிப் பார்க்கும்போது வியப்பாக இருக்கிறது.

கரிசல் பண்பாட்டில் உயிர்நாடியாய் ஒலித்துக் கொண்டிருக்கும் சொலவம் (பழமொழி), அழிப்பாங்கதை (விடுகதை), அனுபவப் பதிவுகள், மரபுத் தொடர்கள், மருத்துவக் குறிப்புகள், நாட்டார் அறவியல் முதலானவற்றை எங்கெங்குச் சொல்ல வேண்டுமோ அங்குப் பொருத்தமாகப் பதிவிடுவது கி.ரா.வின் கதையாடல் பாணியாகும். வழக்காறுகளைத் தாண்டி வாழ்வில்லை என்பதைப் பசுமரத்தாணிபோல் பதிவிடுகிறார்.

கோபல்ல கிராமத்தில் ஒவ்வொரு சாதியின் பண்பாட்டு நியமங்கள் நிறுவனப்பட்டிருந்தன. குலத்தொழில் அடிப்படையில் தொழில் உறவுகள் ‘குடிமை’ அடிப்படையில் தொடர்ந்தன. செட்டியார், ஆசாரி, பூசாரி, நாயக்கர், பள்ளு என இந்தக் குடிமை உறவுகளை அலசிக் காட்டுகிறார். சேவைச் சாதிப் பெண்கள் (வண்ணார், அம்பட்டர் பெண்கள்) இரவில் கம்மஞ்சோறு பெறும் முறையை கி.ரா. விளக்குவது ஓர் அரிய குறிப்பாகும்.

இவற்றோடு பஞ்சம், கொள்ளையடித்தல், நோய்கள் முதலான பாதிப்புகள் கிராம வாழ்வை எப்படிப் பாதித்தன என்பதைக் கள விவரங்களோடு சொல்கிறார். தொழில்முறை இனவரைவியலர்கூட இத்தகைய தேடுதல்களை மேற்கொள்வ தில்லை. ஆனால், கி.ரா. தொகுத்தளிக்கும் தரவுகளும், எடுத்துரைக்கும் உசாவல்களும் நாமறியாதவை; முக்கியமானவை. அவர் காலத்தின் வாழ்வு முறையை நாம் எங்குச் சென்றும் தேட முடியாது. ஒரு நூறாண்டுக்கு முந்தைய வாழ்வியல் முறை கி.ரா. மூலம் நமக்குக் கிடைக்கிறது.

பருத்தி வியாபாரிகள் மூலமும், வட்டியாகப் பணமும் தானியமும் பெறும் வகையிலும் கிராமியப் பொருளாதாரம் நசுக்கப்படுகிறது. வணிகம், வர்த்தகம், சுரண்டல் முதலான வற்றாலும் வாழ்க்கை நிலைகுலைகிறது. இவை பற்றி ஒரு தொன்மைப் பொருளியல் பள்ளியைச் சோந்த இனவரைவியலர் போலக் கி.ரா. பேசுகிறார். கி.ரா.வின் எழுத்தில் பருத்திப் பொருளாதாரம் விரவிக் கிடக்கின்றது. கரிசல் பூமியாச்சே!

கி.ரா.வின் *கோபல்ல கிராமம்* நவீனம் நுழையாத பழமைப் பற்றுடைய ஊர். காலனியத்தின் பிடியிலிருந்து விடுபட்ட காலத்தையும் கி.ரா. காட்டுகிறார். ஒரு கிராமத்தின் நிலை மாற்றத்தை மிக அழகாகப் படம்பிடித்துக் காட்டுகிறார். கிராமத்துக்குக் கரண்ட் வந்ததும், பம்புசெட் மோட்டாரில் நீர் இறைத்ததும் நாயக்கர் முகத்தில் ஏற்பட்ட மகிழ்ச்சியின் ஊடாக வர்ணனை செய்கிறார்.

கி.ரா.வின் கதை உலகத்தில் சிறார்களுக்கும் விளையாட்டு களுக்கும் தனியிடம் உண்டு. கிராமங்களில் குழந்தைகள் சமூகவயமாதல், பண்பாட்டுவயமாதல் இரண்டையும் எவ்வாறு கண்டடைகின்றனர் என்பதற்கு ஒரு நல்ல பண்பாட்டு வரைவு நம்மிடமில்லை. கி.ராவின் எழுத்துக்கள் இக்குறையைப் போக்குகின்றன. தன் படைப்புகளில் எத்தனையோ இடங்களில் சிறார் உலகத்தைச் சிருஷ்டித்துக் காட்டுகிறார். ‘கதவு’ தொடங்கி ‘பிஞ்சுகள்’ வரை எண்ணற்ற கரிசல்காட்டுக் கதைகளில் சிறார் உலகம் ஒரு தனிப் பிரபஞ்சமாய் விரிகிறது.

கி.ரா.வை எல்லோருமே முன்னத்தி ஏர் என்கின்றனர். அது உண்மைதான். ஆனால் அதையும் தாண்டிப் பின்வருமாறு அடையாளப்படுத்தும் கூற்றுகளும் உள்ளன.

“அவர் ஒரு சிந்தனைப் பள்ளி. அவர் ‘கதவு’ திறந்து புத்தகமும் பேனாவும் கையுமாக வெளியேறிய எழுத்தாளர்கள் எத்தனை பேர்! பா. செயப்பிரகாசம், பூமணி, சோ. தர்மன், தமிழ்ச் செல்வன், தேவதச்சன், கோணங்கி, உதயசங்கர்,

கழனியூரன், திட்டங்குளம் பொன்னுச்சாமி, பாரத தேவி, இன்னும் அறிமுகமாகாத புதிய புதிய எழுத்தாளர்கள் வந்து கொண்டே இருக்கிறார்கள். ஒரு ஜீவநதியின் இணை நதிகளாய்– தனித் தனிப் பெயர்களுடன்.

கி.ரா. ஒரு காட்டாற்று நதி.
அதன் பாதையின் பயணத்தை யாரறிவார்.
என்றும் புதிது. இந்த வயசிலும் புதிது.

அவரைப் போல் உத்வேகம் ஊட்டிய சுனையூற்று அதிலிருந்து வெடித்து விருட்சமான எழுத்தாளர்களை ஜனித்த வேறொரு எழுத்தாளர்கள் சிறிய கண்ணுக்குப் புலப்படவில்லை.

இருந்தால் திருத்திக்கொள்வேன்.

புதுமைப்பித்தன், தி.ஜா. கு.ப. ரா. ஜெயகாந்தன்... இவர்கள் காலத்திற்குப் பின் காதலை... காமத்திற்கும் காதலுக்கும் இடையேயான மெல்லிய நூலிழையை நுட்பமான பார்வையுடன் (கண் மருத்துவர் பார்ப்பது போல) பார்த்து... காதலையும் காமத்தையும் இவ்வளவு விரிவாகப் பேசியவர் யார்? எவ்வளவு நாசுக்கு! எவ்வளவு நாகரிகம்! இலை மறை காய் மறை! நளினம்! பெண் மணத்தைப் புரிந்து கொள்ளும் பெண் மனம்! அடடா..! எத்தனை பக்கங்கள்! எத்தனை கதைகள்! எவ்வளவு புனைவு!

பாலியல் கதைகள், வயது வந்தவர்களுக்கு மட்டும், மறைவாகச் சொன்ன கதைகள், இதுவரை அச்சு எந்திரம் பார்க்காத கதைகள். மற்றவர்கள் குற்ற உணர்வில் தயங்கிக் கொண்டிருந்த வேளையில் – இதிலென்ன தப்பு இருக்கு? உலகத்தில இல்லாத விஷயமா என்று அழகான நாசுக்கான மொழியில் இலைமறை காய் போல எழுதிக் குவித்தார் கி.ரா.

காதல் சம்பந்தமாக, காமம் சம்பந்தமாக, குற்ற உணர்விருந்தால் இவ்வளவு எழுத முடியுமா!

வாழ்வு பற்றிய அங்கீகரிப்பு... அப்படித்தான் இருக்கும் என்ற அனுபவ ஞானத் தெளிவு... ஜாதி மத சட்ட திட்ட நியதிகளுக்கு அப்பாற்பட்ட மானுட இயற்கை நியதி நீதி இருந்தால்தான் இவ்வாறு எழுத முடியும். எழுதத் துணிச்சல் வரும்".

பின்னுரை

கி.ரா.வின் படைப்புலகமும் கருத்துலகமும் கரிசல்தான். கி.ரா.வுக்கு இடைசெவலாகட்டும், கரிசல்காடாகட்டும் இரண்டுமே ஓர் உலகம்தான். இங்குள்ள அனுபவங்களைக் கொண்டே மானுட வாழ்வியல் தரிசனங்களைக் காண்கிறார். அனுபவவாதமே இனவரைவியலுக்கு அடிப்படை.

அனுபவவாதிகள் உலகத்தை ஓர் இடமாகப் பார்ப்பதில்லை. அதனை ஓர் அனுபவமாகப் பார்ப்பார்கள். காலமும் வெளியும் அந்த அனுபவத்தின் முக்கிய அம்சங்கள்.

உலகம் எனும் அனுபவமானது எந்த ஆண்டிலும், எந்த மாதத்திலும், எந்தத் தேதியிலும் நடப்பதில்லை. ஆண்டுகள், மாதங்கள், கிழமைகள் என அனுபவம் காலக் கூறுகளாகப் பிரிந்து வருவதில்லை. கி.ரா.வின் அனுபவவாதத்தை ஒவ்வொரு பக்கத்திலும், ஒவ்வொரு பத்தியிலும், ஒவ்வொரு வரியிலும் காணலாம்.

புலன்கள் வழிக் கிடைக்கும் நிகழ்வுகளை வைத்து மனம் கட்டமைக்கும் அனுபவத்தையே நாம் 'உலகம்' என்று சொல்கிறோம். அந்த அனுபவம் அகவெளியில் நிகழ்கிறது. அனுபவமே ஒரு நிகழ்வாக அமைகிறது. அனுபவம் மனத்தால் கட்டமைக்கப்படுகிறது. புறவெளியில் அது காலவெளிக் கட்டமைப்பாகவும், இடவெளிக் கட்டமைப்பாகவும் பாகுபடு கிறது. மனக்கட்டமைப்பு இல்லாமல் அனுபவம் இல்லை. அறிதல்சார் மானிடவியலின் இந்த விடயங்களைக் கி.ரா.வின் படைப்புகளில் தரிசனம் செய்யலாம். கி.ரா.வின் அனுபவங்கள் எல்லையற்ற உணர்வு வெளியில் நிகழ்கின்றன. கி.ரா. அடிப்படையிலேயே ஓர் அனுபவவாதி. அவரது பாதையும் பார்வையும் அனுபவவாதத்திலேயே பயணிக்கின்றன.

இந்த அனுபவவாதம் தமிழ் இலக்கியப் பரப்பில் பெரிதும் சிலாகிக்கப் பெறவில்லை. ஏனெனில், இலக்கிய இயக்கங் களில் பெரிதும் கொண்டாடப்படாத இயக்கம் நடப்பியல் இயக்கம். ஆனால் நடப்பியலுக்கென்று தனித்துவமும் சிறப்பும் உண்டு. ஒவ்வொரு இலக்கிய வகைக்கும் தனித்தனி யான சொல்முறையும் கட்டமைப்பும் இருக்கிறது. கி.ரா.வின் நடப்பியல் தனித்துவமானது. அது பேச்சு மொழியைச் சார்ந்திருக்கிறது; சொல் மரபில் மிளிர்கிறது.

2

கலைக் கோட்பாடு

> "கி.ரா.வின் இந்த நிகர் உலகத்தை நவீன வாசிப்பு முறைகளின் உதவி கொண்டு முழுமையாக ஆராய்ந்து எழுதப்பட்ட கட்டுரைகளைத் தமிழில் தேடிப் பார்த்தால் ஒன்றிரண்டு கூடச் சிக்க வாய்ப்பில்லை. அவ்வாறு ஒரு விரிவான வாசிப்பை அளிப்பதற்கான பயிற்சியோ ரசனையோ நம்மிடம் இல்லை."
>
> – ஜெயமோகன்

ஒரு படைப்பாளியின் கலைக்கோட்பாட்டை வரையறுத்து, முடிவாக எழுத இயலுமா? அப்படி எழுத வேண்டுமானால் படைப்பின் முழுமை வேண்டுமல்லவா? இப்போது கி.ரா.வை எவரும் மதிப்பிடலாம். அவருடைய முழுப் பரிமாணமும் நமக்குக் கிடைத்துள்ளது. இப்போது 97 வயதைக் கண்டிருக்கிறார். இதுவரை எழுதியுள்ளவை அவருடைய முழுமையைக் காண்பதற்குப் போதுமானவை எனக்கருதலாம். இனி எழுதுவதைப் பிறகு கணக்கில் கொள்ளலாம். இதுவரையிலான படைப்புகளைக் கொண்டு ஒரு குவிமையக் கோட்பாட்டை முன்னெடுக்கலாம். ஏனெனில், ஒரு முழுமை நமக்குக் கிடைத்துள்ளது.

மொழிக் கோட்பாடு

கி.ரா.வின் கலைக் கோட்பாட்டில் மொழிக் கலை முதன்மையாகிறது. மக்களின் வழக்கு மொழியைப் படைப்பு மொழியாக்கிக் கொண்ட கி.ரா.வின் மொழிக் கோட்பாட்டைச் சிலாகித்துப் பேச வேண்டியுள்ளது. கி.ரா. ஒரு மொழியியல்வாதி என்று சொல்லலாம். ஏனெனில் இன்று

மொழியியலில் பேசப்படும் தீர்க்கமான முடிவுகளைக் கி.ரா. 1950களின் இறுதியிலேயே செயல்படுத்தியவர்.

தமிழகத்தில் மொழியியல் வளர்ந்த காலம் 1970கள். பேச்சு மொழி பற்றியும், கிளைமொழி பற்றியும், வழக்கு மொழி பற்றியும், மொழியின் மரபு பற்றியும் பேசியவர்கள் மொழியியலாளர்கள். காலத்தால் முதன்மையானது மட்டும் மரபு அல்ல; ஒரு காலத்து மரபு அடுத்த காலத்தில் மாறிப் புதிதாக ஏற்படுத்தும் வழக்கும் மரபு ஆகும் என்பார்கள். இருபதாம் நூற்றாண்டில் தோன்றிய தனித்தமிழும் ஒரு மரபுதான் (அண்ணாமலை 2017: 15).

மரபு என்பது பழமையோடு தொடர்புடையது அல்ல. அது காலத்தோடு தொடர்புடையது. வழக்கு மொழியும் தமிழின் மரபுதான். மொழியியல் பின்னாளில் உணர்த்திய மெய்ம்மை களை இருபது ஆண்டுகளுக்கு முன்பே உணர்த்தியவர் கி.ரா. இவருடைய மொழிக் கோட்பாட்டிலிருந்து நாம் புரிந்துகொள்ள வேண்டியது ஒன்றே ஒன்றுதான். அதாவது, பேச்சு மொழிக்கும் எழுத்து மொழிக்கும் இலக்கணம் ஒன்றுதான். இலக்கணத்தின் வேலை மொழியின் விதிகளை வரையறுப்பது அல்ல; அது வழக்கில் உள்ள விதிகளை வெளிப்படுத்துவது. மேலும், மரபு என்பது இலக்கணம் அல்ல. இவற்றையே கி.ரா. தன் கலைக் கோட்பாட்டில் மௌனமாகப் பேசுகிறார்.

கி.ரா.வின் மொழிக் கோட்பாடு வாய்மொழி மரபுக்குரியது. பல பண்டிதர்கள் வாய்மொழி மரபைச் சிலாகிப்பதில்லை. தமிழுக்கு வாய்மொழி இலக்கியம் பெருமையில்லை என்பது அவர்களின் வாதமாகும். மொழியின் முழுமையை அறியாதவர்கள் அவர்கள். மொழியை வளம்பெறச் செய்வது வாய்மொழி இலக்கியங்களே. மொழியின் வேர்கள் கிளைமொழிகள்தான். கிளைமொழி எனும் வட்டார மொழிகளிலிருந்தே ‘தரமொழி’ வளர்ந்து வந்துள்ளது. உண்மையில் சொல்லப் போனால் தரமொழிக்குத் (செந்தமிழ்) தாய்மொழியாளர்கள் இல்லை. பேச்சு மொழிக்கே தாய்மொழியாளர்கள் உள்ளனர். கி.ரா.வின் மொழியியல் தரிசனமும் இதுதான்.

கி.ரா. ஓரிடத்தில் இது பற்றி மிகவும் சிலாகித்துப் பேசுகிறார்.

“பொதுநடை என்கிற ஏட்டுநடை, அரசு ஆணைகள், அறிவிக்கைகள், நியாயமன்றத் தீர்ப்புகள், சட்டங்கள், தினசரிகள் இப்படியானவற்றில் இருக்கட்டும். படைப்பாளி யிடம் அதை எதிர்பார்க்கவேண்டாம். அவன் பல விதவிதமானவை களைச் செய்கிறவன், செய்து பார்ப்பவன்.

படைப்பாளி படைத்துக் கொண்டிருக்கட்டும்;

நட்டணைகள் சொல்பவர்சொல்லிக் கொண்டே இருக்கட்டும்.

கிளிப்பிள்ளைகளும் சட்டாம்பிள்ளைகளும் பெருத்துப்போன சனநாயக காலம் இது.

நல்லன நிற்கும் அல்லன மறைந்தொழியும்; கவலைப்பட வேண்டாம் யாரும்" (கி.ரா.1988: IV).

வாசிப்புக் கோட்பாடு

"என்னுடைய எழுத்துக்களைச் சத்தமிட்டு வாசிக்கக் கூடாது. மனசுக்குள்ளேயே – உதடுகள் அசையாமல் கண்களால் வாசிக்க வேண்டும். மௌனத்தில் பிறந்த எழுத்துக்களை மௌனமாகவே படித்து அறிந்தாலே அதன் ஜீவனை அறிய முடியும். மௌன வாசிப்புக்கென்றே என் நடை உண்டாக்கப்பட்டது; உரத்து வாசிப்பதற்கு அல்ல" என்கிறார் கி.ரா. (கி.ரா.1988: X).

கி.ரா.வின் வாசிப்புக்கோட்பாட்டில் அகவயம் முக்கியத்துவம் பெறுகிறது. மொழியின் ஆத்மாவை உள்ளார்ந்த நிலையில் உணர வேண்டுமென்கிறார். ஆத்மாவுடன் சத்தமிட்டுப் பேச வேண்டியதில்லை என்கிறார். உயிரும் ஆத்மாவும் உள்ளார்ந்த நிலைக்குரியவை. அதுபோலவே, மொழியும் படைப்பும் அணுகப்பட வேண்டுமெனக் கி.ரா. விரும்புகிறார்.

கலைக் கோட்பாடு

கி.ரா. ஒரு சோஷலிசவாதி; சமூகக் கண்ணோட்டம் கொண்டவர். தனிநபர் பிரச்சனைகளையும் சமூகத்தோடு பொருத்திக் காண்பவர். இதுவே கி.ரா. கோட்பாடு. எதார்த்த வாழ்வில் இருக்கக்கூடிய நடத்தை முறைகளையும், மன வெளிப்பாடுகளையும் கதையின் ஊடாகச் சமூகமாகப் பின்னிவிடுவதில் கி.ரா.வுக்கு நிகர் கி.ரா.தான்.

கி.ரா.வின் உள்ளார்ந்த அனுபவம் 'சமூகம்' சார்ந்தது. அதுவும் 'எதார்த்த சமூகம்' சார்ந்தது. எந்த எதார்த்தத்தைக் கண்டாரோ, அந்த எதார்த்தத்தை அப்படியே படம்பிடிப்பது கி.ரா.வின் எழுத்துக் கலையாகும். அதுவே அவரது உயிர்ப்பான கலைவடிவமாகும். இதனையே இனவரைவியலில் 'அனுபவவாதம்' என்கிறோம். இதனூடாகவே கிராமிய வாழ்வின் மூலப் பொருள்களை அர்த்தமுள்ளதாக்குகிறார். இதனூடாகவே சமூக மெய்ம்மைகளைச் சித்திரமாக்குகிறார். இதில் கி.ரா.வின் எழுத்தியல் கண்ணோட்டம் மகத்தானது.

'சமூக உயிர்ப்பின் ஊடாகவே சமூக மெய்ம்மை காணுதல்' என்பது கி.ரா.வின் அணுகுமுறை. இது இனவரைவியலர்கள்

கையாளும் மிக முக்கியமான கோட்பாட்டு அணுகுமுறை. இத்தகைய அறிதல் முறை சுயாதீனமாகக் கி.ரா.விடம் குடி கொண்டுள்ளது. கி.ரா. ஒரு வியப்பு; 'இனவரைவியல் வியப்பு' எனலாம்.

கடந்த காலத்தை நிகழ்காலத்துடன் இணைப்பதற்கு வரலாற்றுக் கதையாடல் அவசியமாகின்றது என்பதைக் கோபல்ல கிராமம் சொல்கிறது. இங்குக் கி.ரா.வின் கதை சொல்லுதலின் சமூகச் செயற்பாட்டை அவதானிக்க வேண்டும். கி.ரா. தன் கரிசல் சமூகத்தை அதன் வரலாற்றுக் காலகட்டங்களிலிருந்து விடுவித்துச் சமகாலச் சூழலுக்கு நகர்த்துகிறார்.

கதை சொல்லுதல் என்றால் கேட்பவர்கள் இருக்க வேண்டும். இது ஆதி வாய்மொழிச் சமூகத்திற்குரியது. இப்போது தமிழ் மரபு எழுத்து ஊடகத்தில் பயணிக்கிறது. தனக்கான வாசகப் பரப்பில் கி.ரா. தன் கதைகளின் வழித் தனது கருத்துகளையும், விருப்பங்களையும், சமூகத் தேவைகளையும் பதிவிடுகிறார். விவசாயப் பண்பாட்டில் வாய்மொழி ஊடகம் தலையானது என்பதை நமக்குக் காட்டுகிறார்.

படைப்பாளிக்குச் சமூக சிரத்தை இருக்க வேண்டுமென்பது பொது விதி. கி.ரா.வுக்குச் சமூக சிரத்தையே ஆதார சுருதியாக விளங்குகிறது. கி.ரா. வெறுமனே கதை சொல்பவர் அல்ல. கதையாளி என்பதை விடவும் சமூக ஒன்றியத்தை, கிராம அமைப்பைப் பேணுபவராக ஒவ்வொரு கதையிலும் செயல்படுகிறார். இதுவே இலக்கியத்தின் பண்பும் பயனுமாகும். கி.ரா.வின் உன்னதங்களில் இதுவும் ஒன்று.

அன்றாடம் சந்திக்கும் மக்களிடமிருந்து நாம் பெரிதும் சந்திக்காத நிகழ்வினங்களைக் கரிசல் மொழியில் வார்த்திருக்கிறார். கி.ரா. கவனிக்கப்படாத மக்களைக் கவனிக்கப்படாத மொழியில் சொல்லியவர். அதாவது, விளிம்புநிலை மக்களை விளிம்புநிலை மொழியில் எழுதியவர். கி.ரா.வின் இந்தக் கதைகள், விவரிப்புகள், வண்ணனைகள் யாவும் சாகா வரம் பெற்றவை. தமிழ் இலக்கியப் பரப்பில் தனியொரு தடமாக விளங்குகிறார் கி.ரா.

சமூகம் சார்ந்த எதார்த்தப் பார்வை, கூரிய அவதானிப்பு, சித்திரிப்புத் திறன் இவையே கி.ரா.வின் இலக்கியப் பெறுமானங்கள். கி.ரா.வின் களமும் சூழலும் தத்ரூபமானவை. அவரது தரிசனம் வெகுமதியானது. கதைச் சித்தரிப்பு மிக உன்னதமானது. ஒவ்வொன்றும் மகுடக் கதைதான்.

கி.ரா. தன் படைப்புகளில் தனிமனிதர்களை விதந்து காட்டி யிருந்தாலும், அவர்களை முடிவில் சமூகத்தில் பொருத்தியே

நமக்குக் காட்டுகிறார். சமூகமே அவருக்குப் பிரதானம். தனிநபர் அனுபவங்கள் நெருக்கமானவை. சமூக அனுபவங்கள் மானுட நெருக்கமானவை. நாம் வாழ்கின்ற இந்த நூற்றாண்டில் கடந்த நூற்றாண்டைப் பதியம் இடுதல் மகத்தானது. மரபுக்குத் தொன்மை மட்டுமே ஆதாரமல்ல; தொடர்ச்சியும் முக்கியம்.

கி.ரா. கடந்த கால கரிசல் வாழ்வை நம் காலத்திற்குக் கொண்டு வந்து சேர்த்திருக்கிறார். கரிசலின் ஊடாகத் தமிழ் மானுடம் பேசுகிறார். அறத்தை முன் வைக்கும் அற எழுத்து கி.ரா.வுடையது. அறம் பேசினால் மட்டுமே உயர்ந்த இலக்கியமாகும் என்ற கற்பனாவாதம் கி.ரா.விடம் இல்லை. தமிழ் வாழ்வு தன்னளவில் இயல்புடன் அறத்தை வெளிப்படுத்துகிறது. கரிசல் வாழ்வியல் வெளிப்படுத்தும் ‘உள்ளார்ந்த அறம்’ கி.ரா.வுக்கு முக்கியமாகிறது.

அறம் எழுதுவது இலக்கியத்தின் தேடலாக இருக்க வேண்டு மென்பது இல்லை. அவலமும்கூட அறத்தை நோக்கியதுதான். ஒரு பேச்சியின் மூலம் கி.ரா. காட்டும் அவலம் அறம் சார்ந்ததுதான்.

படைப்பென்பது இன்பத்தை மட்டும் காட்டுவதன்று. துன்பமும் துயரமும் கலந்ததே வாழ்க்கை. இதனை முழுமை அளவில் காட்சிப்படுத்தியவர் கி.ரா. கரிசல் காட்டில் வாழ்வின் அனைத்து வகையான குணாதிசியங்களையும் துலக்கிக் காட்டியவர் கி.ரா. எதார்ந்த சமூகத்தைத் தன் கதாபாத்திரங்கள் வழி ஆழ்ந்த பற்றுதலோடு உண்மையை வெளிப்படுத்தியவர். இவரது படைப்புகள் அனைத்தும் ‘ஆற்றல் இலக்கியங்கள்’. உன்னதமான கருத்துக்களைத் தம் கதைகள் வழி மானுட மனங்களில் பதிய வைப்பவர். அவரது ஆற்றல் இலக்கியங்கள் வாசகரின் உள்ளத்தைக் கவ்விக் கவருபவை; உணர்வுகளை உச்சத்துக்குக் கொண்டு செல்பவை; மானுட உணர்வுகள் நிரம்பிய சொல் வடிவங்களில் மானுடத்தை வளர்ப்பவை.

விடுதலைக்குப் பிந்தைய காலத் தமிழிலக்கியத்தில் சுதேசி மரபுகள் வளம்பெற வேண்டுமென்பது காலனிய விடுதலையின் அடிப்படைகளில் ஒன்று. அத்தகைய சுதேசி மரபுகளில் மக்கள் வழக்காறுகள் முன்னிலை பெறுவது சுதேசியத்தின் தனித்துவமாகும்.

நாவல், சிறுகதை என்பவை நடைமுறைச் சமூகத்தை நடப்பியல்புகளுடன் சித்தரிக்கும் நவீன இலக்கியக் கலை வடிவங்களாகும். கி.ரா.வின் ஆக்கங்கள் அனைத்தும் இந்த நவீன இலக்கியத்தின் ஊடாகப் பாரம்பரிய கிராம வாழ்வைச் சித்திரித்துக் காட்டுகிறார். பாரம்பரியத்தின் மீது நவீனம்

தொழிற்பட முடியும் என்பது கி.ரா.வின் படைப்பியக்கமாகும்.

இந்த நூற்றாண்டின் அதி நவீன கலை சினிமா. இந்த நவீன கலைக்கும் பழமை தேவைப்படுகிறது. மிகச் சிறந்த நாவல்களும் நாடகங்களும் திரைப்படமாக்கப்படுகின்றன. இவை சினிமாவாகப் புதுவடிவம் பெறுகின்றன. இந்தப் புத்தாக்கத்தில் 'எழுத்து' காட்சி ஊடகமாக, மின்னணு பிம்பங்களாகக் காட்சிப்படுகின்றன.

இது ஒருபுறமிருக்க இன்றைய நாவல்கள் பழைய கதைக் கூறுகளை விட்டுவிடுவதில்லை. நாடகங்களும் அப்படித்தான். பழைய கள்ளைப் புது மொந்தையில் போட்டுப் பாருங்கள். வனப்பு கூடும் தானே! இவற்றின் போக்குகள் இவ்வாறிருக்க, கி.ரா. முற்றிலும் 'நடப்பியல்' சார்ந்தவர். நடப்புகளில் பழமை யின் வெளிப்பாடு தொடர்வதுண்டு.

கி.ரா.வின் கோபல்ல கிராமம் தொடங்கி அவர் படைத்துள்ள கரிசல் கிராமியம் நமக்கு வெளியே உள்ள புற உலகம். அதில் வெளிப்படும் ஒவ்வொரு காட்சிப் படிமமும் கி.ரா.வின் கலைக் கோட்பாட்டால் வடிவமைந்தவை. மக்களின் எதார்த்த வாழ்வைத் தன் கலை வடிவக் கண்ணோட்டத்தின் மூலம் உயிரோட்டமுள்ள ஒரு கதையாகப் பேச வைக்கிறார்.

கி.ரா.வின் படைப்புகளில் ஒரு சமூகம் இயங்குகிறது. அதனூடாக அவரது கலைப் பாணியும் இயங்குகிறது. பாணி இல்லாமல் எந்தக் கலைப் படைப்பும் இருக்க முடியாது. கி.ரா. சுதேசி இனவரைவியல் பாணிக்கு உரியவர். எதார்த்தம் சார்ந்த, அகவயம் சார்ந்த எடுத்துரைப்பு கி.ரா.வுக்கு முக்கியமானதாகப்படுகிறது. அதில் சமகால வாழ்வும் இயற்கை யின் உறவும் மிகச் சரியாகக் கூடுதல் குறைவின்றி, நுட்பமாகப் படைக்கும் திறன் கி.ரா.வுக்குரியது. இதனையே இங்கு 'எதார்த்தம்' அல்லது 'நடப்பியல்' என்கிறோம். நடப்பியலில் கடந்த காலம் குறைவாகவும் நிகழ்காலம் அதிகமாகவும் இருக்கும். கி.ரா. கடந்த காலத்தை நிகழ்காலமாக்குகிறார். மரபார்ந்த தமிழ் நிலப்பரப்பின் சமூக வெளிக்குள் கரிசல் வாழ்வை மையப்படுத்துகிறார். இதில் காட்சி அடுக்குகள் வழி வெளியையும் காலத்தையும் இயக்குகிறார்.

வரையறைகள்

அனுபவத்திற்கு மிஞ்சிய ஆசான் கிடையாது. ஆக, பட்டறிவால் கிடைக்கும் படைப்பே ஆகச் சிறந்தது. கி.ரா.வின் அனுபவம், பட்டறிவு அவரை முன்னத்தி ஏர் ஓட்டும் ஆசானாக உயர்த்தியிருக்கிறது.

ஆகச் சிறந்த எழுத்து எதனால் கிடைக்கும்? இதற்குப் பதில் கூற வேண்டுமானால் பலவிதமான கருத்தாக்கங்

களைக் கருத்தில் கொள்ள வேண்டியுள்ளது. படைப்பாளியின் சுயமான உள்ளுணர்வே தலையானது என்பவர்கள் சிலர். மிகச் சிறந்த எழுத்தாளராக மின்ன வேண்டுமானால் விரிவான வாசிப்பு அவசியம் என்பவர்கள் இன்னும் சிலர். கிராமம், நகரம், நாடு எனப் பயணம் வழி அனுபவம் பெறுதல் அவசியம் என்பவர்கள் வேறு சிலர்.

இன்னும் சிலர் கள ஆய்வு செய்யுங்கள் என்கின்றனர். எதைப் பற்றி எழுத நினைக்கிறோமோ, யாரைப் பற்றி எழுத விரும்புகிறோமோ அங்குச் சென்று மக்களுடன் பலகாலம் வாழ்ந்து, ஓர்ந்து, அனுபவம் பெற்று எழுத வேண்டுமென்கின்றனர். மண் மணம் உணராமல் படைப்பது சாத்தியமில்லை என்கின்றனர். கடினமான உழைப்பால் வெற்றிகரமான படைப்புகளைப் படைக்க இயலும் என்பவரும் உண்டு.

இவ்வாறான வரையறைகளும் அவதானிப்புகளும் கலை பற்றிய படிப்பில் பாடமாகச் சொல்லித்தர நன்றாக இருக்கும். கி.ரா. பற்றிக் கவிஞர் மீரா இப்படிச் சொல்கிறார். "உலகின் வேறு எந்த நாட்டு எழுத்தாளரோடும் ஒப்பு நோக்க முடியாத சுயம்பு கி.ரா" என்கிறார். படைப்பாளி பற்றிய வரையறையைக் கி.ரா.விலிருந்து உருவாக்குவதும் தேவையாகின்றது. இதுவரை நமக்கு விதிக்கப்பட்டதை ஏற்பது என்பது ஒரு நிலை. அதையே புதிதாக வருவித்துக் கொள்வது என்பது புதிய நிலை. கி.ரா. ஒரு புதுமை. செவ்வியல், புனைவியல், இயற்பண்பியல், நடப்பியல் என ஒன்றன்பின் ஒன்றாகப் பேசப்பட்ட இலக்கியக் கோட்பாடுகளில் சிக்கிக் கொள்ளாதவர் கி.ரா. இத்தகைய கோட்பாடுகளுக்குப் பின்னர் வந்த மிகை நடப்பியல், வெளிப்பாட்டியல், மனப்பதிவியல், குறியீட்டியல், அபத்தவியல் போன்ற கோட்பாடுகள் பற்றியும் கவனிக்காதவர். உருவமாகவும் அருவமாகவும் உள்ள கரிசல் உலகத்தை நடப்பியல் சார்ந்தே எழுதி வந்திருக்கிறார். கி.ரா. கையாண்டுள்ள இயற்பண்பியல்வாதம் சுயமான, அகவயமான, அவரே கண்டறிந்த எழுத்துக் கலையாகும்.

பின்னுரை

இந்தயுகத்தின் இலக்கிய சகாப்தம் கி.ரா; இன்னும் சிலாகித்துச் சொல்ல வேண்டுமானால் இந்த நூற்றாண்டின் முன்னத்தி ஏர் அவர். மழைக்குக்கூடப் பள்ளிக்கூடம் ஒதுங்காதவர் என்ன கலைக் கோட்பாட்டை வழங்கியிருக்கிறார் என்று எண்ணத் தோன்றும். கம்பன் வீட்டுக் கட்டுத் தறியும் கவி பாடும் என்பது போல் நாட்டார் கதை சொல்லியும் ஒரு கோட்பாட்டைக் காட்ட முடியும் என்கின்றன கி.ரா.வின் படைப்புகள்.

வாழ்க்கைப் பயணத்தில் தீராத வலிகள் தொடர்ந்து கொண்டிருந்தாலும், நம்பிக்கையின் வேர்களில் ஈரத்தை வார்க்கும் வரிகளைக் கதைகள் நெடுக எழுதி வந்தார் கி.ரா. வாழ்வியல் தத்துவத்தை மக்கள் மொழியில் காண்பித்து நம்மைக் கைப்பிடித்து அழைத்துச் செல்கிறார்.

சூழலை ஊடிழையாகக் கொண்டு பின்னப் பட்டவை கி.ரா.வின் கதைகள். நடப்பியல் காட்சிகளுடன் ஓரளவு புனைவு கொண்டு எழுதுவது கி.ரா.வின் கலை. கோபல்ல கிராமத்திற்குத் தற்போதைய வயது நாற்பத்தி மூன்று. கி.ரா. வரலாற்றுப் பழமையைச் சிலாகிக்கும் அதே வேளையில் வரலாற்றின் ஓட்டத்தி லிருந்து நகர்ந்து சமகால விமர்சனங்களைச் சமயம் கிடைக்கும் போதெல்லாம் முன்வைக்கிறார்.

கி.ரா.விடம் தொல்படிவக் கனவுக் கலை அதிகம் எடுபட வில்லை. ஒரு படைப்பாளிக்குப் பெரிதும் உதவக்கூடிய இக்கலையைக் கி.ரா. பெரிதும் கையாளவில்லை. அருவ வெளிப் பாட்டியலையும் கையாளவில்லை. ‘கலை ஒரு சமூகத்தின் வாழ்வை வெளிப்படுத்துவது’ எனும் டியூவின் கோட்பாடு கி.ரா.விலும் பிரதிபலிக்கிறது. மெய்ம்மைவாதமே கி.ரா.வுக்கு நெருக்கமானது. எந்தக் கதையிலும் ‘கரிசல்’ எனும் பேரலகு நிலை பின்புலமாக இருக்கும். கதை நிகழ்வுகள் நுண்ணியல் நிலையில் இயங்கும். இந்த ஊடாட்டம் கி.ரா.வுக்கு அடிப்படையாக அமைகிறது.

கி.ரா. தன் எடுத்துரைப்புகளில் நல்லவற்றிற்கும் கெட்ட வற்றிற்கும் எல்லை வரையறுக்கவில்லை. அதுபோலவே சில நூற்றாண்டுகளுக்கு முன்பு புலப்பெயர்வால் தமிழகம் வந்த கம்மவார்களின் நிலையை மிக அழகாகப் பேசுகிறார். இனப் பன்முகத் தன்மையும், பண்பாட்டுப் பன்மைத் தன்மையும் நம் நூற்றாண்டில் புதிதாக ஏற்பட்டவை அல்ல என்கிறார். மானுடத்தின் மகத்துவத்தைப் பரக்கப் பேசுகிறார்.

3

சுதேசி இனவரைவியல்

"தமிழின் வட்டார வழக்கு இலக்கிய வாதிகள் என்று பேராசிரியப் பெருந்தகைகளால் வரையறுத்துக் காட்டப்பட்ட எவருடனும் கி.ரா. ஒப்பிடத் தகுந்தவரில்லை. அது ஒருவகை சிறப்பு ஆளுமை. கி.ரா.வுடன் தமிழின் ஒரு சகாப்தம் முடிந்து போகும்; சாலிவாகன சகாப்தம் போல வரலாறும் ஆகும்".

– நாஞ்சில் நாடன்

இன்றைய சமூக அறிவியல்கள் 19 ஆம் நூற்றாண்டில் தோன்றியவை. மேற்கத்திய தத்துவ மூலங்களில் இருந்து இந்த அறிவுப் புலங்கள் தோன்றின என்று மேலை நாட்டு அறிஞர்கள் கூறுகிறார்கள். அத்தகைய அறிவுப் புலங்களுக்கான தொன்மையும் மூலங்களும் நம்முடைய தமிழ் மரபிலும் உள்ளன. இவற்றை நாம் முன்னெடுத்து வளர்க்கவில்லை.

இன்றைய அறிவு மரபுகள் பலவும் உலகச் செவ்வியல் மொழிகளில் உள்ளன. தமிழ் மரபிலும் அத்தகைய மூலங்கள் உள்ளன. இதனைப் பறைசாற்று வதற்கு மேலை நாட்டார் ஈடுபடமாட்டார்கள். நாம்தான் முயல வேண்டும்.

நமது மொழி, இலக்கண, இலக்கிய மரபுகள் வளம் நிறைந்தவை. ஏனென்றால் தமிழ் மண்ணில் மானுட வாழ்வு ஆதிகாலம் முதல் இன்று வரை தொடர்கிறது. அது நீண்ட நெடிய, அறுபடாத மரபாக இருந்து வருகிறது. அதனால் இன்று நாம் காணும் மேலை நாட்டு அறிவு மரபுக்கு இணையான மரபு நம்மிடமும் உள்ளது.

மனித குலம் பற்றிய மானிடவியல் என்பது நம்மிடம் சுதேசி மரபாக உள்ளது. குறிஞ்சி, முல்லை, மருதம், நெய்தல், பாலை என ஐந்திணையாகப் பகுத்துக் காணும் வாழ்வியல் மரபு நமக்கே உரியது. இந்த ஐந்திணை மரபு தொடங்கிக் கி.ரா. வின் கரிசல் இலக்கியம் வரை அது வியாபித்திருக்கிறது. கி.ரா. இந்த அறுபடாத மரபைப் புதிய தடத்தில் வளர்த்திருக்கிறார்.

கரிசல் வட்டாரத்தின் நிலம், நீர், காற்று, தாவரங்கள், விலங்குகள், மக்கள், சாதி, தொழில், கல்யாணம் காட்சிகள், விழாக்கள், சடங்குகள், சாமிகள், சிறார்கள், விளையாட்டுகள், பெண், பெண்மை, அழகியல் என இன்னும் எத்தனையோ களங்களில் மானுட வாழ்வைத் தரிசனம் செய்திருக்கிறார். இதுவே இனவரைவியல் வாசிப்பு என அறியப்படுகிறது.

கி.ரா. கண்ட இனவரைவியல் ஒரு ‘சுதேசி இனவரைவியல்’ ஆகும். அவர் சுயம்புவாக உருவாக்கியது. அது இன்றைய கல்விப் புல இனவரைவியலுக்கு அருகிலிருக்கிறது; நெருங்கிக் காணப்படுகிறது.

ஓர் இனத்தின் வாழ்வு முறையை அவர்களுடன் ஒன்றாகி, வாழ்ந்து, ஓர்ந்து, விவரிப்பதே இனவரைவியல். இந்த மண்ணின் ஆத்மா, ஆன்மா இனவரைவியல். இந்த மக்களின் ஆத்மாவும் ஆன்மாவும் இனவரைவியல். ஆக, இனவரைவியலை மிகச் சுருக்கமாகச் சொல்ல வேண்டுமானால் மண் வாசிப்பையும் மக்கள் வாசிப்பையும் செய்வது இனவரைவியல் எனலாம். இதைத்தான் கி.ரா. முன்னெடுத்திருக்கிறார். இது சுயம்புவாக வார்க்கப்பட்டுள்ளது. அதனால்தான் அதனைச் சுதேசி இனவரைவியல் என்கிறோம். இதனை ‘இலக்கிய இனவரைவியல்’ என்றும் சொல்லலாம். உலகம் தழுவிய வேத்தியலுக்கு இணையான பொதுவியல் ஒன்றுண்டு என்பதைக் கி.ரா. இனவரைவியல் புலத்தில் நிரூபித்திருக்கிறார்.

ஒரு சமூகத்தை அல்லது பண்பாட்டை ஒருங்கிணைத்துப் புரிந்துகொள்வதற்கான தொழில்முறை சார்ந்த கலையே இனவரைவியல். படைப்பில் சமூக, பண்பாட்டு அர்த்தங்களைப் பேசுதல் இனவரைவியல். படைப்பைப் பண்பாட்டுப் பனுவலாகக் காண்பதுவும் இனவரைவியல். இனவரைவியலைக் கோட்பாட்டுச் சாத்தியங்களோடு அணுகுவது ஒரு நிலை. அது மானிடவியல் புலத்துக்குள் நிகழ்த்தப்படும் மேம்பட்ட நிலை. இயல்பான வண்ணனை நிலையில் சமூகத்தை விளங்கிக் கொள்ளுதல் தொடக்க நிலை. வட்டார நாவல்கள் இந்த வகையினத்தைச் சேர்ந்தவை.

தமிழில் எழுதப்பட்டுள்ள 'வட்டார நாவல்கள்' அல்லது குறிப்பிட்ட 'சமூகம் சார்ந்த நாவல்கள்' யாவும் பண்பாட்டுப் பனுவல்கள். அவற்றில் புனைவுகள் உள்ளன. ஆனால் 'அல்–புனைவு' (எதார்த்தம்) எனும் அடித்தளத்தின் மீது அவை படர்கின்றன. நமது வட்டார நாவலாசிரியர்கள் உழைத்து உருவாக்கும் பனுவல்களில் நடைமுறைத் தரவுகள் உள்ளன; அடிப்படைச் செய்திகள் உள்ளன; எதார்த்தங்கள் விரவியுள்ளன; வழக்காறுகள் உள்ளன. அதனால் வட்டார நாவல்கள் அனைத்தும் பண்பாட்டைப் பேசும் பனுவல்களாகவே உள்ளன. இன்னும் சொல்லப் போனால் அவை யாவும் 'பண்பாட்டு மொழிபெயர்ப்பு'களாக உள்ளன.

வட்டார நாவல்கள் மனக்கட்டுமானங்கள். பண்பாடு மனதில்தானே இருக்கிறது! உண்மையான கட்டுமானங்களில் கற்களின் நடுவே சிமெண்ட் கலவை வைத்துக் கட்டுவது போல, வட்டார நாவல்களில் எதார்த்தக் கருத்தினங்களைச் சொற்கலவை யுடன் (புனைவு) ஒட்டுவது நிகழ்கிறது. இச்சிறிய புனைவு தவிர மற்றபடி அதில் 'எதார்த்தம்' தொடர் இழையோட்டமாக ஓடுகிறது. எதார்த்தங்கள் மிகுந்திருப்பதாலேயே வட்டார நாவல்களை 'இலக்கிய இனவரைவியல்' என்கிறோம். படைப்பில் சமூக, பண்பாட்டு அர்த்தங்களைப் பேசுதல் இலக்கிய இனவரைவியல். இந்த அர்த்தங்களைக் கலாப்பூர்வமாகக் காட்டும் படைப்புகளைப் பண்பாட்டுப் பனுவலாகக் காண்பதும் இலக்கிய இனவரைவியல்.

இனவரைவியல் மூலம் வட்டாரப் பண்பாடுகளை ஒப்பிட்டுப் பார்க்க முடியும். ஒரு சமூகத்தின் இனவரைவியலை இன்னொரு சமூகத்தின் இனவரைவியலோடு ஒப்பிட்டுப் பார்க்கலாம். இதன் மூலம் சமூக வேறுபாடுகளைக் கண்டறிய லாம். வட்டார இலக்கியங்கள் யாவும் சுதேசி இனவரைவியல் களாக விளங்குவதால் அவற்றின் மூலம் ஒரு வட்டாரத்தின் தனித்துவங்களை மற்ற வட்டாரங்களிடமிருந்து பிரித்தறியலாம்.

பண்பாட்டைப் பார்ப்பதற்கான மிகச் சிறந்த ஜன்னல்களாக வட்டார நாவல்கள் விளங்குகின்றன. கரிசல் இலக்கியத்தையும், கொங்கு இலக்கியத்தையும் ஒப்பிடும் போது இரண்டின் பண்பாட்டுத் தனித்துவங்கள் புலப்படுகின்றது. மக்களைப் போன்றே பண்பாடும் பிரதேசம்தோறும் வேறுபடுகின்றன. இதனை நுண்மதிப்பீடுகளின் வழி அடையாளப்படுத்தலாம். கி.ரா.வின் இலக்கிய இனவரைவியல் இதற்கு நல்லதோர் அடித்தளமிடுகிறது.

கி.ரா.வின் படைப்புலகம் பற்றிப் பேசுவதற்கு நிறைய உள்ளன. எங்குத் தொடங்கி, எப்படி முடிப்பது?

அவரது படைப்புலகம் இன்னும் எல்லையிட்டு முழுமையாக வரையறை பெறவில்லை. ஜீவநதியாக ஓடிக்கொண்டிருக்கிறது. நதிமூலம் மட்டுமே தெரிகிறது. அதன் பயணம் முடியவில்லை; தொடர்ந்து ஓடிக் கொண்டே இருக்கிறது. தொடரும் பயணத்தில் முழுமை பற்றிப் பேச இயலாது. இருப்பினும் இதுவரையிலான பயணத்தை வைத்துப் பேசலாம். அவ்வளவு இருக்கிறது. பேராசிரியர் க. பஞ்சாங்கத்தின் *மறுவாசிப்பில் கி.ரா. (1996)* ஒரு நுட்பமான திறனாய்வு. அதிலிருந்து தொடங்கலாம். ஃபெர்ரோ லூசி எனும் தலைசிறந்த மானிடவியலரும் கூடக் கி.ரா. பற்றி எழுதியிருக்கிறார். *குளிர்ந்த நெருப்பு: தமிழ்ச் சிறுகதை களில் பண்பாட்டுத் தனித்துவக் கதைக்கூறுகள் (Cool Fire: Culture-specific Themes in Tamil Short Stories, 1983)* எனும் நூலில் ஃபெர்ரோ லூசி கி.ரா.வின் எழுத்து முறையை விரிவாக ஆராய்ந்திருக்கிறார். கி.ரா. ஆய்வுப் பொருளாகியிருக்கிறார். அதிலும், மேலை நாட்டாரின் ஆய்வுக்கு உட்பட்டிருக்கிறார்.

ஒரு சமூகத்தை வண்ணனையாக மொழிவது இனவரைவியல். கரிசல் சமூகத்தைக் கி.ரா. அளவுக்கு வண்ணனை செய்தவர்கள் யாருமில்லை. கி.ரா. கரிசல்வாசி. அதனாலேயே வாக்கப் பட்டவள் போல் கரிசல்வாசத்தில் நேசம் கொண்டிருக்கிறார். மண் வாசத்தையும் மக்கள் வாசத்தையும் ஒரு சுதேசி இனவரைவிய லாகப் பதிவிட்டிருக்கிறார்.

ஒவ்வொரு படைப்பாளிக்கும் ஓர் இலக்கு உண்டு. கி.ராவின் இலக்கு கரிசல் வாழ்வைப் படம்பிடித்துக் காட்டுவது. தமிழகம் வட்டார ரீதியிலானது. முழுமையின் பகுதிகள் வட்டாரங்கள். இவற்றின் பன்முகத் தன்மையில் தான் தமிழ் மரபு உருவாக்கம் பெற்றுள்ளது.

படைப்பில் பண்பாட்டைச் சொல்வதே கலையியல் நோக்கமாக இருந்து வருகிறது. இனவரைவியலர்கள் நாவல், சிறுகதை எனும் வகைமைகளை ஆதரிப்பதில்லை. அவையாவும், 'பண்பாட்டுப் பிரதிகள்' என்பார்கள். படைப்புகள் பண்பாட்டைப் பதிவிடுகின்றன. வாழ்வாகவும் வாழ்வு முறையாகவும் காண்பதே பண்பாடு. படைப்புகளும் வாழ்வையே படம்பிடித்துக் காட்டுகின்றன. ஆகவே அவை யாவும் பண்பாட்டுப் பிரதி களாகவே அமைகின்றன. இந்த வகையில் நோக்கும்போது படைப்பு என்பது நெசவு போன்றது. இதில் சமூகப் பண்பாட்டுச் சூழல்களும் அர்த்தங்களும் நெசவு செய்யப்படுகின்றன. கலைடைஸ்கோப்பைத் திருப்பும் போதெல்லாம் புதுப்புது வடிவங்கள் வண்ணங்கள் தோன்றும். கி.ரா.வின் எழுத்து கலைடைஸ்கோப் போன்றதுதான். அந்த நெசவில் வண்ணங்களும்

வடிவங்களும் கணக்கில்லாமல் ஜீவநதி போல் ஓடிக்கொண்டே இருக்கின்றன.

கி.ரா.வின் எடுத்துரைப்பில் ஆயிரமாயிரம் வண்ணங்கள் வடிவங்கள் கோர்க்கப்பட்டு நெசவு செய்யப்பட்டுள்ளன. இவற்றில் ஆயிரமாயிரம் சூழல்கள், நிகழ்வுகள், அர்த்தங்கள் கோர்க்கப்பட்டுள்ளன. இந்தச் செய்நேர்த்தியால் இவரது எழுத்துகள் எதார்த்தமாகவும், தத்ரூபமாகவும் இருக்கின்றன. சொற் சிக்கனம் இவரது எழுத்தாளுமையின் சிறப்பம்சம். மண்மணம் இவரது கலாபூர்வம்.

வாழ்வை எடுத்துரைப்பது இலக்கியம் இல்லை. வாழ்வைக் கலாபூர்வமாக சித்தரிப்பதே இலக்கியம். ஆதலின் படைப்பில் சூழல்களும் அர்த்தங்களும் ஊடு பாவாக நெசவு செய்யப்படுகின்றன. இவை மனிதர்களாலும் நிகழ்வுகளாலும் நெசவிடப்பட வேண்டும். மனிதர்கள், மாக்கள், உயர்திணை, அஃறிணை ஆகிய அனைத்தின் நிகழ்வுகளையும், அவற்றிற்கான அர்த்தங்களையும் எடுத்துரைப்பது என்பது கி.ரா.வுக்குத் திருப்பதி லட்டு சாப்பிடுவது போல. கி.ரா. கரிசல் பண்பாட்டைத் தன் எழுத்தில் மிகச் சிறப்பாக நெசவு செய்திருக்கிறார். ‘பண்பாடு’ என்பது ‘நெசவு’ போன்றது என்பது மானிடவியலில் கூறப்படும் ஒரு முதுமொழி.

கி.ரா.வின் படைப்பியக்கத்தில் சூழல்களின் ஊடாகவே பண்பாட்டின் அர்த்தங்களைத் தோற்றுவிக்கிறார். கோயில் பூசாரிக்கு ஏன் இரண்டு பெண்டாட்டிகள் தேவைப்பட்டார்கள் என்பதைக் கி.ரா. பண்பாட்டின் உள் அர்த்தங்களோடு விவரித்திருக்கிறார்.

“இந்தியா கிராமங்களில் வாழ்ந்து கொண்டிருக்கிறது” என்றார் காந்தியடிகள்.“இல்லை...இல்லை...இந்தியா கிராமங்களில் வாடிக் கொண்டிருக்கிறது” என்கிறார் கி.ரா. ஒரு சின்னஞ்சிறிய இடைசெவல் கிராமத்துக்காரரான கி.ரா. இந்தியாவைப் பற்றித் தன் கருத்தைப் பதிவிட்டிருக்கிறார். பண்பாட்டு ஆய்வாளன் கண்டறிவது போன்ற ஒரு தெறிப்பு அப்படைப்பில் உள்ளது. அதனால்தான் கி.ரா.வின் எடுத்துரைப்பியல் ‘அடர்வரைவியல்’ சார்ந்தது என்கிறோம். இனவரைவியல் பனுவல் அனைத்தும் அடர் விவரிப்பு ஆகும். பண்பாட்டு நிகழ்வுகளுக்கும் கூறுகளுக்கும் உள்ள உறவின் மீதான பண்பியல் அர்த்தங்களைக் கூறும் பனுவல்களே அடர் வரைவியலாக முடியும். எத்தனை பேர் அப்படி எழுதுகிறார்கள்? கி.ரா.வின் படைப்புகள் அடர் வரைவியல்கள்; இனவரைவியல் பனுவல்கள் எனலாம்.

பண்பாட்டில் ஒவ்வொரு நொடிக்குமான சூழல்களில் பயணிப்பதன் ஊடாக மக்களே அச்சூழல்களுக்கான அர்த்தங் களை உருவாக்கிக் கொள்வதைக் கி.ரா.வின் படைப்புகள் உணர்த்துகின்றன. கி.ரா.வின் எடுத்துரைப்பில் ஒவ்வொரு வரியும் உணர்த்தும் தருணங்கள்/நிகழ்வுகள் பெறுமதியானவை, வெகுமதியானவை. கதவு சிறுகதையில் வரும் ஜப்தி நடவடிக்கை, கிடை நாவலில் ஆடுகள் பயிரை மேய்ந்து விடுவதால் பஞ்சாயத்தார் குறிகேட்டுத் தண்டனை வழங்குதல் முதலானவை கி.ரா.வின் வரைவியலில் நுட்பமான சூழல்கள் ஆகும்.

பண்பாட்டு நெசவின் ஊடாக அர்த்தங்களைக் காணும் கி.ரா.வின் எடுத்துரைப்பு மகத்தானது. ஒரு பண்பாட்டை விவரிப்பதற்கு / எடுத்துரைப்பதற்கு இனவரைவியலர்கள் அவசியம் தேவைதானா என்பதைக் கி.ரா.வின் எழுத்து கேள்வி எழுப்புகிறது. ஏனெனில் அவருடைய பன்முகப் புலன் உணர்வு சார்ந்த விவரிப்பு பண்பாட்டு நெசவாகப் பரிணமித்திருக்கிறது. இதன் மூலம் படைப்பாளனும் இனவரைவியலராக முடியும் என்பதை நிரூபிக்கிறார்.

பண்பாடு என்பது மரபு வழியாக வழங்கி வரும் சமூக அறிவு. கி.ரா.வின் எழுத்துக்களில் கரிசல் மக்களின் பாரம்பரிய அறிவாக அறியக்கூடிய விடயங்கள் ஏராளம். கி.ரா.வின் எழுத்துலகத்துக்குள் செல்வது என்பது கரிசல் பண்பாட்டுக்குள் செல்வதாகும்.

ஒவ்வொரு சமூகத்தின் உலகப் பார்வையாகவும் அச்சமூகத்தின் பண்பாடு அமைகிறது. தொன்மங்கள், பழங்கதைகள், புராணங்கள், பழமொழிகள், நாப்புரட்டுகள், தாலாட்டு, ஒப்பாரி, பாடல்கள், அழிப்பாங்கதைகள் எனக் கி.ரா. கையாளும் வழக்காறுகள் ஏராளம். கி.ரா.வின் எழுத்துக்களில் வழக்காறுகளைத் தேட வேண்டியதில்லை. அவற்றின் ஆக்கிரமிப்பே அதிகம். செவ்விலக்கியங்களில் காணமுடியாதவற்றை வாய்மொழி இலக்கியங்களில் காணலாம். தமிழ் மரபின் எண்ணற்ற கூறுகளை வாய்மொழித் தன்மை யிலிருந்து அறிய வேண்டியுள்ளது. அதனைக் கி.ரா.வின் படைப்புலகம் நமக்குக் காட்டுகிறது.

பண்பாடு என்பது சமூகத்தின் அறிவு என்பதாக உணர்ந்து கொண்டோம். அந்த அறிவு மரபைக் கி.ரா. சமூகத்தின் ஞாபகமாகவே எழுதிச் செல்கிறார். கி.ரா.வின் அலாதியான ஓர் எழுத்து மரபாக இந்தச் ‘சமூக ஞாபகம்’ அமைவதைக் காணலாம். நீண்ட, நெடிய, அறுபடாத மரபு கொண்ட தமிழரின் வாய்மொழி மரபு சமூக ஞாபகத்தால் ஆனது. கி.ரா. கதைசொல்வதில் மகத்தானவர் என்பதை விட, கதைக்குள்

கதை சொல்வதில் மகத்தானவர் எனலாம். சமூக ஞாபகத்தில் கதைக்குள் கிளைபரப்பி விரியும் கிளைக்கதைகள் மரபு சமூக ஞாபகத்தின் விசாலமான பிரதேசம் ஆகும்.

பண்பாடு என்பது குறிகளின் ஒழுங்கமைப்பு என்பது மானிடவியலில் பேசப்படும் இன்னுமொரு கருத்தாக்கம். இதனைக் கி.ரா.வின் எழுத்துக்களின் வழியே மிகக் கவனமாக அறிய இயலும். கி.ரா.வின் பனுவலாக்கம் பண்பாட்டின் எல்லாக் கோட்பாடுகளையும் எடுத்துப் பேசுவதற்கு இடந்தருகிறது. பருமையான மானுடர்கள், வரலாற்று உயிரிகள், உணர்ச்சிகள், சிந்தனைகள், புலனுணர்வுகள், பௌதிகப் பெருட்கள், பிரபஞ்சம் சார்ந்த கருத்துகள், இப்படியான எல்லா வகையான கூறுகளையும் கொண்டு வந்து தன் எழுத்தில் நெசவு செய்துவிடுகிறார்.

மனிதர்களுக்கிடையில் நிகழும் மொழிப் பரிமாற்ற முறைகளைக் கி.ரா. கையாண்டுள்ள முறை மொழியியற் கோட்பாட்டாளரின் நுட்பமான ஆய்விற்கு இடந்தருகின்றது. இத்தகைய மொழிப் பனுவலாக்கத்தின் ஊடாக அவர் பதிவு செய்திருக்கும் பண்பாட்டு வெளிப்பாடு இத்துறை கோட்பாட்டாளர்களுக்கு ஒரு நுண்ணிய முறையியலாகவும் அமைகிறது. கரிசல் மக்களின் மொழி உலகத்தைத் தன்னுடைய எழுத்துக்களின் வழி நிலைநிறுத்தியவர் கி.ரா.

கி.ரா.வின் பனுவலாக்கம் என்பது அவரது பட்டறிவு சார்ந்தது என்று கருதுகிறோம். அவருடைய முறையியலில் இன்னுமொரு தனி முத்திரை என்னவென்றால் சமூகம் கண்டறிந்த பொருள்கோடலின் மீது தன்னுடைய பொருள்கோடலையும் முன்வைக்கிறார். படைப்பாளன் சமூக மாற்றத்திற்கான கிரியா ஊக்கி என்பதைக் கி.ரா. நிரூபித்து விடுகிறார். பண்பாடு அதன் தனிமனிதர்களின் ஊடாக, ஒவ்வொரு நாளும் தன்னைப் புதுப்பித்துக் கொண்டே மாற்றிக் கொள்கிறது என்பதற்குக் கி.ரா.வின் எழுத்துக்கள் அனைத்தும் முக்கியமான களங்களாகக் காட்சியளிக்கின்றன.

பண்பாடு மொழியாலும் கட்டப்பட்டிருக்கிறது. மொழியின் ஊடாகவே அது தன்னைப் பெருமளவு வெளிப்படுத்திக் கொள்கிறது. பண்பாடு அதன் சொல்லடுக்குகளில் தன்னுடைய அர்த்தங்களைப் புதைத்து வைத்திருக்கிறது. திடீர் சிரிப்புகள், கண் சிமிட்டுதல், நையாண்டி செய்தல், உதடுகளைப் பிதுக்கிக் காட்டுதல், குட்டிக் கர்ணம் போடுதல், தனிமொழிகள், பரஸ்பர உரையாடல்கள், கூட்டுக்குரல்கள், இவ்வாறாகக் கணக்கற்ற உணர்வு நிலைகளைப் பனுவலாக்கத்தில் நெசவு செய்துள்ளார் கி.ரா. அவற்றின் செயல்பாடுகளை நமக்குக் காட்டுகிறார்.

சொல்லடுக்குகளின் ஊடாகப் பண்பாட்டைத் தரிசனம் செய்யும் கி.ரா.வின் பாணி தனித்துவமானது.

பண்பாட்டின் இன்னுமொரு முக்கியமான பண்பு என்னவெனில் மக்களின் நடத்தை முறைகள் வழித் தன்னை வெளிப்படுத்திக் கொள்வது. மொழியைக் கொண்டு கருத்துப் புலப்படுத்தம் செய்வது போன்று, மக்களின் நடத்தை முறைகள் வழிப் பண்பாடு வெளிப்படுகிறது. மொழியும் நடத்தை முறைகளும் பண்பாட்டின் இருபெரும் வெளிகள். அவ்விரண்டையும் தன் எழுத்துகளில் வெகு இயல்பாக, லாவகமாகக் காட்டிச் செல்கிறார் கி.ரா. இவர் தன்னுடைய எழுத்துகளில் நடத்தை முறைகளை மிகவும் இயல்பாகக் கோர்த்து விடுகிறார்.

மானுட நடத்தைகள் பெரிதும் நெகிழ்வானவை. ஓர் உறுதியான சட்டகத்திற்குள் அவற்றை அடக்கிவிட முடியாது. கரிசல் மக்களின் நடத்தை முறைகளைக் கி.ரா. பதிவிடும் பரிமாணம் எல்லையற்றது. இந்த நடத்தை முறைகளின் ஊடாகப் பண்பாட்டு அர்த்தங்கள் விரிகின்றன. பண்பாட்டின் தன்மைகள், இயல்புகள், பண்புகள் வானவில் போன்று விரியும் என்பதற்குக் கி.ரா.வின் படைப்புகள் கட்டியங்களாக விளங்குகின்றன. 'கண்ணீர்' கதையில் வரும் சுடுமணலில் நிற்கவைத்துத் தண்டிக்கப்படும் செவத்தம்மா போன்ற நடத்தை முறைகள் இவருடைய கதைகளில் ஏராளமாக உள்ளன.

கி.ரா.வின் எழுத்துக்கள் மொழியியல் அறிஞர்களையும், மானிடவியலர்களையும் வெகுவாகக் கவர்ந்தவை. என்னைப் பொருத்தவரையில் கி.ரா. தன் படைப்புகள் மூலம் கண்டடைந்த சமூக தரிசனம், மொழி தரிசனம், பண்பாட்டு தரிசனம், மானுட தரிசனம் அனைத்தும் கலாப்பூர்வமானவை.

தமிழர்களின் அன்பு, ஆனந்தம், பரிவு, நிராசை, அவலம், பாவம், துன்பம், சாவு, கொலை, குற்றம், குறிகூறுதல், பஞ்சாயத்து, ஜப்தி செய்தல், கூட்டுவாழ்க்கை, கிராமத்தின் கூறுகள் முதலான பல நூறு கருத்தினங்கள் வழி கி.ரா. கட்டமைத்துள்ள தமிழர்களின் மானுட தரிசனம் தமிழ்ப் பண்பாட்டின் சில முக்கியமான திறவுகோல்களாகும். இந்த வாயில்கள் வழியே உள்ளே சென்று அறிவதற்கு இன்னும் நூறாயிரம் விடயங்கள் கி.ரா.வின் பனுவல்களில் உள்ளன.

பின்னுரை

கி.ரா.வின் படைப்புகள் ஒரு விவசாய சமூக விவரணமாகக் காட்சியளிக்கின்றன. சமூக வரலாற்றியல் தொனி கதைக் களத்தில்

படர்ந்திருப்பது வெகு இயல்பு. கி.ரா.வின் கதைகள் தரிசனத்தில் அவரது சமூகப் பார்வையும் இலக்கிய நோக்கும் ஒரு சேர இழையோடுகின்றன.

கி.ரா.வின் கதைகூறும் பாணியில் இருவகைச் சிறப்பம்சங்களை அவதானிக்க இயலுகிறது. ஒன்று: அவரது 'அகவய ஆழம்'. தன் கிராமத்து, தம் கரிசல் வட்டாரத்து வாழ்வியலை அங்குலம் அங்குலமாக அலசுவதும், அதனை அடியாழம் வரை தோண்டியெடுப்பதும் கி.ரா.வின் தனிப்பாணி. இன்னொன்று: சமூக வாழ்வியலை நுணுக்க விவரணத்துடன் விவரிப்பது. சமூக வாழ்வு, நடைமுறைகள், சூழ்நிலைகள், அன்றாடக் காட்சிகள், இயல்பு முறை சார்ந்த மனித உணர்வு நிலைகள், உளவியல் கூறுபாடுகள் என அனைத்தையும் நுணுக்க விவரணத்துடன் விவாதம் செய்வது. மண்ணின் நிறமும் மணமும் இதனூடே நம்மை வந்தடைகின்றன. இதனால் கி.ரா.வின் கதைமாந்தர்கள் அனைவரும் நம் நெஞ்சில் நிலைத்துவிடுகிறார்கள்.

கி.ரா.வின் கதை ஒவ்வொன்றும் ஒரு தனி ரகம். இவருடைய இலக்கிய நோக்கும் போக்கும் கவனத்திற்குரியன. கிராமத்தின் அனைத்துக் கூறுகளும் இவரது படைப்புப் பொருளாக அமைந்துள்ளன.

கி.ரா.வின் அனைத்துப் படைப்புகளிலும் அடிநாதமாக இழையோடி நிற்கும் பண்பு அவரது சோசலிச சமூகப் பார்வை யாகும். சமகால சமூகப் பிரச்சனைகளைக் கவனப்படுத்தி யுள்ளார். அப்பிரச்சனைகளை விமர்சன நோக்கோடு அணுகி யுள்ளார்.

இத்தகைய சமூகப் பிரச்சினைகளுக்கு இலக்கிய வடிவம் தருவது கி.ரா.வின் தணியாத தாகம். இதனூடாகக் கதையம்சத்தை மையப்படுத்துவதும், கதைமாந்தர்களின் குணநலன்களை உருவாக்கிச் செல்வதிலும், கதையை விவரித்து முன்னெடுப்பதிலும் கி.ரா.வுக்கென்று மிடுக்கான தனித்தன்மைகள் உண்டு. ஆகச் சிறந்த கதைசொல்லியாக மிளிர்கிறார்.

4

மொழியும் எழுத்தும்

"மொழியும் பூமியும் ஒன்று. பூமிக்குள் இருந்து எத்தனை எத்தனை தாவரங்கள் விதவிதமாகப் புறப்பட்டு வெளிவருகின்றனவோ, அந்த அளவிற்கு மொழிக்குள் இருந்தும் ஏராளம் முளைவிட்டுக் கிளம்ப முடியும் . . . மொழியின் கதவைத் திறக்கத் தெரிந்த அலிபாபா கி.ரா".

– **க. பஞ்சாங்கம்**

'பேசுவது போல் எழுதுதல்' என்பதே கி.ரா.வின் மொழிக் கோட்பாடு. செந்தமிழுக்குத் தாய்மொழியாளர்கள் இல்லை; பேச்சு மொழியே அனைவருக்கும் தாய்மொழி. செந்தமிழை அல்லது தரமொழியை நாம் பள்ளியில் சேர்ந்த பின்னரே கற்றுக்கொள்கிறோம். அதுவரை பேச்சுத் தமிழே நமக்கு எல்லாமும். தரமொழியைக் கற்றுக்கொண்ட பிறகும் பேச்சுத் தமிழே நமக்கு வாழ்க்கை மொழியாக இருக்கிறது. இந்த மொழியியல் உண்மையை எழுத்தில் கொண்டு வந்த முன்னோடி கி.ரா.

கி.ரா.வின் மொழி ஞானத்தை ஆராய வேண்டும். அப்படியொரு நல்ல ஆய்வு நடந்திருக்கிறது. அதனைச் செய்தவர் மொழியியல் அறிஞர் இரா. கோதண்டராமன். புதுச்சேரி மொழியியல் பண்பாட்டு ஆராய்ச்சி நிறுவனத்தில் இயக்குநராக விளங்கியவர். மதுரை காமராசர் பல்கலைக் கழகத்திலும், திருவனந்தபுரத்தில் உள்ள பன்னாட்டுத் திராவிட மொழியியல் பள்ளியிலும் ஆய்வறிஞராகப் பணியாற்றியவர். இவர் வரலாற்று மொழியியலிலும் ஒப்பியல் திராவிடத்திலும் மிகச் சிறந்த வல்லுநர். கி.ரா.வின் மொழி பற்றிக் கோதண்டராமன் கூறுவதைக் காண்போம்.

கி.ரா. எழுதும் வட்டார வழக்கில் மொழியிறுதி ‘னகரம்’ கால் மாத்திரை அளவுள்ள ‘னகரக்குறுக்கமாக’ ஒலிக்கும். இந்த மெல்லெழுத்துக் குறுக்கங்களைப் புலப்படுத்துவதற்கு மகர வரிவடித்தையே பயன்படுத்துவார். மனுசன் என்று எழுதாமல் ‘மனுசம்’ என்று எழுதுவார். அதுபோல ‘அவம்’ (= அவன்), ‘போறம்’ (= போறன்) என்று எழுதுவார். கூட்டீட்டு, தூங்கீட்டு ஆகிய பேச்சு வழக்குச் சொற்கள் கூட்டிக்கிட்டு, தூங்கிக்கிட்டு ஆகியவற்றின் ஒடுக்கங்களாகக் கி.ரா. எழுதுவார்.

கி.ரா. எழுதும் கரிசல் வட்டார மொழியில் ‘அலையுதான்’ (அலையுறான்), ‘கும்பிடுதேன்’ (கும்பிடுறேன்), ‘சொல்லுதேன்’ (சொல்லுறேன்), ‘பாடுதாங்க’ (பாடுகிறார்கள்), ‘நெனைக்கேன்’ (நினைக்கிறேன்) முதலிய நிகழ்கால வினைமுற்றுக்களும் தொழிற்பெயர்களும் இயல்பாகக் காணப்படுகின்றன. இவற்றில் ‘சொல்லுதான்’, ‘பாடுதான்’ போன்ற வினைமுற்றுக்களில் காணப்படும் கால இடைநிலைகள் ஒரு நெடிய வரலாற்றைக் கொண்டவையாகும் *(கோதண்டராமன், இரா. 2017: 35).*

மேலும், இக்காலப் பேச்சுத் தமிழில் தமிழகத்தின் தென்மாவட்டங்களில் ககரக்கிளவியும் தகரக்கிளவியும் நிகழ்கால விகுதிகளாக நிகழும் நிலை காணப்படுகிறது *(மேலது: 36).* கிளைமொழியில் தோன்றிச் செவ்வியல் தமிழில் இடம்பெற்ற பல சொற்களைப் பழந்தமிழில் காணமுடிகிறது. அவ்வாறே, சில வாய்பாட்டு வினைகள் எல்லாம் ஒரு குறிப்பிட்ட கிளைமொழியில் திரிந்து வழங்கிப் பின்னர்ச் செவ்வியல் தமிழில் இடம்பெற்றுள்ளன *(விரிவுக்குக் காண்க: மேலது: 36–37).*

கி.ரா. எழுத்தியல் மரபு தனித்துவமானது. ஒரு சொல்லை அழுத்திச் சொல்ல வேண்டுமென்றால் ஏற்றிசை அளபெடையை அதிகம் பயன்படுத்துகிறார். சில எடுத்துக்காட்டுகளைக் காண்போம். ‘பெரிய’ என்ற சொல்லை அழுத்திச் சொல்ல வேண்டு மானால் ‘பெரிய்ய’ என்று எழுதுவார். காவல்க்காரர், நல்ல்ல, நிறைய்ய, முதல்ப்பக்கம், கல்க்கண்டு, கரிசல்க்காடு, பால்ப்பட்டை, மூணுகல்த் தொலைவு எனப் பல இடங்களில் ஒற்று மிகுதியைக் காணலாம். லகர, ளகரங்களை அடுத்து நிகழும் வல்லொற்று மிகுதி மலையாளத்தில் ‘வில்க்கும்’, ‘கேள்க்கும்’, ‘வில்க்குந்து’, ‘கேள்க்குந்து’ முதலான சொற்களில் நிகழ்கின்றன *(மேலது: 37–38).* இதற்கு வரலாற்று ரீதியான தொடர்ச்சியுள்ளது.

கி.ரா.வின் படைப்புகளில் ‘இறங்குவேய்’, ‘ஏறுவேய்’, ஆகிய ஏவல் வினைகளும், ‘இதுகள்’, ‘அதுகள்’ ஆகிய பன்மை இடப்பெயர்களும், ‘நட்டி’, ‘நட்டு’, ‘நட்டுவது’ முதலான வினையமைப்புகளும் இயல்பாகக் காணப்படுகின்றன *(மேலது: 38).*

வட்டார மொழி இலக்கியங்கள் தமிழின் வரலாற்று ரீதியான மொழி வளர்ச்சியை ஆராய உதவுகின்றன. வட்டார வழக்குகளைத் திசைச் சொற்கள் என ஒதுக்கிவிடக் கூடாது. அவை மொழி வளர்ச்சியின் கடந்தகால மாற்றங்களைக் காட்டவல்ல திறவுகோல்கள்.

கி.ரா.வின் படைப்புகளில் செந்தமிழ் உள்ளது, பேச்சுத் தமிழ் உள்ளது, சில இடங்களில் இரண்டும் கலந்துள்ளது. ஓரிடத்தில் எழுதும்போது 'ஒரு முகம் தோணுது' என்று எழுதுகிறார். இந்த வாக்கியத்தில் 'தோணுது' பேச்சுத் தமிழாகவும், 'ஒரு முகம்' செந்தமிழாகவும் உள்ளன. மொழியியல் அறிஞர்களைப் பொருத்த வரை கி.ரா.வின் 'படைப்புத் தமிழ்' தமிழ் இலக்கியத்துக்குக் கிடைத்த ஒரு பெரும் கொடை *(மேலது: 39).*

மொழியின் பண்பாட்டுத் தளம்

தமிழ் நிலத்தில் கிராமத்து வாழ்வு முறையை எடுத்துரைப் பதற்கு எந்த வகையான மொழி சிறந்தது? இதுபற்றி நாம் இதுவரை விவாதித்ததில்லை. கிராமத்து வேளாண்மை வாழ்வனுபவங்களை அதிகாரபூர்வமாக எந்த எழுத்து முறையைக் கொண்டு விவரிப்பது. படைப்பாளன் மொழியிலா? மக்களின் மொழியிலா? எந்த மக்களின் மொழியில்? தமிழின் தர மொழியிலா? இனியாவது நாம் விவாதிக்க வேண்டும். கி.ரா. சொல்கிறார் பேச்சு மொழி என்று!

கி.ரா.வின் எழுத்துலகம் தனித்துவமானது என்று நாம் அறிவோம். கி.ரா.வின் கரிசல் மொழி என்பது அவரது எடுத்துரைப்பியலில் ஒரு பகுதிதான். அது ஒரு வகையான கருத்துப் பரிமாற்றத்தை முன்னெடுக்கிறது. அவரது எடுத்துரைப்பியலின் பின்னால் ஒரு குறியியல் உலகம் இருக்கிறது; கருத்தியல் உலகம் இருக்கிறது.

கி.ரா.வின் எடுத்துரைப்பானது ஒருவகையில் மொழி சார்ந்தும், மறுவகையில் மொழி சாராமலும் நோக்கிய செயல்பாடுதான். இச்செயல்பாட்டின் ஒவ்வொரு கணத்திலும், ஒவ்வொரு இடைவெளியிலும், ஒவ்வொரு மௌனத்திலும், இன்னும் இதுபோன்ற ஒவ்வொன்றிலும் கருத்தாடல்கள் மொழி சார்ந்தும், குறியியல் சார்ந்தும், கருத்தியல் சார்ந்தும் பின்னிச் செல்கின்றன.

கி.ரா. எப்போதும் பெரிய நாவல்கள் எழுதியதில்லை. 'கரிசல் காட்டுக் கடுதாசி' போன்ற எழுத்துகள் 50 வாரங்கள் தொடர்ந்து ஜூனியர் விகடனில் வந்தவை. ஒரு தொகுப்பாக எழுதிய படைப்புகளும் அவ்வப்போது எழுதிய சிறிய பகுதி

களும் ஒன்றாக்கப்பட்டவைதான் அதிகம். இத்தகைய சிறிய பகுதிகளாக அவர் எழுதியவற்றை என்ன வகைமைக்குள் சேர்க்கலாம். ஊர்ச்சேதி, ஊர்ச்சங்கதி என்று வகைப்படுத்தலாமா? என்ன பெயரிட்டு அழைத்தாலும் இத்தகைய நுண்மையான படைப்புகளில் அவர் எழுதிய சொற்களும் வாக்கியங்களும் வாய்மொழி சார்ந்தவை. ஆனால் அவை முன்னெடுத்த 'பண்பாட்டுத் தொடர்பாடல்' கருத்து சார்ந்தும், உணர்வு சார்ந்தும் கணமானவை.

சுருக்கமாகச் சொல்லவேண்டுமானால் கி.ரா.வின் எடுத்துரைப்பு பன்முக அதிர்வுடைய குறியீடுகள் நிரம்பியது, உள்ளார்ந்த வாழ்வனுபவங்கள் நிறைந்தது. அவர்தம் சுயமான புலன்களால் தாமே அறிந்துகொண்டது. பண்பாட்டு நியதிகளாலும், அறிதிறன்களாலும், பண்பாட்டு அர்த்தங்களாலும் கரிசல் வாழ்வை இலக்கியமாக்கியுள்ளார். இதனால் இவரது எழுத்துக்கள் யாவும் எதார்த்த எழுத்துக்களாகவே உருவாக்கம் பெற்றுள்ளன. ஆனால் அவருடைய எடுத்துரைப்பு முறை "அடர் வரைவியல்" சார்ந்தது.

கி.ரா.வின் எழுத்து ஓர் "அடர் வரைவியல்" என்று வரையறை செய்கிறோம். அப்படியென்றால் என்ன? இவருடைய எடுத்துரைப்பின் எல்லா இடங்களிலும் மனிதர்கள் இணை கிறார்கள். அவர்களின் செயல்பாடுகள் பண்பாட்டு அர்த்தங் களுடன் சொல்லப்படுகின்றன. அதைத் தாண்டிச் சமூகத்தின் ஒரு தகவலும் சொல்லப்படுகிறது. அதன்பால் நம் கவனம் ஈர்க்கப்படுகிறது. அடுத்தடுத்த பத்திகளைப் படித்து இன்னும் அறியத் தூண்டுகிறது. அது பற்றிப் பேச வைக்கிறது. விமர்சனம் செய்ய வைக்கிறது. இப்படியாக ஒரு கருத்தாடல் சங்கிலியை ஒவ்வொரு சொல்லும் வாக்கியமும் செய்கின்றன. எடுத்துரைப்பு முழுவதிலும் மனிதர்களுக்கிடையில், இடங்களுக்கிடையில், பொருள்களுக்கிடையில், பொருள்களுக்கும் மனிதர்களுக்கும் இடையில் உள்ள உறவுகள் பேசப்படுகின்றன. ஒரு விதமான, பண்பியல் தொடர்ச்சி பின்னப்படுகிறது. இவற்றினூடே கி.ரா. தன் பொருள் கோடலையும் முன்வைக்கிறார். அடர் வரைவியலின் முதன்மையான பண்புகளில் இவையாவும் அடங்கும். இனவரைவியல் எழுத்துமுறைக்கு ஆதாரமே அடர்வரைவியல்தான். கி.ரா.பயிற்சி பெற்ற இனவரைவியலர் இல்லை என்றாலும் அவரிடம் ஒருவகையான சுயாதீனமான இனவரைவியல் பண்பு வெளிப்படுகிறது.

கரிசல் காட்டுக் கடுதாசியில் (1988) கி.ரா. தன் எழுத்தைப் பற்றிப் பின்வருமாறு குறிப்பிடுகிறார்.

> "இந்தக் கட்டுரைகளில் கற்பனை இல்லை, இவைகளில்
> சிலது மட்டும், பரிமளிக்கம் பண்ணுவதற்காக
> எழுதப்பட்டவைகளில் கொஞ்சம்
> 'கதை' உண்டு, மற்றபடி அனைத்துமே நடப்புதான்" (1988: 3).

எதார்த்தத்தைப் படம்பிடித்துக் காட்டுவதே கி.ரா.வின் எடுத்துரைப்பு. அவருடைய கரிசல் எழுத்துக்கள் யாவும் எதார்த்த மான விவரிப்புகளாகும். எதார்த்த வாழ்வைப் படைப்பாக்கம் செய்வது அடர் வரைவியலின் தனித்துவமாகும். மாறாக, கற்பிதம், புனைவு உள்ளிட்டவற்றைக் கொண்டு கருத்தியல் வாழ்வை முன்னெடுப்பது அழகியலாகவும் கலையாகவும் மட்டுமே பரிணமிக்கும். கி.ரா. எதார்த்த வாழ்வைக் கலையாக்கியவர். இதனால் இவரது எழுத்து இனவரைவியல் தன்மை பெறுகிறது.

கி.ரா.வின் இந்த அடர் வரைவியல் எடுத்துரைப்பில் இடம், காலம், உயிரினங்கள் (முதல், கரு, உரி) யாவும் மிகு அசைவியக்கம் கொண்டு இயங்குகின்றன. கி.ரா.வின் படைப்பில் கரிசல் விவசாயமும் வாழ்வியல் முறைகளுமே பிரதானம். இடம், காலம் பரிமாணம் கொண்டு இவை யாவற்றையும் பிரபஞ்ச வாழ்வுக்குள் கொண்டு வந்து காட்டுகிறார்.

கி.ரா.அளவுக்குத் தாவரங்கள், விலங்குகள் பற்றிப் பண்பாட்டு உறவோடு எவரும் விவரித்ததில்லை. அவருடைய தாவர வழக்காறுகள், விலங்கின வழக்காறுகள் அலாதியானவை.

கரிசல் காட்டுக் கடுதாசியில் ஓரிடத்தில் தன்னை விட்டுப் பிரிந்து செல்லும் மகனுக்குத் தாய் பின்வருமாறு அறிவுரை சொல்கிறார். "போகும்போது புளிய மரத்தின் கீழ் இளைப்பாறு, வரும்போது வேப்பம் மர நிழலில் இளைப்பாறு". அந்த மகன் விரைவில் தாயிடமே வந்துசேர்ந்துவிட்டான். இது பற்றிய கி.ரா. வின் எடுத்துரைப்பு தாவரப் பண்பாட்டியல் நுட்பமுடையது (பக்.115). கிடை நாவலில் சிரிமா (ஒரு வகைப் பிரண்டைக் கொடி) பற்றிச் சிலாகிக்கிறார். கி.ரா.வின் எழுத்தில் ஆவாரஞ் செடி இடம்பெறும் முறை அலாதியானது. பல இடங்களில் அது பற்றிப் பேசுகிறார்.

முறையியல்

ஒரு மானிடவியலன் என்ற வகையில் கி.ரா.வின் எழுத்துக்களை நான் கவனித்தும் வாசித்தும் வந்திருக்கிறேன். 'கரிசல் எழுத்தாளர்', 'கரிசல் எழுத்தின் தந்தை' என்பதல்ல அவரின் அடையாளம். "பேசுவதுபோல் எழுதுதல்" என்பதே அவருடைய அடையாளம்; முறையியல்.

எழுதுவதாலேயே அத்தனையையும் பதிவிட முடியும் என்பதை மூாக் தெரிதா மறுக்கிறார். எழுத்தைத் தாண்டிக் காண்பதற்கு நிறைய உள்ளன. கி.ரா.வும் அதைத்தான் செய்து வந்திருக்கிறார். தொடக்கத்தில் கி.ரா. தனக்குள் பேசி வந்தார். பின்னர் மற்றவர்களிடம் பேசி வந்தார். அதன் பின்னர்ப் பேசுவது போல எழுதத் தொடங்கினார். அவரது எழுத்து முறையானது பேச்சையே சார்ந்திருக்கிறது.

எழுதுவது என்பது 'அறிவின் செயல்பாடு'; பேசுவது என்பது 'மனதின் செயல்பாடு'. எழுத்து, கண்களால் (புலன்களால்) உணரப்படுவது. பேச்சு, மனதால் உணரப்படுவது. கி.ராவின் முறையியல் இப்போது நமக்குப் புரிகிறது.

பேச்சு மொழிக் கூறுகள் பழந்தமிழ்க் கூறுகளைக் கொண்டவை. பேச்சு மொழியே செம்மொழிக்கு வேர். பேச்சுக்கும் எழுத்துக்குமான வரலாற்று மொழியியல் தமிழின் காலப் பார்வையைக் காட்டும். கிளைமொழிகளும் வட்டாரப் பண்பாடுகளும் தமிழ் மரபின் பன்மைத் தன்மையைக் காட்டும். இவற்றைச் சிலாகித்துத் தன் எழுத்தில் கொண்டாடியவர் கி.ரா.

கி.ரா. அளவுக்குப் பேச்சு மொழியைக் கையாண்டவர்கள் குறைவுதான். இந்த வகைமையில் கி.ரா. ஓர் ஆகச் சிறந்த ஆளுமையாக விளங்குகிறார். மனதையும் பேச்சையும் நெருக்கத்தில் காட்டியவர் கி.ரா. அவை இரண்டையும் எழுதிக் காட்டினார்.

சேர நாட்டு மலையக வழக்குகள் பழந்தமிழுக்கு நெருக்கம். தொல்காப்பியர் பிறந்த குமரி தேசம் (வேணாடு) சங்கத் தமிழுக்கு நெருக்கம். நெல்லைச் சீமையின் கரிசல் பகுதி தமிழின் நீண்ட, நெடிய வரலாற்றுக்கு நெருக்கம். கி.ராவின் படைப்புலகம் பேச்சுத் தமிழின் வரலாறு எழுதியலோடு நெருக்கம்.

பனுவலாக்கம்

கி.ரா.வின் சிறுகதைகளும் நாவல்களும் வாய்மொழித் தன்மை கொண்டவை; பேச்சுவழக்கு கொண்டவை; பெரிதும் எதார்த்தமானவை. இத்தன்மைகளுக்கென்று சில தனித்துவமான பண்புகள் உண்டு. கி.ரா.வின் எழுத்துக்களில் அவற்றைப் பின்வருமாறு இனம் காணலாம்.

1. வாய்மொழி, பேச்சு வழக்கு, எதார்த்த நிலை ஆகிய மூன்றும் கொண்ட கி.ரா.வின் பனுவல்கள் காட்சி வயப்பட்டவை. ஆவணப்படம் போலப் பாத்திரங்கள் வழி அவர் சித்தரிக்கும் விவரிப்புகள் 'காட்சி சார்ந்தவை'யாக வெளிப்படுகின்றன. அருகிலிருந்து பார்ப்பது போலக் காட்சி பிம்பங்களைக் காட்டுகிறார்.

2. கிராமத்து மக்கள் தம் உரையாடல்கள் மூலம் அன்றாட வாழ்வியலை நடத்துவதால் அவையாவும் 'உரையாடல் வழி' அமைகின்றன.

3. கிராமத்துப் பாத்திரங்கள் சொல்வது போல ஏராளமான இடங்களில் கதை நகரும்போது அது வாய்மொழிக் கூற்றுகளை மீண்டும் 'மீள சொல்வது' போல அமைகிறது. இருப்பினும் அக்கூற்றுகளுக்கு மேல் கி.ரா. முத்தாய்ப்பாக விவரிக்கும் பகுதிகள் 'புதியன சொல்லுதல்' ஆக மாற்றம் பெறுகிறது. இன்னும் சில இடங்களில் கி.ராவின் விவரிப்புகள் 'நிகழ்த்துதல் பனுவல்கள்' போலப் புதுவடிவம் பெறுகின்றன.

4. கி.ரா.வின் பனுவல்கள் 'பன்மைப் பனுவல்கள்' ஆகும். கரிசல் காட்டின் வாழ்வையும் வாழ்வியல் முறைகளையும் எங்கும் நிரல்படத் தொகுத்து ஒரு நேர்க்கோட்டு முறையில் இராமாயணம், மகாபாரதம் போன்று பெருங்கதையாடலாகச் (மிகப் பெரிய நாவலாக) சொல்லாமல் துண்டு, துண்டாக, துணுக்குகளாக, தெறிப்புகளாக, குறு விவரிப்புகளாகப் பனுவலாக்கம் செய்துள்ளார். பெருங்கதையாடல் முறையில் இருந்து விலகிப் பனுவலெங்கும் 'மிகு பிரதிப்பலிப்புத் தன்மை'யுடன் விவரித்துச் செல்கிறார். இவையாவும் கி.ரா.வின் தனித்துவமான பாணி என்றும், செய்நேர்த்திகள் என்றும் சொல்லலாம்.

கி.ரா.வால் இடைசெவல் கிராமம் இலக்கிய முகவரி பெற்றுக்கொண்டது. இனி எவரொருவராலும் கி.ரா.வின் பாதையில் பயணம் போக முடியாது. "உலகின் வேறு எந்த நாட்டு எழுத்தாளரோடும் ஒப்புநோக்க முடியாத சுயம்பு கி.ரா." என்பார் கவிஞர் மீரா.

கி.ரா.பேசுவதுபோல எழுதுபவர். 'பெரிய்ய', 'முதல்ப் பக்கம்', 'நெல்ச் சோறு' என்றெல்லாம் எழுதுவார். வட்டார / கிளை மொழியின் வண்ணனை இலக்கணத்தில் இதற்கு இடமுண்டு.

"உங்கள் கதைகள் பலருக்குப் பிடிக்கல. அதுவே ஒரு வகை பாராட்டுதான்" என்பார்.

கி.ரா. காட்டிய வழியில் தமிழில் இதுவரை 22 வட்டார வழக்குச் சொல்லகராதிகள் வந்துள்ளன. பெருமாள் முருகனின் *கொங்கு நாட்டுச் சொல்லகராதி*, கண்மணி குணசேகரனின் *நடுநாட்டுச் சொல்லகராதி* உட்பட 22 அகராதிகள் வெளிவந்துள்ளன.

கடித இலக்கியம்

கி.ரா.வின் இலக்கிய ஆளுமையைக் கடித இலக்கியத்தில்தான் காணமுடியும். கடிதங்களில் அவருடைய அறியப்படாத உலகப் பார்வை விரிந்து செல்கிறது. கதைகளில் புறவய உலகம் விசால மடைய, மடல்களில் அகவய நுண்ணுலகம் ஆழங்காற்படுகிறது. ஆரோவில்லில் வசிக்கும் கவிஞர் மீனாட்சிக்கு எழுதிய கடிதத்தை இங்குச் சான்றாகக் காண்போம்.

லாஸ்பேட்
26.6.90.

அம்மை மீனாட்சி அவர்களுக்கு

நலம்

எழுதணும் எழுதணும் உங்களுக்கு ஒரு காயிதம் என்று நாட்கள் வேகமாக ஓடியே போய்விட்டது. முக்கியமாக, உங்கள் நெல்லிக்காய்ப் பொடியைப் பற்றி ரொம்பப் பாராட்டி எழுதணும். கவிஞனாக நான் இருந்தால் ஒரு வெண்பா எழுதி அனுப்பலாம். இல்லை. ரொம்ப வருத்தமாக இருக்கிறது இப்படிச் சமயங்களில்.

பருநெல்லியா அரைநெல்லியா, எப்படி அதில் அப்படி ஒரு புளிப்பு – சொகமான புளிப்பு – வந்தது. எப்படிச் செய்கிறது – இதை இப்படி ஒரே புலம்பல் இங்கே!. நெல்லிக்காய் பொடி யோடு கொஞ்சம் சொக்குப்பொடியும் சேர்ந்தாலொழிய(!) இப்படி எங்களை அது ஆட்டி வைக்க நியாயமே இல்லை. இதை நீங்கள் வியாபார ரீதியாகத் தயாரித்தால் சீக்கிரம் வருமான வரி கட்ட வேண்டிய அளவுக்கு ஆளாகிவிடுவீர்கள். எது எப்படி இருந்தாலும் அதன் செய்நேர்த்தி ரகசியம் எங்களுக்கு நீங்கள் தெரிவித்துத்தான் ஆகணும், பிளீஸ்." (கவிஞர் இரா. மீனாட்சிக்கு எழுதிய கடிதம், 26.6.1990).

கி.ரா. தன்னுடைய மானசீகமான சீடர் கழனியூரன் மறைந்தபோது எழுதிய கடிதம் அவரது மனஉணர்வினை வெளிப்படுத்தும் எழுத்தாக உள்ளது.

அவருடைய மறைவுக்கு கி.ரா.அஞ்சலிக் கடிதம் மூலம் தனது துக்கத்தை இவ்வாறு பகிர்ந்துகொண்டுள்ளார்.

"பிரிய நண்பரின் பிரிவை எப்படிச் சொல்ல? வெள் இடி விழுந்தது போல என்பார்கள். மேகம் இன்றி, மின்னல் இன்றி, வெள்ளிடி வீழ்ந்தது போல... கெடுவாய்... நமனே கெடுவாய் என்கிறான் எமனைப் பார்த்து நமக்கு உற்ற தோழன். யாருடைய மரணச் செய்தியைக் கேட்டாலும் இந்தப் பாடலே மனசில்

தோன்றும். பாவி எமனே… கரி வேண்டுமென்றால் பூச்செடியை அழிப்பாயா? என்று கேட்கிறான் பாடகன்.

கழனி – என்று தான் செல்லமாக அழைப்போம் அவரை. ‘ராட்சச நண்டு’வின் பிடியிலிருந்து விடுபட்டு விட்டார் என்று நம்பினோம். ஆனால் மோசம் பண்ணிவிட்டதே. என் கைக்குக் கையாக இருந்தார் கழனி. ஏன் என்று இப்போ நினைக்கும்போது தெரிகிறது. ரமலான் நோம்பு வரும்போதெல்லாம் கழனியூரன் முகம் காட்டுவார்.

நண்பனே… போய் வா…”

பின்னுரை

கி.ரா.வின் எடுத்துரைப்பில் வடிவமும் மொழியும் அசாதாரணமானவை. தமிழ்ப் படைப்பியக்கத்தில் வாய்மொழி மரபு அங்கீகாரம் பெறாத காலகட்டத்தில் கரிசல் வட்டாரமும், வாய்மொழி மரபும் ஒரு புதிய தெறிப்பாகப் புதுவாழ்வு பெறத் தொடங்கின. இதுவரை காணாத எடுத்துரைப்பு புதிய வீச்சினை எட்டியது. அதில் கி.ரா. காட்டிய நுட்பங்கள் சொல்லிமாளாது; செய்நேர்த்திகள் சொல்லில் அடங்காது.

பாரதி – புதுமைப்பித்தன் எப்படியோ… கி.ரா.வும் அப்படியே.

முன்னோடி கிடையாது. குரு ஸ்தானம் யாருமில்லை. சுயம்புவானவர். புதிய ஒன்றை, புதிய ஒளியை, புதிய வழியை, புதிய உலகை, புதிய மொழியைச் சமைத்தவர் (கிருஷி 2017: 22).

கதைகளை எப்படி எழுதவேண்டும் என்று கி.ரா. ஓரிடத்தில் இப்படிக் கூறுகிறார். “மனுசங்க கதையைக் கதைளில்தான் சொல்லணும்ன்னு இல்லை. கட்டுரையிலும் சொல்லலாம். கற்பனை கொஞ்சம் சேத்துக்கிறது படிக்கிறவனுக்கு சுவாரஸ்யமாருக்கும்கிறது நெசந்தான். ஆனா மனுசங்க வாழ்க்கையை அப்படியே பண்ணிவச்சா அதுக்கு ஒரு தனீ சுவாரஸ்யம் இருக்கு”.

ஆனால், நயினா என் *சனங்களின் கதை* (கவிதைத் தொகுதி) 1988இல் வெளிவந்தபோது, கும்பகோணம் சிலிக்குயில் பொதிய வெற்பன் அனுப்பி வைத்தபோது, படித்துவிட்டுத் தன் சொந்த ஊரான இடைசெவலில் இருந்து இப்படிப் பொதிக்குப் பதில் எழுதியுள்ளார் (3.2.1989):

“செத்துப் போக இருந்த தமிழுக்கு இப்பதான் உயிர் வரத் தொடங்கி இருக்கு. தமிழ் தன் பொய் நடையைக் கைவிட்டு மக்கள் மொழியாக மாறிக்கொண்டு வருவதைப் பார்க்கிறேன்… என் பாராட்டுகள். நிறைய்ய பழமலைக்கும் உங்களுக்குமே”.

அப்போது, நயினா என் கவிதைகளைக் கதைகளாகத் தான் நினைத்திருப்பார் போல: அவருக்கு ஒரு கூட்டாளி கிடைத்ததில் பெருமகிழ்ச்சி போலும்.

கி.ரா.வுக்குத் தாய்மொழி தெலுங்கு; வாய்மொழி தமிழ். அதுவும் மக்கள் தமிழ். பண்டிதர்களின் பண்பட்ட மொழியை விட, பாட்டாளிகளின் பாடுகளைப் பேசும் பழகு தமிழையே அவர் தேர்ந்துகொண்டார்.

வட்டார வழக்குகளைக் கையாண்டால் தமிழ் சிதறிச் சிதைந்துவிடாதா? எனும் கேள்விக்கு, கி.ரா. தரும் பதில், "போகாது. அடிமரத்திலிருந்து கிளைத்துப் பல கிளைகளாகப் பிரிந்து நிற்கும் கிளைகளால் தாய் மரத்துக்கு ஒரு சேதமும் ஏற்படாது *(கி.ரா. கட்டுரைகள், 2011, பக்.416).*

5

நிலம், நீர்

"கி. ராஜநாராயணன் ஓர் உன்னதமான கதைசொல்லி. மிகப் பெரிய இலக்கிய ஆளுமை. கிராம மக்களின் பேச்சுத் தமிழை இலக்கிய மொழியாக்கியவர். கரிசல் இலக்கியம் என்ற தனி வகையை உருவாக்கிய முன்னோடி... கரிசல் வட்டார வழக்கு அகராதியை உருவாக்கியவர். இடதுசாரி இயக்கங்களுடன் இணைந்து போராடிய விவசாயி. சங்கீத ஞானத்தில் விற்பன்னர். 50க்கும் மேற்பட்ட கரிசல் வட்டார எழுத்தாளர்களை உருவாக்கியவர்".

— எஸ். ராமகிருஷ்ணன்

ஒரு பிரதேசத்தின் வாழ்வியலையும் ஓரிடத்தின் வாழ்வு முறையையும் அங்குள்ள பொருளாதார வாய்ப்புகளே தீர்மானிக்கும் என்கிற 'பொருளியல் நிர்ணயவாதம்' மார்க்சியம் சார்ந்தது. மாறாக, ஒரு பிரதேசத்தின் சுற்றுச் சூழலே வாழ்வியலைத் தீர்மானிக்கும் என்கிற 'சுற்றுச்சூழல் நிர்ணயவாதம்' மார்க்சியம் சாராதது. இன்னும் சில சிந்தனையாளர்கள் பொருளாதாரம், சுற்றுச்சூழல் இரண்டையும் தாண்டி மக்கள் தங்கள் அறிவுத் திறனாலும் முயற்சியாலும் வாழ்வாதார வாய்ப்புகளை உருவாக்கிக்கொள்கிறார்கள் எனும் 'மானுட வாய்ப்புவாதம்' பற்றிப் பேசுகின்றனர்.

கி.ரா. இனவரைவியல்

கி.ரா. மண் மணம் விரும்பும் கரிசல்காட்டுக்காரர். அவரது 'உலகப் பார்வை' இங்கிருந்தே முகிழ்க்கிறது; வியாபிக்கிறது; விசாலமடைகிறது. அவரது கலை உற்பத்திக்கான மூலப்பொருள்கள் யாவும் இங்கிருந்தே வருவிக்கப்படுகின்றன. ஒரு படைப்பில்

உபயோகித்த மூலப்பொருள்கள் இன்னொரு படைப்பில் வேறு வகையில் பயன்பட்டதுண்டு. இத்தகைய நீட்சிகளோடு அவை கரிசலின் வெவ்வேறு அர்த்தங்களைக் காட்டுகின்றன. கி.ரா.வின் காட்சிகளும் சித்திரிப்புகளும் கலடைஸ்கோப் போன்று விதவிதமான வடிவங்களையும் வண்ணங்களையும் கலாபூர்வமாக்குகின்றன. அவற்றில் நிலமும் நீரும் அடிப்படைகள்.

கரிசல் காட்டைக் கி.ரா. காணும் விதம் அவரது படைப்புகளில் பல இடங்களில் விரவிக் கிடக்கிறது. கலெக்டர் ஆனாலும் கால் காணி நிலம் இல்லை என்றால் யாரும் பெண் கொடுக்க முன்வரமாட்டார்கள் என்பதைக் 'கொத்தைப் பருத்தி' (1982) கதையில் பின்வருமாறு பதிவிடுகிறார்.

"தமது சின்னவயசில் தம்முடைய ஊரிலும் இப்படியாப்பட்ட ஒரு பண்ணை வீடு உண்டு. அந்த வீட்டைப் போய்ப் பார்க்கும் போதெல்லாம் ஏயப்பா என்று மலைப்புத் தோன்றும் அங்கே ஒவ்வொரு விஷயமும்.

அந்த வீட்டின் தானியப் பட்டறைகளுக்கு விரிசல் விழாமல் இருக்க வண்டிப் பட்டைகளை 'பெல்ட்'டாக மாட்டி "வாங்கு" பிடித்திருப்பதைப் பார்த்து அதிசயப்பட்டவர் இவர். தமது பையன் படித்துப் பெரிய உத்தியோகத்துக்கு வந்தபிறகு இப்படியாப்பட்ட ஒரு வீட்டில் பெண் எடுக்க வேண்டும் என்று தீர்மானித்தார்.

இப்போது என்னதான் இவர் மகன் கலெக்டர் உத்தியோகம் பார்த்தாலும் அந்த உள்ளூர்ப் பண்ணை வீட்டில் பொண்ணு கொடுக்க மாட்டார்கள். "ஊளை மூக்கு நல்லா நாயக்கர் பேரனைத் தெரியாதாக்கும்; பூ" என்று சொல்லி விடுவார்கள். அதனால் அதேபோல ஒரு வீட்டில் தம்முடைய மகனுக்குப் பொண் எடுத்துக் காட்டணும் என்கிற தாகத்தில் வந்தவராக்கும் இவர், இங்கே.

நிலம் ஒரு ஏக்கர்கூடக் கிடையாது என்று தெரிந்ததுடன், பையன் கலெக்டராக இருந்தாலென்ன, கவர்னராகத்தான் இருந்தாலென்ன; கிடையாது பொண்ணு என்று கராலாகச் சொல்லிவிட்டார்கள்.

"என்னய்யா பையன் ஜில்லாக் கலெக்டராகப் போறான்; பொண்ணு கிடையாதுன்னு சொல்றீங்களே" என்று மலைத்துப் போய்க் கேட்டார் வந்தவர்.

"கலெக்டரா இருந்தால் அது அவன் மட்டுக்கும். நாளைக்குப் பையனுக்கு ஏதாவது ஒண்ணு ஆகிவிட்டால் என் பொண்ணுல்ல தெருவில் நிப்பா. பையனுக்கு நாலேக்கர் நிலமிருந்தா அவள் அதிலே கிண்டிக் கிளறித் தன் பாட்டை

யாவது கழிச்சிடுவா. ஒண்ணுமில்லாதவனுக்கு உத்தியோகத்தை நம்பி யாரு கொடுப்பா பொண்ணு?" என்று ஓங்கிக் கேட்டார் கோனேரி.

அப்போ அது சரிதான்னு பட்டது; அவருக்கு மாத்திர மில்லை; எல்லோருக்குமே. கரிசல்காட்டில் இந்தச் செய்தி ஓர் அபூர்வ விஷயமாக வியந்து வியந்து பேசப்பட்டது எங்கே கண்டாலும்.

நிலம்தான் வாழ்வாதாரம் என்கிறது இக்கதை. மண்ணின் மகத்துவத்தைப் பிரிதொரு கதையில் பின்வருமாறு கதைக்கிறார்:

'வெல்ல முடியாத அரக்கன்' என்று ஒரு புராணக்கதை. அவனை எந்த அவதார புருஷனாலும் வெல்ல முடியவில்லை. கொன்று போட்ட மறுநிமிடமே அவனுக்கு உயிர் வந்துவிடும்!

அவனுக்கு உயிர் கொடுப்பது எது என்று கடேசியில் தெரிந்துவிடுகிறது. அவன் செத்து விழுந்த இந்த மண்தான் அவனுக்கு உயிர் கொடுத்தது என்று கண்டு பிடித்ததும், கொன்ற பிறகு இந்த மண்ணில் விழாமல்ச் செய்து, அவனை இந்த மண்ணில் இருந்து பிரித்து, பரண் கட்டி அதில் வைத்து கழுகு களுக்கு இரையாக்கினார்கள் என்பது கதை. மண் அப்படிப் புனிதமானது.

சம்சாரி (விவசாயி) அவனுடைய நிலத்தை மிதித்ததும் செய்யும் முதல் காரியம், குனிந்து மண்ணைக் கிள்ளி எடுத்து தலையில் தொட்டு, நாக்கிலும் வைத்து, நெற்றியில் பூசிக்கொள்வான். அப்படி அவன் கிள்ளி எடுக்கும் சிட்டிகை மண்ணின் பெயர் நிலக்காப்பு என்கிறான்.

நம்முடைய மண்ணை விட்டு விலகி வந்து நகரங்களில் அடுக்குமாடிக் குடியிருப்புக்களில் சரண் புகுந்துகொண்டு நம்முடைய ரத்தத்தைப் பரிசோதனை செய்யக் கொடுத்துக் கொண்டு, சம்பாதித்த செல்வத்தை வைத்தியர்களுக்கும், மருந்துக் கடைக்காரனுக்கும் கொடுத்துக்கொண்டிருக்கிறோம். நம்மைக் கடவுள் காப்பார் என்று நம்பிக்கொண்டு இருக்கிறோம்.

கடவுள் காத்தால் நல்லதுதானே!" *(லீலை, 2016).*

நீர்

கரிசல்காட்டைப் புனிதமானது எனக் காட்டிய கி.ரா. நீரின் மகத்துவத்தைப் பற்றியும் பேசுகிறார். நீரின்றி அமையாது உலகு என்பதைக் கி.ரா. பின்வருமாறு உணர்த்துகிறார்.

"மழைகள் ஒழுங்கா முறைப்படி பேய்ஞ்சிக்கிட்டே இருந்தா கரிசல்க்காரன் ராஜாதான். ஒருத்தனையும் மதிக்க மாட்டாம்.

கிள்ளிக் கொடுக்க வேண்டிய இடத்திலெல்லாம் அள்ளிக் கொடுப்பாம். காலு மேலெ காலு ரட்ணக்காலு போட்டுக்கிட்டு எவண்டா எனக்கு நிகரு? ங்கிற மாதிரி நிமிந்து பேசுவாம்.

இதெக் கேட்டுக்கிட்டே இருக்கிற வருணன் (மழையன்), அப்படியாடா இருஇருன்னு நாலுவருசம் மூணுவருசத்துக்கு ஒருக்கெ போட்டு எடுத்துருவாம்!" (இந்த இவள், 2018: 25).

கி.ரா. மழை பற்றி வர்ணிக்கும்போது ஓரிடத்தில் பின்வருமாறு விவரிக்கிறார்.

"ஞாயிறு காலையில் நாங்கள் ரயில் ஏறும்போது பலத்த மழை வரும் போல் இருந்தது. கடம்பூர் ஸ்டேஷனில் நாங்கள் இறங்குவதற்கும் மழை இறங்குவதற்கும் சரியாய் இருந்தது. கோடை மழையாதலால் காற்றும் இடி மின்னலும் பயங்கர மாய் இருந்தது. மரங்களின் சிண்டைப் பிடித்து காற்று உலுக்கி எடுத்தது. சில மரங்கள் தரை தொட்டு வணங்கி, விட்டு விடும்படி காற்றை மன்றாடியது. காற்றின் கோபம் அடங்கியதும் ஹோ என்ற பெருத்த இரைச்சலுடன் கொட்டியது மழை. மலை யின் உதவி இல்லாமலேயே அருவி நேராய் மேகத்திலிருந்தே பூமியில் இறங்கியது போலிருந்தது" (புத்தக உலகம், 1980).

வேறொரு இடத்தில் இவ்வாறு விவரிக்கிறார்.

"கரிசல் வட்டாரத்தில் அய்ப்பசி மாசம் கொடுமையானது. அப்போது அடை மழைக் காலமாக இருக்கும். எப்பவாவது அபூர்வமாகத்தான் 'வறட்டுத் தீபாவளி' வரும்.

செவ்வல் பூமியில் சரள் தரைகளில் மழை பெய்தால், வெறித்தவுடனேயே நடமாடலாம். களிமண் பாங்கான கங்கரிசல், நெய்க்கரிசல் பூமிகளில் ஒரு சிறிய மழை பெய்தாலும்கூட நடமாடுவது சிரமம். அடை மழைக்காலம் என்றால், கேட்கவே வேண்டாம்.

தீபாவளியை நிறைவாகக் கொண்டாடுவது என்பது வசதியானவர்களுக்குத்தான். ஏழைகளுக்கு, 'அய்யோ . . . தீபாவளி வருதே' என்று இருக்கும். நாட்டில் நூத்துக்கு எண்பது பேர் விவசாயிகள் என்பதுபோல, ஊரில் நூத்துக்கு எண்பது பேர் ஏழைகளே!

ஒரு கரிசல் கிராமத்தில் அந்தக் காலத்தில் ஒரு தீபாவளி எப்படி இருந்தது என்று கு. அழகிரிசாமி எழுதிய 'ராஜா வந்திருக்கிறார்' கதையைப் படித்தால் தெரிந்துகொள்ளலாம்.

குழந்தைகளாக இருந்த எங்களுக்குத் தீபாவளி நாளில் நடக்கும் சில காரியங்கள் புரியாதவை. அந்த அகாலத்தில்,

வேளை கெட்ட வேளையில் அந்தக் குளிரில் ஏன் எழுந்திருந்து தலை குளிக்க வேணும்? அயர்ந்து தூங்குகிற குழந்தைகளைக் குலுக்கி உருட்டிப் புரட்டி, சில சமயம் கிச்சமூட்டி இப்படி யெல்லாம் செய்து ஏன் எழுப்பணும்? தூக்கத்தின் பிடியி லிருந்து விடுபடவே ரொம்ப நேரமாகும்! அப்புறம் எண்ணெய் தேய்த்துக் கொள்ள வேணும்.

அந்தக் காலத்தை 'சிரங்குகளின் யுகம்' என்றே சொல்லலாம். சிரங்கு இல்லாத குழந்தைகளையே அநேகமாகப் பார்க்க முடியாது. எண்ணெய் தேய்த்துத் தலைக்குளித்தால் கட்டாயம் அரப்பு, சீயக்காய் வரும். அரப்பு தேய்த்தால், காந்தலினால் பிள்ளைகள் துடித்துக் கதறுவார்கள்" (லீலை, 2016).

மழை பற்றி அழிப்பான் கவிகள் அதிகம் என்றும் கி.ரா. பதிவிடுகிறார்.

"மழையாலேயே வாழ்ந்தோம்; மழையாலேயே கெட்டோம் என்பார்கள் கரிசல் விவசாயிகள். பேஞ்சிம் கெடுக்கும்; காஞ்சிம் (காய்ந்தும்) கெடுக்கும் என்பது சொலவம். 'வந்தாலும் திட்டு கிடைக்கும்; வராட்டாலும் திட்டு கிடைக்கும். அது என்ன?' – 'மழை' என்பது பதில். மழையைப் பற்றி அழிப்பான் கவிகள் அனேகம்.

கொண்டாடவும் திட்டவும் அவ்வளவுக்கு நெருக்கம் மழையோடு.

அம்மாவின் வயிற்றிற்குள்ளே இருக்கும்போதே நாம் வயிற்று 'நீரில்' நீந்தி விளையாடியவர்கள் அல்லவா. அப்படி ஒரு தொந்தம். குழந்தைகளைப் பார்த்தால் 'வாவா' என்று அழைக்கும் தண்ணீர்" (லீலை, 2016).

மழை பருவம் சார்ந்தது. கோடையும் மழையும் பற்றிக் கி.ரா. எழுதும்போது இவ்விரண்டையும் தாண்டி குமரிப் பெண்கள் ருது ஆவதையும்குறிப்பிடுகிறார்.

"நம்முடைய திருவிழாக்கள் முக்கியமாகக் கிராமத்துத் திருவிழாக்கள் கோடையில்தான் நடத்தப்படுகின்றன. பூர்வீகமான நமது வசந்தவிழா இந்தக் கோடையில்தான் கொண்டாடப்பட்டது. மன்மதக் கடவுளான காமன்தான் இந்த வசந்தம்; வசந்தன். அதன் ஆரம்பமே ரொம்ப முக்கியம். பெண்கள் ருதுவாகும் பருவம் இதுதான். ஒவ்வொரு கோடைக்கும் ஊரில் பத்துப் பன்னிரண்டு பேராவது பூத்துத் திரண்டு மனுசிகள் ஆகிவிடுகிறார்கள். அப்படி ஒரு குணம் இந்தக் கோடைக்கு."

கரிசல்காட்டில் மழை இல்லாவிட்டால் பஞ்சம்தான். இது பற்றிக் கி.ரா.வின் பதிவினைக் காண்போம்.

"பஞ்சம் வந்தா, ஆவாரஞ்செடி தவிர எல்லாப் புல்பூண்டும் எடுபட்டுப் போகும்கிறதை அவர் தெரியாதவரா? ஆவாரஞ் செடியிலே மேய்க்கிறது. சமுத்திரத்துத் தண்ணியிலே கொண்டு போயி தண்ணிக்கு விடுகிறது – இப்பிடியே அவரு துண்டத்தை நல்லா பழக்கப்படுத்திட்டாரு.

நிறைய்ய வரகை விதைச்சி, வேண்டிய மட்டும் வரகு தயார் பண்ணினாரு. மண்ணையும் வரகையும் போட்டுக் குழைச்சி, தண்ணி விட்டு மிதிச்சி, பெரிய கோட்டை கட்டினாரு. பன்னெண்டு வருசம் அந்தக் கோட்டையிலேயே அவரும் அவரு ஆடுகளுமாகக் குடியிருந்தாரு. பஞ்சம் வந்தது. மழையில்லை. ஆவாரஞ்செடிக்குக் கொண்டாட்டம். புதருஞ்செடியுமா பூத்துக் குலுங்கிச்சி, எங்கனெ கண்டாலும் ஆவாரஞ்செடி. ஆடுகெ ஆவாரஞ்செடியெ மேயும்; சமுத்திரத்துத் தண்ணியெக் குடிக்கும்.

கோட்டைச் சுவரிலே ஆடுக தினவெடுத்து உடம்பெ உரசும். அப்பிடி உரசரப்போ வரகு தரையிலே உதிரும். அதைத் தூத்து எடுத்து, அரிசியாக்கி, ஆட்டிலெ பாலைப் பீச்சி, அந்தப் பால்லெ அரிசியைப் போட்டு, சுள்ளி பொறுக்கி வச்சி, சக்கிமுக்கியைத் தட்டி 'கங்கி' உண்டு பண்ணி, சமைச்சி சாப்பிட்டுப் பன்னீரெண்டு வருசத்தையும் கழிச்சாரு இடைக்காட்டரு.

தாது வருசத்துப் பஞ்சத்தைப் பத்தி யாருக்குத் தெரியும்? முன்னக் கூட்டியே இடைக்காட்டரு அதைப்பத்திப் பாடி வச்சிருக்காரு." (கிடை, 1968).

கி.ரா. எழுத்துக்களில் மழை பற்றி நுட்பமான விசாரணைகள் உண்டு. மழைக் காலத்தின் தன்மைகள் எவ்வாறிருக்கும் என இப்போது நம்மால் விளங்கிக்கொள்ள இயலவில்லை. கி.ரா. பின்வருமாறு விளக்குகிறார்.

"அந்தக் காலத்திலெல்லாம் இப்படிக் கடங்கழிச்சான் மழை கிடையாது. மழைக்காலம் என்றால் அசல் மழைக் காலந்தான்; சவடு எடுத்துரும். நாப்பது நாள் அடைப்பு, அறுவது நாள் அடைப்பு என்றெல்லாம் உண்டு. இருவத்திநாலு மணித் தியாலமும் பொணப் பொணப் பொண என்று ஊற்றிக்கொண்டேயிருக்கும். வீட்டைவிட்டு வெளியே தலைநீட்ட நீதி இருக்காது. மழைக்காலம் கழிந்த பிறகும்கூட பல நாட்கள் தரையிலிருந்து தன்னூகத்துக் கசிந்து நீர் போய்க்கொண்டேயிருக்கும். ஏத்துமீன் ஏறும் காலமும் இதுதான்; காடெல்லாம் மீனாகக் காட்சியளிக்கும்! ஏத்து மீனைப் பற்றிச் சொல்லுகிற சங்கதிகளை நம்மால் நம்ப முடியாது. பனைமரத்தின் உச்சிமட்டையில் மீன் கிடைக்கும் என்று சொல்வார்கள்.

உச்சி வெரிப்பு என்று மழை ஒரு இடைவெளி கொடுக்கும். அப்போது சூரியன் உச்சியில் இருப்பான். ஆனால் நாம் பார்க்க முடியாது. ஒரே ஓட்டமாக வெளியில் போய் ஜனங்கள் தங்களின் கழிவு உபாதைகளை முடித்துக் கொள்ள மழை அனுமதிக்கும் நேரம் இது ... ஒருத்தருக்கு ஒருத்தர் பார்த்து, பார்த்த உடனே மழையைப் பற்றி நாலு வார்த்தை வைது, தங்களுக்குள் ரண்டு வார்த்தை பேசி மகிழும் நேரமும் இதுதான்!" *(கரிசல் காட்டுக் கடுதாசி, 1988).*

பின்னுரை

'யாதும் ஊரே, யாவரும் கேளீர்', 'ஒன்றே குலம் ஒருவனே தேவன்', 'தீதும் நன்றும் பிறர் தர வாரா', 'உள்ளுவதெல்லாம் உயர்வுள்ளல்' போன்ற மனிதகுலப் பொதுமைப்பாடுகளை வழங்கியுள்ள தமிழ்ச் சான்றோர் மரபில் வந்தவர் கி.ரா.

கோபல்ல கிராமத்தில் எழுதுகிறார், "என் மக்களே, எங்கேயோ ஒரு தேசத்தில் பிறந்து, எங்கேயோ ஒரு தேசத்தில் வந்து வாழ வேண்டியிருக்கிறதே என்று நீங்க நினைச்சி மனம் கலங்க வேண்டாம். எல்லாம் பூமித் தாயினுடைய ஒரே இடம்தான். அவளுடைய கையிலுள்ள ஒரு விரலிலிருந்து நீங்க இன்னொரு விரலுக்கு வந்திருக்கீங்க. அவ்வளவுதான். நீங்க ஒண்ணும் பயப்பட வேண்டியதில்லை" *(கோபல்ல கிராமம், பக்.102)* என்று பாட்டியின் கூற்றாகக் கி.ரா.தேச பேதமற்ற மானுடச் சிந்தனையைப் பேசுகிறார்.

கரிசல்காடு தென்தமிழ்நாட்டின் வறண்ட பிரதேசம். அறுநூறு ஆண்டுகளுக்கு முன்பு நிகழ்ந்த குடியேற்றம் வழியாக இந்தப் பூமியைக் கம்மவார்கள் நேசிக்கத் தொடங்கினார்கள். 'கரிசல் காட்டில் ஒரு சம்சாரி', 'நிலைநிறுத்தல்', 'கிடை', 'கொத்தைப் பருத்தி' முதலான கதைகளில் இந்த நிலம் பற்றிய கி.ரா.வின் நுண்ணிய அறிவு எப்படிக் கிடைத்ததோ தெரியவில்லை! இவர் மண்ணியலையும் படிக்கவில்லை, புவியியலையும் படிக்கவில்லை. ஆனால் சுயம்புவாக, சுதேசியாக எத்தனை எத்தனையோ விடயங்களைப் பேசுகிறார். அவர் தருகின்ற உருவகங்களும் தகவல்களும் நம்மை மேலும் மேலும் வியப்பில் ஆழ்த்துகின்றன *(ஜெயமோகன் 2017: 85).*

6

தாவர வழக்காறுகள்

"தமிழ்நாட்டு எழுத்தாளர்களோடு கிட்டத்தட்ட 30 ஆண்டு காலமாகப் பல நிலைகளில் பழகி வருபவன் நான். தன்னை விட்டு இன்னொரு எழுத்தாளரைப் பாராட்டிப் பேசுவது ரொம்ப அபூர்வம். ஒவ்வொருவரும் தன்னைச் சகலகலா வல்லவன் என்று நினைத்துக் கொண்டிருக்கிறார்கள். இந்தச் சூழலில் சகலகலா வல்லவராக விளங்கும் ராஜநாராயணன் தன்னைப் பற்றி எங்கும் பீத்திக் கொண்டதில்லை. காட்சிக்கும் பேச்சுக்கும் எளியவராக இருக்கிறார். படைப்புத் திறனில் நேர்த்தி. அந்தத் திறனுக்குள்ளேயே ஆழ்ந்து கிடக்கும் சமூக அக்கறை. மிக விரிந்த சமூகத்தோடு உறவுகொள்ளும் கலைவாசம் . . ."

— பொன்னீலன்

மானுட வாழ்வின் அடிப்படை ஆதாரங்கள் தாவரங்கள், விலங்குகள். இவையின்றி மனிதர்கள் வாழ இயலாது. மனிதர்களுக்கும் இந்த உயிரினங்களுக்கும் உள்ள உறவு நேரடியானது என்றாலும் அது மௌனத்தாலும் மர்மத்தாலும் கட்டமைக்கப்பட்டுள்ளது. இவற்றில் அறிந்தவை, அறியாதவை, பூடகங்கள் ஆகிய அனைத்தும் உண்டு.

மானுட வாழ்வு மண், வெப்பம், குளிர், நீர், காற்று, தீ, பருவங்கள் ஆகிய பௌதிகக் கூறுகளை எதிர்கொள்கிறது. கூடவே, விலங்குகள், பறவைகள், தாவரங்கள், பூச்சியினங்கள் முதலான உயிரியல் கூறுகளோடும் பின்னிப் பிணைந்துள்ளது. இத்தகைய வாழ்வு வெளிகள் பற்றியும், அவற்றிற்கிடையில் நிலவும் உறவுகள் பற்றியும் நாம் அறிந்துள்ளவை மிகக்

குறைவு என்றே தோன்றுகிறது. கி.ரா.வின் படைப்புலகத்துக்குள் நுழைந்த பிறகு இந்த உயிரின உலகம் மிகவும் விசாலமாக விரிந்துகொண்டே செல்வதைக் காண முடிகிறது.

நாட்டார் வழக்காறுகளில் தாவரங்கள் பற்றிய ஐதிகம் விரவிக் கிடக்கின்றது. திருச்செந்தூர் கோவில் சுப்பிரமணிய சுவாமி கோவிலுக்குக் கொடிமரம் வெட்ட பாபநாசம் மலைக்குச் சென்ற கதை தனிப்பாடலாக உள்ளது. இதில் மரத்தில் உறைந்த மாடனுக்குத் தனிக் கோவில் எடுத்த பிறகுதான் கொடிமரத்தைச் செய்ய முடிந்தது. மரங்கள் மக்கள் வாழ்வில் ஒன்றிவிட்டவை. இதுபோன்ற பல கதைகளை அ.கா.பெருமாள் நம் கவனத்துக்குக் கொண்டு வந்துள்ளார்.

தென் மாவட்டக் கோவில்களில் தேர்த் திருவிழாவுக்குப் பவனி வரும் தேர் செய்யவும், சாமிகளுக்கான வாகனங்கள் செய்யவும் தேர்ந்த மரங்களை வெட்ட முடிவு செய்வார்கள். இதற்கு முன்பு மாடன் இசக்கிகளுக்கு வழிபாடு செய்வார்கள். தேரும் வாகனங்களும் செய்த பின்னர் மாடனுக்கும் இசக்கிக்கும் கோவிலின் வெளியே சிறு கோவில் எடுத்து வழிபாடு செய்வார்கள்.

தென் மாவட்டங்களில் சில சாதியார் மகப்பேறுக்காகத் தனியறை கட்டும் வழக்கத்தைக்கொ ண்டிருந்தனர். இது ‘ஈத்துப்பெரை’ எனப்பட்டது. இந்த அறை கட்டுவதற்காகக் கொண்டுவரப்பட்ட காட்டு மரங்களுடன் வரும் யட்சிகளுக்குத் தனிப்பூடம் போடுவார்கள். இத்தெய்வத்தை ‘ஈத்துப்பெரை இசக்கி’ என்பார்கள். இவ்வாறான எண்ணற்ற தாவரங்களுடன் தொடர்புடைய வழக்காறுகளை ஆ. சிவசுப்பிரமணியன், அ.கா.பெருமாள் உள்ளிட்ட நாட்டார் வழக்காற்றியல் ஆய்வாளர்கள் சுட்டிக்காட்டியுள்ளனர்.

இத்தகைய விவரங்களின் தொடர்ச்சியாகக் கி.ரா. கவனப்படுத்தும் தாவர வழக்காறுகள் தமிழ் வாழ்வியலின் பரிமாணத்தைக் காட்டுபவை. இனி, கி.ரா.வின் தாவர வழக்காறுகளைக் காண்போம்.

கி.ரா. இனவரைவியல்

“கோடை வரப்போகுது என்பதை முதலில் தெரிவிப்பது ஊர்க் குளத்தங்கரை மரங்கள்தான். ஊர்தவறாமல் குடி தண்ணீருக்காகவும் கால்நடைகளுக்காகவும், தெப்பம், குளம், ஊரணி, கண்மாய், நீராவி என்ற பெயரில் மழைத் தண்ணீரைத் தேக்கி வைத்துக் கொண்டிருக்கும். அவைகளின் கரையைச் சுற்றிலும் வானளாவும் மரங்கள் அரசு, ஆல், அத்தி, நவ்வா (நாவல்), வேம்பு, இத்தி, புன்னரசி என்று தூரத்தில் வரும்போதே

இங்கே ஒரு ஊர் இருக்கு. மனுசாட்கள் இருக்கிறார்கள் என்று சொல்லிக்கொண்டு நிற்கும். முதலில் இலைகளை உதிர்ப்பது அரசும் ஆலும்தான்.

'என்ன இப்படி உதுத்துட்டு முண்டமா நிக்கெ?' என்று கேட்டால் 'என்ன தம்பி தெரியாதமாதிரிக் கேக்கெ. கோடை வரப் போகுதில்லெ. புது இலைகளோட குதுகுதுப்பா நின்னாத்தானே மக்கமனுசா அண்ட வருங்கெ' என்று சொல்லும். நகர்ந்து வரும் சூல்மேகக் கூட்டங்களில் இரண்டு மேகங்கள் இப்படிப் பேசிக் கொள்கிறதாம்.

'மெதுவாய் போகலாமே என்ன அவசரம்?'

'இல்லெ இல்லெ சீக்கிரமாப் போகணும். கோடைக்கு குளம் நிறையத் தண்ணி நின்னாத்தானே குழந்தைக கும்மாளம் போட்டு நீந்தி விளையாடத் தோது. பாரு... மரங்க தாகமா நம்மப் பாத்து கைகளெ ஒசத்தி நீட்டிக்கிட்டு நிக்கிறதெ. மேகங்கள் ஆரவாரமாய் மரங்களைப் பார்த்துப் பாய்கின்றன.

கல்மழையாய்த் தொடங்கி இடிமழையாக ஓஹோ என்று கொண்டாட்டம் போடுகின்றன. வர்ணதேவன் சாட்டை வாரினால் சொடுக்குகிறான். பூமி அதிரும்படியாகப் பேரோசை எழுகிறது" *(லீலை, 2016).*

மரங்களுக்கும் பருவங்கள் தொடங்குவதற்கும் தொடர்புண்டு. தெப்பம், குளம், ஊரணி, கண்மாய், நீராவி ஆகிய நீராதார இடங்கள் மரங்களால் அடையாளம் பெறுகின்றன. மழை கொடுக்கும் மேகங்களுக்கும் மரங்களுக்கும் உரையாடல் நடக்குமாம். இவையெல்லாம் நாமறியாதவை. கி.ரா.வின் இனவரைவியல் கதைமட்டுமல்ல, நிசமானதும்கூட.

கி.ரா.பல்வேறு மரங்களை இவ்வாறு விளக்குகிறார்.

"ஒரு குளத்தினுள் நல்க்கருவேல் மரங்களும், வேலிக் கருவேல் மரங்களும் கலந்து நின்றிருந்தன. மழை நீண்ட நாள் கழித்துப் பெய்து குளம் நிரம்பிவிட்டது. அப்போதுதான் தெரிந்தது. நல்க்கருவை மரங்கள் செழித்து நின்றன; வேலிக்கருவை மரங்கள் ஒன்றுகூட பாக்கியில்லாமல் பட்டுப்போயின! நல்க்கருவை விவசாயியின் தோழன், வேலிக்கருவேல் பகைவன்.

முள் என்பது மரத்தின் பற்கள்; நல்க்கருவை மரத்தின் முள் காலில் குத்தினாலும் இம்சைபடுத்தாது வேலிக் கருவேலின் முள் பெரும் துன்பம் கொடுக்கும். 'கெட்ட கழுதைல்லா' என்பார்கள்.

கடுங்கோடையின் வறட்சியை வேலிக்கருவேல் சந்தோசமாக ஏற்றுக்கொள்ளும். பாலைவனத்துச் செடி போலும்!

வேலிக் கருவேல் பெருத்துக்கொண்டே வந்தது, கொசுக்களைப் போல. வேலிக்கருவேல் அதிகமாக ஆகக் கொசுக்கள் அதிகமானதா, கொசுக்கள் அதிகமானதினால் வேலிக் கருவேல் அதிகமானதா, தெரியாது. ரெண்டுமே தீமைகள்தான்.

கரிசல் காட்டில் மீண்டும் பசுமை கொழிக்க வேண்டு மென்றால் வேலிக்கருவேல் வேரும் வேரடி மண்ணோடும் அழிந்துபட வேண்டும். இவை போன்றவை பசுமை இல்லை; பசுமை போன்ற மாயம். இதன் அசல் பெயர் புரசோபில் ஜூலி ஃபுளோரா. விளக்குமாத்துக் கொண்டைக்குப் பட்டுக்குஞ்சலம்!" *(லீலை, 2016)*.

முருங்கை மரம் தமிழர்க்கு மிக முக்கியமான மரம். உணவுக்கான கீரையை மட்டுமா அது தருகிறது. 'வேதாளம் முருங்கை மரம் ஏறிவிட்டது' என்ற கதையையும் தருகிறது. இம்மரத்தைப் பற்றிக் கி.ரா. தரும் வழக்காறுகள் நம் கவனத்துக்குரியவை.

"முருங்கை மரத்தை ஒரு தியாக மரம் என்று சொல்ல வேண்டும். மனிதர்களுக்காகவே தனது உடல் பொருள் ஆவி அனைத்தையும் ஈந்து விட்டு – தனது பலத்தை எல்லாம் மனுசருக்குத் தந்துவிட்டுப் பலமில்லாத மரமாக நிற்கிறது.

முருங்கை பருத்துத் தூணாகுமா? என்று இளக்காரமான ஒரு வார்த்தை உண்டும். இதைப்பற்றி முருங்கை மரத்திடமே கேட்டதுக்கு "என்னோட வேர், பட்டை, பிசின், இலை, பூ, பிஞ்சு, காய், விதை இப்படி எல்லாத்தையுமே – எனக்குன்னு வசிக்கிடாமெ – உங்களுக்கேன்னு தந்தூட்டா என்ன இருக்கும்? கொஞ்சங்கூட யோசிக்காம தூண் ஆவாயா நீன்னு பல்லுமேலெ நாக்கைப் போட்டுக் கேக்கீகளேடா மனுசப்பய பிள்ளைகளா; எம்புட்டுப் பேராசை!" என்று கேட்டதாம் முருங்கை மரம்" *(லீலை, 2016)*.

"நேரம், கிடை எழுப்புகிற நேரத்துக்கும் அதிகமாகி விட்டது. காளைகள் வயிறு முட்டப் புல்மேய்ந்து விட்டு வன்னிமர நிழலில் படுத்து அசைபோட்டுக் கொண்டிருந்தன.

நாச்சியாரம்மா, பருத்தியைக் கருவமரத்து நிழலில் கூறுவைத்துக் கொடுத்துக் கொண்டிருந்தாள். மடிப் பருத்தி, பிள்ளைப் பருத்தி, போடு பருத்தி என்று பகிர்ந்து போட, பள்ளுப் பெண்கள் சந்தோஷமாக நாச்சியாரம்மாவை வாழ்த்திக்கொண்டே வாங்கிச் சென்றுகொண்டிருந்தார்கள். அவர்கள் எங்கள் வீட்டில் வேறு யார் வந்து கூறுவைத்துக் கொடுத்தாலும் ஒப்பமாட்டார்கள். நாச்சியாரம்மாதான் வேணும் அவர்களுக்கு" ('கன்னிமை', *தீபம் இதழில் வந்த கதை, ஆ.இ)*.

மானுட வாழ்வில் மரங்கள் வெட்டுவது தவிர்க்க முடியாத ஒன்று. இது பற்றிய பதிவைக் கி.ரா. கரிசல் காட்டுக் கடுதாசியில் (1988) ஓரிடத்தில் பின்வருமாறு தருகிறார்.

"அதனால் காடுகளிலும் மலைகளிலும் கரிக்காக மரங்கள் வெட்டுகிற காரியம் அப்போது தொடங்கியதுதான். கரிக்காக, மனிதர்கள் தொத்துநோய்க் கிருமிகளாக மாறி மரங்கள் மேல் விழுந்து அவற்றைப் பூண்டோடு அழித்தார்கள். மனிதர்களைக் காணும் போதெல்லாம் மரங்கள் பயத்தால் நடுங்கின. இதுநாள்வரை நிலைத்து வந்த மரத்துக்கும் மனிதனுக்குமுள்ள சொந்தம், பாசம் எல்லாம் ஒழிந்தது. கோடாலியைத் தோளில் போட்டுக்கொண்டு அன்றிலிருந்து அலைய ஆரம்பித்துவிட்டான் மனிதன். மழை என்கிற குழந்தை பூமியில் கால் வைத்து இறங்குவதற்காக வைத்திருந்த பச்சைப் படிகளை இவன் அகற்றிவிட்டான். பார்க்கும் இடமெல்லாம் நெருப்பும் புகை மூட்டமுமாகத்தான் தெரிந்தன. மரங்களின் துயர அழுகை மனிதன் காதுகளில் விழாமலே போய்விட்டது. இப்போது எங்கள் உடங்காட்டில் மருந்துக்கு ஒரு உடைமரம் கிடையாது. அதன் பிறகு கரிசல் காடுகளிலுள்ள மரங்களையும் வெட்டி 'சாப்பிட'த் தொடங்கினார்கள். உட்கார ஒரு நிழல்கூட இல்லாமலாகிவிட்டது.

இப்போதெல்லாம், மழைக்காலங்களில் சூல்மேகங்கள், நிற்காத 'பொசல் வண்டி'த் தொடர்போல எங்கள் நிலம் என்னும் ரயில்கெடிகளைத் 'துருமெயில்' வேகத்தில் கடந்து ஓட ஆரம்பித்துவிட்டது. நாங்கள் ஆகாசத்தைப் பார்த்துக் கைகளை உயர்த்தி 'குய்யோ முறையோ' என்று கூக்குரலிட்டதுதான் மிச்சம்.

கள்ளப் பிறாந்து (கிருஷ்ணப் பருந்து) தூக்கிக்கொண்டு பறந்து போகும்போது தவறி விழும் கோழிக்குஞ்சு போல இப்போதெல்லாம் வேளைகெட்ட வேளையில் தவறுதலாக மழை பெய்வது உண்டு" (பக்.116).

கட்டை வண்டி பற்றி விவரிக்கும் கி.ரா. அதை எந்தெந்த மரங்கள் கொண்டு எப்படிச் செய்யப்படும் என்பதை விவரிக்கிறார்.

குடம்	– மைம்பாறை
அலகு	– தேக்கு
ஆரக்கால்	– வாகை, உண்ணு
தெப்பக்கட்டை	– மருது, கருவை, வாகை
போல்	– கோங்கு, நாங்கிள், கொம்பாதிரி, காரங்கி, பூவன்

சட்டம்	– கோங்கு, வாகை, கருவை
தாங்குக்கட்டை	– மைம்பாறை, கருவை
மோக்கால்	– கொம்பாதிரி, பூவரசு, மஞ்சணத்தி

(கி.ரா. கட்டுரைகள், 2011, பக்.73).

பின்னுரை

'குனிந்தால் பூமி, நிமிர்ந்தால் வானம்' என்று இயற்கையை இணக்கமாகப் போற்றி வாழ முற்பட்ட கிராம சமூகம் வேட்டை, மேய்ச்சல், வேளாண்மை என எல்லாவற்றிலும் இயற்கையை ஆராதித்துள்ளது. நமது மரபான கிராமியப் பண்பாடு கொண்டுள்ள தாவர உறவுகள் மிக விரிவானவை. இயற்கைசார் பண்பாடாகப் பரிணமித்துள்ள அந்தத் தாவர உறவுகளைக் கி.ரா. எடுத்தாண்டுள்ள விதம் அவருடைய ஆழமான மரபு அறிவைக் காட்டுகிறது.

இயற்கை மனித சமூகத்திற்கு வழங்கியுள்ள எண்ணற்ற வளங்களை வாழ்வியலோடு பேசுவது கி.ரா.வின் தனித்துவம் எனலாம். கி.ரா.வின் கரிசல் கதைகளில் இடம்பெறாத பண்பாட்டு விவரிப்புகள் இல்லை. என்றாலும் அவரது உலகப் பார்வையில் தாவர வழக்காறுகள் குறிப்பிடத்தக்க இடத்தைப் பெற்றுள்ளன. மனிதன்–இயற்கை–தாவரம் ஆகிய மூன்றுக்கும் உள்ள உறவைக் கி.ரா. பல இடங்களில் தெறிப்பாகப் பதிவிடுகிறார்.

ஆப்பிரிக்கப் பழங்குடிக் கிழவன் ஒருவன் இறந்து போனால், அவனுடன் ஒரு நூலகமே அழிந்து போகும் என்று இனவரைவியலர்கள் சொல்வார்கள். கி.ரா. பல நூலகங்களுக்கு இணையானவர். கரிசல் வட்டார வழக்குச் சொல்லகராதி தொடங்கி அவருடைய கதை வகைகள் வரை கருத்தூன்றிக் கவனித்தால் அவர் ஒரு பல்கலைக் கழகம் எனத் தோன்றும்.

நாயக்கர் இல்லத் திருமணங்களில் நடக்கும் முன் ஏற்பாடு களில் ஒன்று 'பால்மரம் நடுதல்'. இந்தப் பால் மரங்களான ஆல், அரசு, பொன்னரசி, அத்தி, கல்லத்தி, இத்தி, வேம்பு முதலான மரங்களை வெட்டி விறகு எரிப்பதில்லை. மற்ற தேவைகளுக்கும் பயன்படுத்துவதில்லை. இவையெல்லாம் வணக்கத்துக்குரியவை. மரங்களில் 'சாமி மரங்கள்' என இனம் பிரிப்பது கிராம மக்களின் பண்பாடு. கி.ரா. இவற்றை மிக அழகாக விவரிக்கிறார். கி.ரா. கதைகளில் தாவர உலகம் படர்ந்து கிடக்கிறது.

7

விலங்கின வழக்காறுகள்

"கி.ரா. என்னும் இலக்கிய ஆளுமை தமிழ் உலகம் இதுவரை கண்டிராத ஓர் அபூர்வம். இந்த நதி 1922இல் உற்பத்தியாகி, தீராநதியாய் ஓடிக்கொண்டிருக்கிறது. 2019 செப்டம்பர் 16இல் 97ஆவது அடியை வைத்தது. இன்றும் வாசிப்பும் எழுத்துமாய்த் தமிழ், தமிழ்ச் சமூகத்தினூடாய் வற்றாது இயங்கிக் கொண்டிருக்கிறது".

– பா. செயப்பிரகாசம்

என்னுடைய மானிடவியல் வாசிப்பும் பயணமும் விசாலமானது. உலக இனவரைவியலில் தமிழக ஆயர்கள், ஆந்திர நாட்டுக் கொல்லர்கள், இமயமலைத் தாழ்நிலப் பகுதியின் ஆயர்கள், அரேபிய பெடோயின்கள் என ஆயர்குடிகளின் வரிசை நீண்டு செல்கிறது. இவர்களில் ஆப்பிரிக்க நூயர் *(Nuer)* சமூகத்தினர் மிகவும் தனித்துவ மானவர்கள்.

உலக ஆயர் குடிகளிலேயே மிகவும் கவனிக்கத் தக்கவர்கள் நூயர். அவர்களின் வாழ்வுமுறை வேறு எவரோடும் ஒப்பிட முடியாத அளவுக்குச் சிறப்பானது. இ.இ. இவான்ஸ் பிரிட்சர்டு *(E.E. Evans-Pritchard)* நூயர்களைப் பற்றி எழுதிய நூல் *(The Nuer, 1940)* நம்மை பிரமிக்க வைக்கும். இந்த மதிப்பீடு கி.ரா.வின் 'கிடை' நாவலைப் படிக்கும்வரைதான் நீடித்தது. நூயர்களுக்கு இணையான வாழ்வுமுறையைக் கிடை காட்டுகிறது. இன்றுவரையிலும்கூடக் கிடை பற்றிய இனவரைவியல் மானிடவியலில்

எழுதப்படவில்லை என்பது கசப்பான உண்மை. அப்படி எவரேனும் எழுதியிருந்தாலும் கி.ரா.வின் நுட்பமான விவரிப்புகள் போல இருக்குமா? என்பது சந்தேகம்தான். கி.ரா.ஒரு சுதேசி இனவரைவியலர். ஆடுகள் உலகத்தையும், அவற்றோடு மனிதர்கள் கொண்டுள்ள உலகத்தையும் வேறெங்கும் காணவியலாது.

கி.ரா. இனவரைவியல்

கி.ரா.வின் விலங்கியல் ஞானம் நுட்பமானது. இந்த மனிதர் என்னவெல்லாம் தெரிந்து வைத்திருக்கிறார். 'கிடை' (1968) நாவலில் காடு, மேய்ச்சல் நிலம், ஊர், கட்டுத்தறி என மனித சஞ்சாரங்கள் போன்றே, ஆடு மாடுகளின் சஞ்சாரமும் விசாரணை பெறுகிறது. கிடை கதையில் மனித சமூகத்துக்கு இணையான சமூக வெளி ஆடுகளுக்கும் காட்டப்படுகிறது. கிட்டணக் கோனார் சொல்வதாகக் கி.ரா. 27 வகையான ஆடுகளைப் பேசுகிறார். கோபால் நாயக்கர் பாத்திரம் வழி 30 ஆடு வகைகளைப் பதிவு செய்கிறார். ஆப்பிரிக்க நூயர் (Nuer) சமூகம் மட்டுமே மிக முக்கியமான மேய்ச்சல் சமூகம் என எண்ணியிருந்தேன். கி.ரா. என்னை மறுபரிசீலனை செய்ய வைக்கிறார். பிஞ்சுகள் கதையில் போர்க்குணம் மிக்கதும் கூடுதல் பலம் உள்ளதுமான வல்லயத்தான் பறவை பற்றிக் குறிப்பிடுகிறார்.

கி.ரா.வின் 'கிடை' நாவல் ஒரு தனி உலகம், தனி அனுபவம், தனி அறிவு. அதிலிருந்து எவ்வளவோ எடுத்துப் பேசலாம். மாதிரிக்கு இங்கு ஒன்றை மட்டும் காண்போம்.

"ஆடுகளில் 15 மொய்கள் இருந்தன. ஒரு மொய் என்பது 21 ஆடுகள் கொண்டது. ஒரு மொய்யில் 20 பெண் ஆடுகளும் ஒரு கெடா ஆடும் இருக்கும். கெடாய்கள் அதிகமாக இருந்தால் சந்தையில் கொண்டு போய் விற்றுவிடுவார்கள்.

விளைநிலங்களை உரப்படுத்த வேண்டும், அதுவும் இயற்கையான முறையில் உரப்படுத்த வேண்டும் என்பதற்காகவே, இத்தனை ஆடுகளைத் தங்க வைப்பார்கள். அதற்குக் 'கிடை' போடுதல் என்று பெயர். இரவில் ஆடுகள் தங்கி நிலத்தில் புழுக்கை போடும், சிறுநீர் கழிக்கும். அவைகள் நிலத்திற்கு இயற்கையான உரமாக அமையும். அத்தோடு ஆடுகளின் குழம்பு பட்ட பூமியும் வளப்படும் என்பதும் ஒரு நம்பிக்கை.

இரவு முழுவதும் ஆடுகளை ஒரே இடத்தில் படுக்க விடமாட்டார்கள். சுமார் இரண்டு மணி நேரத்திற்கு ஒருமுறை அந்த ஆடுகளை வேறு இடத்திற்கு மாற்றி அமர்த்துவார்கள். கிடையில் உள்ள ஆடுகளைக் காவல் காக்க என்று தனி ஆட்கள் இருப்பார்கள். ஆட்டுக் கிடை கிடந்த இடத்தில் நல்ல மகசூல்

கிடைக்கும். ஆட்டுக் கிடையை மையமாகக் கொண்டு 'ஆடு அமர்த்தியவன் புஞ்சை விளையுமா?' என்றும், 'ஆடு கிடந்த கிடைக்கு, சாறு மணமா அமைஞ்சிட்டு' என்றும் பழமொழிகளைச் சொல்வார்கள்" (கிடை, 1968).

'கிடை' குறுநாவலில் ஆடு பற்றி எவ்வளவோ எழுதியிருக்கிறார். படிப்பதற்கு மலைப்பாக இருக்கிறது. இடை செவலில் ஆட்டோடும் மாட்டோடும் சிறு வயதிலிருந்தே பழகியவர். ஒவ்வொரு அசைவையும் கூர்ந்து கவனித்து வந்திருக்கிறார். நுட்பமான உணர்திறன் கொண்டவர். அதனால் ஆடுகள் பற்றி ஏராளமாக எழுதியிருக்கிறார். குதிரைகள் பற்றியும் எழுதியிருக்கிறார்.

அரபிய நாட்டுக்குப் போய் அங்குக் குதிரைகளோடு நீண்ட காலம் பழகியவர் போலக் குக்கிராமத்தில் குந்திக்கொண்டு ஆங்கிலம் தெரியாத நிலையில் இவரால் எப்படி இவ்வளவு தகவல்களைத் திரட்ட முடிந்தது என்பது இன்றுவரை புரியாத புதிராக உள்ளது (தீப. நடராஜன் 2017: 19).

கிராமத்தில், மனுசாட்கள் பகலில் படுத்தாலே "ஏய், என்ன ராத்திரி பூராவும் கிடை காவலுக்குப் போயிருந்தயா?" என்று கேட்டுக் கெண்டை பண்ணுவார்கள். கிடை காவலுக்குப் போனால், விடிய விடியக் கண் அசர முடியாது. ஓநாய், நரி வந்து ஆடுகளைக் கொண்டு போய்விடும். ரண்டு கால்பட்ட 'ஓநாய்'களும் வரும்! மகசூல் பக்கத்தில் இருந்தால் ஆடுகள் அதில் போய்க் கடிக்கும்; மேய்ந்துவிடும். கிடை காவல் என்பது ராத்திரி பூரா முழித்துக்கொண்டே இருக்க வேண்டிய ஒன்று.

பகலில் படுத்துத் தூங்குவதெல்லாம் கிராமத்தில் நடக்காது. ரொம்ப சொகுசான, மேட்டிமையுள்ள கனவான்கள் மட்டும், சாப்பிட்டதும் கொஞ்சம் கண் அசரலாம். உண்ட மயக்கம் தொண்டருக்கும் உண்டு என்கிற பழமொழியை அவர்கள் மட்டும் சொல்லிக்கொள்வார்கள். அவர்களுக்கு அது சரிதான்; இந்த நாய்க் கழுதை பகலில் இப்படி 'அடிச்சிப் போட்டது போல' தூங்குகிறது ... அநியாயமாகப்பட்டது எனக்கு. ஒருவேளை, பகலில் தூங்கி ராத்திரியில் கடுமையாகக் காவல் இருக்கிறதோ என்னவோ என்று நினைத்துக்கொண்டேன்.

கி.ரா. உயிர்ப் பன்மியம் அறிந்தவர். இயற்கையின் தீவிர உபாசகர். மரம், செடி, கொடி பெயர்களைச் சொல்லிக்கொண்டே செல்கிறார். கர்நாடகத்தில் பிலிகிரி ரங்கன் மலையில் வாழும் பழங்குடிகள் ஏறக்குறைய 400 தாவரவினங்களைச் சொல்வார்கள். அவர்களுக்கு இணையானவர் கி.ரா. மேலும், நடப்பன, ஊர்வன, நீந்துவன, பறப்பன பற்றியெல்லாம் அவர் எழுதியுள்ள குறிப்புகள் நம்மை பிரமிக்க வைக்கின்றன.

அரைச் சதம் ஆடுகளின் பெயர்களை அடுக்கடுக்காய்ச் சொல்வது (கிடை, பக்.164–166) மட்டுமல்ல அவரது விபரணம். கோபல்ல கிராமத்தின் அதிகாலையிலும் அந்தி வேளையிலும் இன்னின்ன ஜீவன்கள் என்னென்ன செய்கின்றன என்ற வண்ணனை நம்மை பிரமிக்க வைக்கிறது. பறவைகளில் ஒழுங்காய்க் குளிப்பது காகமும் மைனாவும் என்கிறார் (பிஞ்சுகள், பக். 92). இது உண்மைதான். எத்தனை பேர் கவனித்திருக்கிறார்கள்?

எந்த ஒன்றிலும் நுட்பங்களை விவரிப்பது கி.ரா.வின் அறிவுத் திறனாகும். பறவைகள் குப்புறப் பறப்பது இயல்பு. மல்லாந்து, ஒருக்களித்து, ஜிலேபி சுற்றுவது போல வட்டமடித்து, பாம்பு நெளிவது போல் நெளிந்து, ‘8’ போல் வளைந்து, ஹெலிகாப்டர் போல் திடீரென நெட்டுயரக் கிளம்பி, வானத்தில் ராக்கட்டுகள் நெடுந்தூரம் சென்று மறைவது போன்ற மிக உயரத்திற்குச் சென்றுவிடுவது – இப்படியெல்லாம் பறக்கும் என்கிறார். கி.ரா. (கட்டுரைகள், பக். 42). இவ்வாறு கி.ரா.வின் விலங்கின தரிசனங்கள் விரிந்துகொண்டே செல்கின்றன.

பசுக்கள் ஈன்று பால் கொடுக்கும் காலம் குடும்பங்களுக்கு வசந்த காலம். பசுக்களும் அவை ஈன்ற கன்னுக்குட்டிகளும் நலமுடன் இருந்தால் குடும்பத்தார் மகிழ்ச்சியாக இருப்பார்கள். மாறாக, இளங் கன்னுக்குட்டிகள் இறக்கும்போது பெரும் சோகம் ஏற்படும். இது பற்றிய ஒரு வர்ணனையைக் கி.ரா. பின்வருமாறு பதிவிடுகிறார்.

“கன்னுக்குட்டியோட இருப்பைப்பாத்து ஒருநா தர்மரு மாடு பண்ணைக்கு கறக்கிறதுக்குப் போகிறது முன்னாடி கன்னுக்குட்டியெ அவுத்துவிட்டுட்டான். தற்செயலா வந்த அம்மா அதைப் பாத்து ஓடி கன்னுக்குட்டியெ இழுத்துக்கட்டுனா. ‘ஒனக்கு என்னடா வந்தது? பாலே குடிக்காத கன்னுக்குட்டி அவ்வளவு பாலையும் குடிச்சா என்னத்துக்கு ஆகும். செமிக்காம மண்டையெப் போட்டுரும் அவ்வள தான்’ண்ணாள் அண்ணைக்கு அய்யாட்டெயிருந்து அவனுக்கு அடி வசமாக் கிடைச்சது. பாலே விடாதனாலே கன்னுக்குட்டி கொஞ்ச நாள்ளெ மண்டை வீங்கி செத்துப்போச்சி. கன்னுக்குட்டி செத்துப் போன அண்ணைக்கு உறவுக்காரங்களும் வேண்டியவங்களும் வந்து துக்கம் விசாரிச்சாங்க. வெண்டார்பால்பிள்ளையும் வந்தான்.

இதுக்கென்ன இம்புட்டு மலைப்பு வேண்டியிருக்கு; பால் பண்ணைக்கு கறக்க வர்ற முக்காவாசி மாடுக கன்னுக்குட்டி இல்லாம கைப்பாலுதாங் கொடுக்கு. இதையும் அப்படிப் பழக்கிறலாம். கவலையை விடுங்க” அப்பிடீன்னு ஓங்கிச் சொன்னான், வச்ச கண் வாங்காம தர்மரு அவனையே பாத்துக்கிட்டிருந்தான்.

ஊர் பகடைக வந்து செத்துப்போன கன்னுக்குட்டியெ தூக்கிட்டுப் போறப்பொ குடும்பத்துலெ அத்தனை பேரு மனசையும் என்னவோ செஞ்சது, தர்மருக்கு அழுகை வந்திட்டது" (ஒரு வெண்மைப் புரட்சி, 1980).

மாடுகள் வளர்ப்பது சம்சாரிகளின் தேவையாகும். குழந்தைகளைப் பேணிக் காப்பது போலவே மாடுகளையும் வளர்ப்பது வழக்கம். இது பற்றிய ஒரு வர்ணனையைக் காண்போம்.

"மற்ற சம்சாரிகள் பொதிபொதியாய் பருத்திக்கொட்டையை விலை கொடுத்து வாங்கித் தங்கள் மாடுகளுக்கு வைப்பார்கள். விவசாய வருமானத்தின் பெரும்பகுதி இதற்கே சரியாய்ப் போய்விடும்.

நாயக்கர் ஒரு மூடை விதைக்குமேல் வாங்கமாட்டார். அவருடைய மாடு நல்ல உறுதியுடனும் ஆரோக்கியமாகவும் இருக்கும். வேலை முடிந்ததும் அவர் வீட்டு ஆட்களில் யாராவது ஒருத்தர் மாட்டை மேய்க்கக் கொண்டுபோவார்கள். அதோடு வருஷத்தில் முக்கால்வாசி பச்சைப்புல் போடுவதும் காரணம். 'வேலை முடிந்ததும் மாட்டை வீட்டில் கொண்டுவந்து விட்டு விட்டு எங்காவது தொலைக்காடுகள் சுற்றி எப்படியாவது ஒரு சாக்கு பச்சை கொண்டுவந்துவிடுவார் மாட்டுக்கு. மழைக்காலம் இரண்டு மாசமும் அதையொட்டிய இரண்டு மாதங்களும் பச்சைப்புல் யாருக்கும் கிடைக்கும். அதுக்கப்புறம் பச்சை அறுந்தலாகிவிடும். காடுகளிலும் கட்டாப்புகளிலும் பலபேர் புல் அறுத்துக்கொண்டு போனபிறகும் இவருக்கு அங்கே புல் கிடைக்கும் அறுக்க! ஒரு வரப்பைப் பார்த்துவிட்டு இதில் புல் இல்லை என்று கைவிட்ட இடத்தில் இவர் உட்கார்ந்து பன்னறுவாள் பிடித்தால் கொஞ்ச நேரத்தில் ஒரு சாக்குப் பச்சையை அறுத்துச் சேர்த்துவிடுவார்!

பச்சை ஊட்டத்தினால் மாடு பார்க்க கட்டியாக ஒரு ஆரோக்கியமான குதிரை மாதரி இருக்கும்; திமிர்ந்து நிற்கும். அதனுடைய தோல் சன்னமாக ரோமங்கள் மினுமினுத்துக் காணும். எவ்வளவு வேலை செய்தாலும் அதுக்கு அலுப்பு வருவதில்லை. அதை வேலை வாங்குகிறவனுக்கும் சந்தோசமாக இருக்கும்" (கரிசல்க் காட்டில் ஒரு சம்சாரி, ஆ.இ).

கரிசல்காட்டில் கால்நடைகள் செல்வத்தின் அடையாளங்கள். அவற்றில் எருமையும் அடங்கும். இந்த எருமை மாடுகள் பற்றிக் கி.ரா. சொல்வதைக் காண்போம்.

"எருமை மாடூண்ணா தெனோம் லாந்தவிடணும் ஊர்மந்தையிலெ மூக்கை ஒரு கையாலே பொத்திக்கிட்டு அது இஷ்டம்போல் மேயவிடணும்–களுதெ பண்ணிப்பிறவி! –பிறகு

தண்ணிக்குள்ளே இறங்குனா அவ்வளவுதான்; குளுந்த நீரிலே படுத்துகிட்டு கண்ணை மாத்திரம் தெரியும்படியா முகத்தை வச்சிக்கிட்டு கம்மாய்க் கரையிலே நடக்கிறதெல்லாத்தையும் கவனிச்சிக்கிட்டே இருக்கும்! சாணி மோத்ரம் எல்லாம் தண்ணிக்குள்ளறதான். மணிக்கணக்காகக் கிடக்கும் அப்பிடியே, பாலுக்கு நேரமாச்சென்னு கிளப்ப முடியாது. கரையிலிருந்து கல்லுகளை எடுத்து வீசணும். கொண்டிக் காவல்காரரு சத்தம் போடுவாரு. 'ஏ களுதைகளா, ஊருலாப்பட்ட கல்லூகளை யெல்லாம் எடுத்துப்போட்டு குளத்தெ ரொப்பிருங்க." (ஒரு வெண்மைப் புரட்சி, 1980).

கரிசல்காட்டுக் கடுதாசியில் (1988) இன்னுமொரு பதிவினைச் செய்துள்ளார். "எருமைகளுக்குப் பச்சைப்புல் மேய்வது எவ்வளவு ஆனந்தமோ, அதைவிடப் பரமானந்தம் கம்மாய்த் தண்ணீரில் விழுந்து கிடப்பது. தண்ணீர்தான் எருமைக்கு 'குலதெய்வம்'! அது எப்பேர்ப்பட்ட மகாமோசமான தண்ணீராக இருந்தாலும் சரி, கம்மாய்க்கு வந்ததும் ஆவலாய்த் தண்ணீரை மண்டும் (குடிக்கும்). அப்போது எல்லோரும் சொல்லுகிற பாட்டை அவனும் சொல்லுவான்:

'கோயில் மாடே, குளத்துமாடே
கொம்புக்குக் குருணி;
பல்லுக்குப் பதக்கு
குடிச்சிக்கொ . . .
நாளைக்கி இந்நேரம்
காட்னாலும் காட்னேன்
காட்டாட்டாலும் போவேன்
குடிச்சிக்கொ... குடிச்சிக்கொ...'

கடைசியில் வரும் 'குடிச்சிக்கொ' என்பதை எல்லாரையும் போல் அவனும் வெடுக்கென்று சொல்லி நிறுத்தினான்.

எருமைகள் தண்ணிக்குள் இறங்கிப்போய்ப் படுத்துக் கொண்டது என்றால், நிம்மதியாக வீட்டுக்குப் போய் ஒரு வாய்க் கஞ்சி குடித்துவிட்டு வந்துவிடலாம். ஒரு தூக்கம் கூடப் போடலாம்! மோட்டமலையால் அப்படியெல்லாம் நிம்மதியாக எருமைகளை விட்டுவிட்டு இருக்க முடியாது" (பக்.131).

மாட்டின் கதை பற்றிக் கி.ரா. 'ஒரு வாய்மொழிக் கதை'யில் (1979) பின்வருமாறு பதிவிடுகிறார்.

"சோளக்காட்டு காவலுக்கு அங்கே போட்டிருந்த பரண் உச்சியிலெ ஒரு மாட்டுக்கொம்பு, பூண்பிடிச்ச மாதரி ஒரு கம்பு நுனியிலெ நட்டமா சொருகி வச்சிருந்தது. அதுதான் அப்படிச் சிரிச்சதும் பேசினதும்!

‘போன ஜென்மத்திலே நான், இப்பொ நீங்க கடன் வாங்கப் போரீகளே அவருகிட்டத்தான் நானும் கடன் வாங்கிருந்தேன். கடனை வாங்கி வாங்கி ரொம்பப் போடுஸா செலவழிச்சேன்.

இந்த ஜென்மத்திலெ அவரு தொழுவிலேயே வந்து மாடாப் பிறப்பெடுத்தேன். கண்ணுக்குட்டியா இருந்தப்பொ என் தொண்டை நனைஞ்சிருக்காது தாய்ப்பாலு, காளையா வளந்த உடனே “பசுச் சுகம் அறிய முன்னாடி என்னை உடையடிச்சி உழவுலெ கட்டிட்டாங்க. ஆயுசு பூராவும் குளம்புக தேய முன்னும் பின்னும் நடந்து நடந்து மூக்கணாங் கயிறு. மூக்கை அறுத்து ரெத்தம் கசிய அவரு தோட்டத்துக்குக் கமலை இழுத்து தண்ணீர் இரைச்சேன். குப்பை வண்டி இழுத்தேன்.

ஆயுசு முடிஞ்சி செத்துப்போன பிறகும் அவுகளுக்கு என் தோலை உரிக்கக் கொடுத்து கமலைக்குக் கூனைவாலாய் தண்ணி இரைக்க உதவுனேன். கூனைவாலாகிக் கிழிஞ்சபிறகும் அவுக வீட்டு ஆள்களுக்கு காலுக்குச் செருப்பாகி உழைச்சேன். அப்பவும் என் பாடு தீரலை இப்போ, அவரோட தோட்டத்துக்குக் காவல் காத்துக்கிட்டிருக்கேன்.”

இப்படிச் சொல்லிட்டு மாட்டுக் கொம்பு சிரிக்க ஆரம்பிச்சது. சிரிப்புச் சத்தம் மாதரிக் கேட்டாலும் கவனிச்சுக் கேட்டா அது அழுகைச் சத்தம்போல இருந்தது.

கி.ரா. உலகில் ஆடுமாடுகள் எருமைகள் மட்டும் சஞ்சரிக்க வில்லை. இன்ன பிற வீட்டு விலங்குகளும் உலாவுகின்றன. நாய், பூனை பற்றிக் கி.ரா.வின் கண் திறப்புகள் அலாதியானவை.

வீட்டு நாய்கள் பற்றிக் கி.ரா. ‘மிருக மனிதன்’ (1980) கதை யில் சிலாகித்து எழுதுகிறார்.

“முடிவான் வீட்டுக்குள் நுழைந்தபோது கட்டுத்தரையில் படுத்துக் கிடந்த பசுமாடுகள் ஒருவினாடி அசையை நிறுத்தி காதுகளை முன்பக்கம் குவித்து இவனைப் பார்த்துவிட்டு அசையைத் தொடர்ந்தன. தூரத்தில் இவன் வரும்போதே மோப்ப சக்தியால் அறிந்துகொண்ட நாய் அமைதி இழந்து கட்டுச்சங்கிலியிலிருந்து விடுபட முனைந்தது. நேரிலே இப்போது கண்டதும் வாலைக் கவுட்டைக்குள் நுழைத்து பின்வாங்கி ஒடுக்கமாக நின்றுகொண்டது.”

கரிசல்காட்டுக் கடுதாசியில் (1988) இப்படி எழுதுகிறார் கி.ரா. லைக்காவுக்கு ஒரு கழுத்துப்பட்டை வெள்ளியில் செய்து போட ஏற்பாடு செய்துகொண்டிருந்தான் நண்பன். எங்கோ வெளியூர் போயிருந்தபோது அங்கே ஒரு நாயின் கழுத்தில்

பார்த்தானாம்; அதிலிருந்து அதையே சொல்லிக்கொண்டிருந்தான். நானும், "சரிதான்; இதுக்குக் கட்டாயம் செய்துபோட வேண்டியதுதான்" என்று சொன்னேன் (மேலது, பக்.41).

அடுத்த தடவை நண்பனின் வீட்டுக்குப் போயிருந்த போது, மிஸ் லைக்கா சுத்தக்கட்டி வெள்ளியினால் செய்த பளபளப்பான கழுத்துப் பட்டையை அணிந்துகொண்டு, வேப்பமரத்தடி நிழலில் சுத்தமான சிமெண்ட் திண்டில் மகாராணி போல ஒய்யாரமாகப் படுத்துத் தூங்கிக்கொண்டிருந்தது. உண்மையிலேயே அந்த வெள்ளிப்பட்டை அந்த லைக்காவுக்கு ரொம்ப பொருத்தமாக அமைந்துவிட்டது. சும்மாவா சொன்னார்கள். மண்ணுக்கு பூசிப்பார் பொண்ணுக்கு இட்டுப்பார் என்று! வருகிறவர்களெல்லாம் கழுத்துப் பட்டையைப் பார்த்துவிட்டு, "ரொம்ப நல்லா அமைஞ்சி போச்சி" என்று மெச்சுவதாக நண்பன் சொன்னான். "முச்சந்தி மண்ணை எடுத்து வந்து சுத்திப் போடு" என்று சொன்னேன், திருஷ்டி விழுந்துவிடாமல் இருக்க.

கழுத்துப் பட்டை அணிந்துகொண்ட பிறகு லைக்கா கொஞ்சம் சுதாரிப்பாக இருப்பதாகப்பட்டது. தூக்கத்தில் அதுக்குக் கனவுகள் வரும் போலிருக்கு; இன்ப முனகலாய் முனகும்; மேலும் அதிகப்படி சுருண்டு படுக்கும்! சில சமயம் திருடன் வருவதுபோல கனவு காணுமோ என்னவோ, தூக்கத்திலேயே மெல்லிய குரைப்பாகக் குரைக்கும்." (மேலது, பக்.41).

பூனை பற்றிய விவரிப்பு ஒன்றையும் இங்குக் காண்போம்.

"பூனையின் வாயில் ஒருகுட்டி தொங்கிக்கொண்டிருக்க மாடியில் ஏறி அடுத்த வீட்டுக்குப் போகும்போது முடிவான் கவனித்துவிட்டான். "அய் .. !யம்மா பூனை குட்டி போட்டிருக்கு போல"

"ஆமா ராஜா, குட்டி போட்டிருக்கு; மூனு குட்டி போட்டிருக்கு."

"மூனு குட்டியா, ரெண்டைக் கிணத்துலெ கொண்டு போயி போட்டூட்டு ஒண்ணைமாத்தரம் வச்சுக்கிடலாமே" என்று பூனையைப் பார்த்துக்கொண்டே முடிவான் சொன்னபோது பூனையும் அவனைப் பார்த்தது; பார்த்துவிட்டு வாயில் தொங்கும் குட்டியோடு ஒரே தவ்வலில் தாண்டிப்போனபோது அதன் கண்களில்த்தான் எத்தனை ஜுவாலை!"

பின்னுரை

கி.ரா.வின் கதைகளைப் படிக்கும்போது ஒவ்வொரு கதாபாத்திரமும் உயிர்பெறுகிறது. மண்ணின் மணம் மறையாத

சித்திரங்கள் அக்கதாபாத்திரங்கள். கி.ரா. தன் கதைகளின் ஊடாகச் சித்தரிக்கும் விலங்கின உலகம் மக்கள் வாழ்வோடு இயைந்தது. தாவரங்கள், விலங்குகள், மக்கள் ஆகிய மூன்று தளங்களையும் சரிசமமான இயங்கியல் கண்ணோட்டத்தில் சித்தரிப்பவர் கி.ரா.

கி.ரா.வின் விலங்கின விவரிப்புகள் முழுவதும் அனுபவம் சார்ந்தவை. அவற்றில் கற்பனைகள் இல்லை. 'அனுபவத்திற்கு மிஞ்சிய ஆசான் கிடையாது' என்பதே கி.ரா.வின் படைப்புகளில் கிடைக்கும் விழுமிய கருத்தாகும். காலவெளியில் கரிசல் சமூகம் தன்னைத் தானே எப்படி விலங்குகளோடும் பறவை களோடும் உறவாடுகிறது என்பதைக் கி.ரா.போல எவரும் காட்சிப்படுத்தியதில்லை.

ஊர்ப் பகடைகள் செத்துப்போன கண்ணுக் குட்டியைத் தூக்கிச் செல்லும் போதும், பால் பண்ணையில் முக்கால்வாசி மாடுகள் கண்ணுக்குட்டி இல்லாமல் கைப்பால் கொடுக்கும் போதும், எருமைகள் பச்சைப்புல் மேய்வதைவிடவும் கம்மாய்த் தண்ணீரில் விழுந்து கிடப்பதை விளக்கும்போதும் கி.ரா.வின் விலங்கின அறிவு அலாதியானது என்பதை உணர முடிகிறது.

தமிழர் வாழ்வில் ஆடுகளும் மாடுகளும் சேவல்களும் உறவுகளாகின்றன. உயர்குடி மக்களின் கலையும் பண்பாடும் உயர்வடிவம் பெற்றுவிட, உழைப்புக் குடிகளின் கலையும் பண்பாடும் வழக்காறுகளாகவும் விழாக்களாகவும் விலங்கின ஆராதனைகளாகவும் (சேவற்கட்டு, கிடா முட்டுதல், ஏறுதழுவுதல் உட்பட) பரிணமிக்கின்றன.

ஆடு மாடுகளின் மூத்திர வாசமும், சாணி அள்ளும் வாசமும், கூளம் போடும் நேர்த்தியும், கிடை பிரிக்கும் உத்தியும், கோழி உரிக்கும் லாவகமும் எனக் கி.ரா. தன் விலங்கின உலகத்தை விரித்துக்கொண்டே செல்கிறார்.

விலங்கினங்கள் மானுட வாழ்வு வெளியில் பிரபஞ்சத்தின் பல கூறுகளைத் தன்வயப்படுத்திக் குறியீடுகளாய் விளங்குகின்றன. காரிக் காளை திருமாலோடும், வெண்ணிறக் காளை பலராம னோடும், கபில நிறத்துக் குரால் சிவபெருமானோடும், செந்நிறச்சேய் முருகனோடும் வண்ணத்தால் ஒப்பிடப்பிடுகின்றன. விலங்குகள் அன்பு, நேசம், பரிவு, கனிவு முதலான உணர்வுகளை மனிதர்களோடு பகிர்ந்து கொள்வதும், மானுடர்கள் தெய்வமாகவும் தெய்வங்களின் வாகனங்களாகவும் உயர்நிலைப்படுத்தி வழிபடுவதும் தமிழ் மரபின் மாண்புகள். கி.ரா.வின் எழுத்தியல் விரிந்த விலங்கின உலகத்தை நமக்குக் காட்சிப்படுத்துகிறது.

8

மக்கள், சாதிகள்

"கோபல்ல கிராமம் நாவலை முற்போக்கு, பிற்போக்கு என்று வறட்டுத் தனமாக மதிப்பிட முடியாது. நாட்டுப் பண்பாட்டு மரபில் தோன்றிய ஒரு வரலாற்று நாவல் இது. இதில் மெய்யியல் பார்வை விஞ்சியும், இயல்பியல் குறைந்தும் காணப்படுகிறது. நாட்டுப் பண்பாட்டைப் (ஒரு சாதியாரின்) பரிபூரணமாக வெளிப்படுத்தும் சிறந்த படைப்பிலக்கியம் இந்நூல்".

– நா. வானமாமலை

சாதியம் சங்ககாலத்திலேயே தோன்றி விட்ட ஒன்று. ஆனால், தமிழகத்தில் சாதியம் சோழர் காலத்தில் நன்கு வளர்ச்சி பெற்று, விஜய நகரப் பேரரசு காலத்தில் (கி.பி.14ஆம் நூ.பிற்பகுதி– 18ஆம் நூ.வரை) உச்ச வடிவம் பெற்றுவிட்டது. நாயக்கர் காலத்தில் ஒரு புலம்பெயர் சமூகமாகத் தமிழகம் வந்த தெலுங்கர்கள் 70க்கும் மேற்பட்ட சமூகத்தாராக இன்றைக்கும் வாழ்ந்து வருகின்றனர். இன்றைக்குத் தமிழகத்தில் வாழும் 364 சமூகங்களில் பிறமொழி பேசும் சமூகத்தாரில் தெலுங்கர்களே மிகுதி.

தமிழ்ச் சமூக அசைவியக்கத்தில் சாதியம் இன்றும் உயிர்ப்புடன் இருந்து வருகிறது. அது முற்று முழுதாக அழிந்துவிடவில்லை. சமகாலச் சூழலில் சாதியம் கருத்தியல் தளத்திலும், சமூகத் தளத்தி லும் ஆதிக்கம் செய்து வருகிறது.

கி.ரா.தன் கதைகளில் சாதிகள் குறித்தும், சமூக ஏற்றத்தாழ்வுகள் குறித்தும், அவை சமூக உற்பத்தி உறவுகளின் அடிப்படையில் பெரிதும் வடிவமைக்கப் படுகின்றன என்பது குறித்தும் பேசுகிறார். கி.ரா.

அடிப்படையில் ஒரு பொதுவுடைமைவாதி. அச்சித்தாந்தத்தின் பின்னணியில் கரிசல்காட்டுச் சாதிய உறவுகளை பல இடங்களில் பதிவிடுகிறார்.

சாதி மறுப்புக்கான காதல் பற்றிய பல உண்மை நிகழ்வு களைக் கி.ரா. பேசும் இடங்கள் நம் கவனத்தை ஈர்க்கின்றன.

கி.ரா. இனவரைவியல்

கரிசல்காட்டுக் கடுதாசியில் (1988) பின்வருமாறு எழுது கிறார். "ஜாதி என்றுதான் எழுத நினைத்தேன். ஒழிய வேண்டிய 'களுதை'க்குக் கம்பீரம் என்ன வேண்டிக்கிடக்கு என்று நினைத்துத்தான் சாதி என்று எழுதினேன். போகிற போக்கைப் பார்த்தால் சாதிகள் ஒழிவதாகத் தெரியவில்லை. சாதியை ஒழிக்க என்ன வித்தையெல்லாமோ செய்து பார்த்தோம். சமபந்தி போஜனம், கலப்புத் திருமணம் என்றெல்லாம். பருப்பு வேகக் காணோம். கலப்புத் திருமணத்தில் பிறந்த சந்ததிகளெல்லாம் சேர்ந்து அது ஒரு தனீ சாதியாக உருவானதுதான் மிச்சம்!

அந்தக் காலத்தில் நான் சிறு பையனாக இருந்தபோது, எங்கள் ஊரில் வேற்று நபர்கள் தட்டுப்பட்டால் முதல் கேள்வி: "எந்த ஊரு..?" இரண்டாவது கேள்வி: "வர்ணம் என்ன?" (வர்ணம்– சாதி). இப்போது நாங்கள் யாரையும் அப்படிக் கேட்பதில்லை; கேட்கக் கூடாது. நாகரிகம் இல்லை என்கிற ஞானம் மட்டும் நாக்குக்கு வந்திருக்கிறது. மனசுக்கு வரவில்லை!" (மேலது, 202).

கிராம வாழ்வில் அக்காலத்தில் மக்கள் எவ்வாறு இருந்தார்கள் என்பதைக் கி.ரா. 'கறிவேப்பிலைகள்' எனும் கதையில் (1969) பின்வருமாறு எழுதுகிறார்.

"தை மாசத்தில் மழை தெளிந்து விவசாய வேலைகள் ஆரம்பமாகும். பட்டினி கிடந்த உடம்பு கொஞ்சம் மக்கர் பண்ணும். அதையெல்லாம் பார்த்தால் நடக்குமா? அடை மழைக்காலம் தவிர விவசாயக் கூலிகளுக்குத் தகிப்பாறும் நாட்கள் (லீவு நாட்கள்) வேறு ஏது? காலில் நகம் முளைத்த நாள்முதல் அவர்கள் தினம் தவறாமல் வேலை செய்தேதான் பிழைத்து ஆகணும்.

பப்பு தாத்தா பிறந்ததிலிருந்து நாலு வயசுவரை பிறந்த மேனியாகத் திரிந்தார். ஐந்து வயசிலிருந்து எட்டு வயசுவரை ஒரு கோமணத்தை மட்டும் வைத்துக்கொண்டு கம்மம் பிஞ்சை களுக்குக் காவல் காத்தார். ஒன்பது வயசிலிருந்து பன்னி ரெண்டு வயசு வரை ஒரு துண்டை மட்டும் கட்டிக்கொண்டு மாடு மேய்த்தார். பதிமூணு வயசுவரை ரெட்டைக் கலப்பை பிடிக்கிறது முதலிய வேலைகளைச் செய்தார். பதினாறாம் வயசிலிருந்து அவர் தனிக் கலப்பை பிடித்து உழ ஆரம்பித்தார்.

ஏரைக் கட்டி, உழ ஆரம்பிப்பதற்கு முன்னால் மேழியைத் தொட்டுக் கும்பிட்டு விட்டுத்தான் உழ ஆரம்பிப்பார். பரம நாஸ்திகன் ஒருவன் அந்தக் காட்சியைப் பார்த்தாலுங்கூட அதற்கு ஒரு நல்ல அர்த்தம் தெரியும். உண்மையிலேயே அது ஒரு மனசைத் தொடும் நிகழ்ச்சிதான்.

எப்பொழுதாவது அவர் தன் கூலியைத் தானியத்துக்குப் பதிலாகப் பணமாக வாங்கிக் கொள்ளுவார். அப்படிப் பெற்றுக் கொண்ட அந்தப் பணத்தை முதல் காரியமாகத் தலைபணிந்து இரண்டு கண்களிலும் ஒற்றிக்கொண்ட பின்னரே, வேஷ்டியின் சொருகுமுனையில் பவ்யமாக முடிய ஆரம்பிப்பார். ஆம், அது அவ்வளவு உயர்ந்த காசுதான்; அதற்கு அந்த மதிப்பு தகும்." 'கறிவேப்பிலைகள்' (1969) கதையில் மேலுமொரு குறிப்பைக் காண்போம்.

"அந்த வங்கிழடு தம்பதியருடைய சொந்தப் பெயர்களை மறந்தே போய்விட்டது கிராமம். பப்பு தாத்தா தம்பதியர் என்று சொன்னால்தான் தெரியும். தனித்தனியாகச் சொல்வ தென்றால், அந்தத் தொண்டுக்கிழவரைப் பப்பு தாத்தா என்றும், அந்தத் தொண்டுக் கிழவியைப் பப்புப் பாட்டி என்றும் வயசானவர்களிலிருந்து குழந்தைகள் வரை அழைத்தார்கள்.

அவர்களைப் பார்க்கும்போது உலர்ந்த பழங்களின் ஞாபகம் வரும்.

பேரீச்சம்பழ நிறத்திலுள்ள அவர்களுடைய உடம்பின் தோல்களில் கணக்கில்லாத மச்சங்கள்; கருப்பு, சிகப்பு நிறத்திலும் கருநீல நிறத்திலும் உடம்பின் சில பகுதிகளில் வறண்ட பாலுண்ணிகள் நிறைந்திருந்தன. முகத்தில் சில இடங்களில் சிலந்தி வலையின் நிழலை ஞாபகப்படுத்தும் கோடுகள். தென்னம்பாளையின் காய்ந்த ஓட்டின் மேலுள்ளதைப் போன்ற நெருக்கமான நேர்கோடுகள்; பனைமரத்தின் சில்லாடை யிலுள்ளதைப் போல் சதுரக்கட்டங்கள்; இப்படி உடம்பெங்கிலும் வயோதிகத்தினால் விழுந்த கோடுகள் நிறைந்திருந்தன.

பப்பு தாத்தா, இழவு, கல்யாண வீடுகளில் சாப்பிடும்போது பல தடவைகள் பருப்புக் கறியையே மாறி மாறி வாங்கி விரும்பிச் சாப்பிடுவார். அதிலிருந்து அவருக்குப் பருப்புத்தாத்தா என்று ஏற்பட்ட பெயர் நாளடைவில் குழந்தைகளின் மழலை உச்சரிப்பில் அந்தப் பெயர் பப்புதாத்தா என்று ஆகிவிட்டது."

கிராமங்களில் அடித்தள மக்களின் பிழைப்பு எவ்வளவு மோசமானதாய் இருந்திருக்கிறது என்பதைக் கி.ரா. 'அவத் தொழிலாளர்' (1965) கதையில் பின்வருமாறு படம்பிடித்துக் காட்டுகிறார்.

“அந்த பஸ்ஸாண்டில் மூட்டைத் தூக்கிப் பிழைக்கும் கூலிகளில் ஒருவனுக்குப் பதினெட்டு வயசிருக்கும். நல்ல தடியான திரேகம். மொட்டைத்தலை, அரைஊமை, அதோடு வாய்பட்டு கொன்னல், மேல்த்துண்டு இல்லாமல் இடுப்பில் மட்டும் எப்போதும் இறுக்கிய தார்பாய்ச்சு, மொழுமொழு என்று கொழுத்த கருமொழுகாய் இருக்கும் வைக்கக் கை துறுதுறுக்கும் போலும்.

எதிர்பாரா சமயத்தில் ஒரு கண்டக்டரோ டிரைவரோ அவன் முதுகில் ஒரு குடுப்புக் கொடுப்பான். வீல் என்று அவன் அடித்தவன் மேல் பாயும்போது மற்றவன் அதைவிட வேகமாக ஊமையனின் முதுகில் ஒன்று கொடுத்து அவனை திசை திருப்புவான். அடிகளும் வேதனையும் தாங்கமுடியாமல் போகும்போது அந்த அனாதை, ஓடிச் சென்று ஒரு பெரிய்ய கல்லை இரண்டு கைகளாலும் தூக்கிக்கொண்டு வருவான். ஆனால் அவனிடமுள்ள நல்ல குணம் யார்மீதும் அதைப் போடமாட்டான்.

இப்பொழுதுதான் போடப் போவதுபோல் இருக்கும்; அவ்வளவுதான். கொஞ்சநேரத்திலெல்லாம் அடிகள் திமுதிமு வென்று விழும். ஆனால் யார் அடித்தார்கள் என்றே அவனுக்குத் தெரியாது; சுற்றி நின்றுகொண்டு அப்படி ஒரு அடிமுறை!

கேவிக்கேவி அழுதுகொண்டே அவன் தன்னை அடித்தவர் களை ஆத்தா அக்கா பொண்டாட்டிப் பிள்ளை என்று அவன் மொழியில் தாறுமாறாக ஏசுவான். அதைக்கேட்டு அந்தத் தொழிலாளர்கள் கை கொட்டிச் சிரிப்பார்கள்.

யார் யாரிடமோ தாங்கள் பட்ட துன்பங்களையும் யார் யார்மீதோ தாங்கள் காட்ட வேண்டிய ஆங்காரத்தையும் எவ்வித முகாந்தரமும் இல்லாமல் இந்த மூட்டை தூக்கிப் பிழைக்கும் அனாதையிடம் காட்டிக்கொண்டிருந்தார்கள்.”

மக்களிடம் வழங்கும் வசவுப் பெயர்களும் செல்லப் பெயர்களும் கிராமியச் சொல்லாடலில் உயிர்ப்பானவை. ‘மிருக மனிதன்’ (1980) கதையில் கி.ரா. சொல்லும் ஓர் எடுத்துக் காட்டை மட்டும் காண்போம்.

“இந்த ஈத்துக்குத்தான் பூனை நிம்மதியாக, குட்டிகளை இடம் மாற்றி வைக்காமல், அவைகள் கொஞ்சம் பெரிசான வுடன் சாப்பாட்டுக் கூடத்துக்கு அழைத்துக்கொண்டு வந்திருந் தது, போன ஈத்தில் இப்படிச் செய்யவில்லை. காரணம் அப்போது “முடிவான்” இருந்தான். முடிவான் என்பது பெயரில்லை; அம்மா அவனுக்கு வைத்த வசவுப்பெயர். செல்லப்பெயர் மாதரி வசவுப்பெயர்களும் இருக்கிறது.

கிராம சமூகத்தில் வேட்டைக்காரர்களின் வகிபாகத்தைக் கி.ரா. இவ்வாறு சித்தரிக்கிறார். ‘விடுமுறையில்’ (1982) கதையில் வரும் ஒரு பகுதி இது.

“ஒவ்வொரு ஊரிலும் இப்படி வேட்டைக்காரர்கள் – ஒன்று போல இருப்பார்கள் போலிருக்கு என்று நினைத்துக் கொண்டான்.

இந்த வேட்டைக்காரர்களோடு ஒரு சங்கடம். இவர்கள் யாரோடும் ஒட்டமாட்டார்கள். அவர்களுக்கு வேண்டிய தெல்லாம் தனிமை; சளசளப்பில்லாத அமைதி.”

கிராம வாழ்வின் பழக்கவழக்கங்கள் தனித்துவமானவை. கி.ரா. காட்டும் பின்வரும் பதிவைக் காண்போம். ‘ஒரு வாய்மொழிக் கதை’ (1979) கதையில் இவ்வாறு எழுதுகிறார்.

“கதை சொல்லணுமாக்கும். சரி, சொல்றேன்.

எங்க ஊர்லெ எல்லாம், ஒரு கதை சொல்லுண்ணு கேட்டா,

‘நா வாழ்ந்த கதையைச் சொல்லவா; நா தாழ்ந்த கதையைச் சொல்லவா’ண்ணு கேக்கிறதுண்டு. நாம ரெண்டுலெ எதையாவது கேட்டு வைக்கணும். ஆனா, அவங்க வாழ்ந்த கதையும் வராது; தாழ்ந்த கதையும் வராது. ஏதாவது ஒரு கதை வரும்!

பின்னெ என்னத்துக்கு இந்தக் கேள்வின்னு நினைக்கலாம். ஒருவேளை, கொஞ்சம் யோசிச்சிக்கிட அவகாசம் வேணும்ங்கிறதுக் காக இருக்கலாம். எல்லாம் ஒரு ‘இது’க்காகத்தான்.

திறுக்கைச் சுத்ன உடனே தண்ணி கொட்றமாதிரி கேட்ட உடனே கதை சொல்றதுக்கு மன்னன் பல்ராம் நாயக்கர்தான்.

“யோவ், ஒருகதை சொல்லும்”ன்னு கேக்க வேண்டியது தான். உடனே முகத்திலெ ஒரு சந்தோஷம் – ஒரு களை – வந்துரும்.எச்சியெக் கூட்டி விழுங்கி தொண்டையைச் சரி செஞ்சிக்கிட்டே அடப்புலெ சொருகியிருக்கிற சேலம் பொடிப்பட்டையை உருவி ஒரு சிம்ட்டாப் பொடியை எடுத்து வச்சிக்கிட்டு தொடங்குவாரு.

> “ஆனைத் தலைத்தண்டி பெருங்காயம் போட்டு
> கீரை கடையிற ராசா மகளுக்கும்,
> அரிசி கழுவின தண்ணி ஆயிரம் ஏக்கர்
> பாய்ற ராசா மகனுக்கும் கலியாணம்”

கதை தொடங்குறப்பவே எல்லார்மாதரியும் பொடியைப் போட்டுக்கிட மாட்டாரு. சரியான கட்டம் வரணும் கதையிலெ. அப்பிடி ஒரு இடைவெளி கொடுத்து, சர்ர்ர்ண்ணு பொடியை

இழுத்து பெருவிரலும் நடுவிரலும் ஒட்டுனயிடத்திலெ ஆள்க் காட்டி விரலாலெ சொடக்கு விழறமாதிரி ஒரு உதறுதட்டுத் தட்டிட்டு, பிதுங்கிய கண்ணீர் விழியாய் நம்மையெல்லாம் ஒரு சுத்துகெத்தான பார்வையால் பார்ப்பார்; எவன்டா எம்மாதரி கதை சொல்ல முடியும்ன்னு கேக்கும் அந்தப் பார்வை."

'கிடை' (1968) கதையில் இன்னுமொரு வண்ணனையையும் காண்போம்.

"அவளுடைய உடம்பின் பழுப்பைக் கண்டால் எந்த நிமிஷத்திலும் அவள் சடங்காகிவிடலாம் என்று, பார்க்கிறவர் களுக்குத் தோன்றும்; அப்படி ஒரு கனிவு. அசைவுகளிலும் நடை உடை தோரணைகளிலும் ஒரு பெரிய மனுஷத்தன்மை. சிரித்துவிட்டால், ஈரக்குலையில் மாட்டிக் கொண்ட தூண்டியை வெட்டியிழுப்பதுபோல, பார்த்தவர்களுக்கு திடுக்குறும். 'அள்ளிச் சொருகிய, இளநிப் பருமனுள்ள கொப்பு. கண் விழியிலுள்ள கருப்புவிழியின் அகலமுள்ள சாந்துப்பொட்டு, வெற்றிலை குதப்பிய கன்னங்கள், அதன் நெஞ்சாற்று ஈரம் படிந்த, துடிப்பு உள்ள ஈக்கி உதடுகள், கிட்டே நெருங்கினால் துவப்பும், பருவ வியர்வையின் நெடியும் சேலை வெளுப்பின் உவர்மண்ணின் வாடையும் கலந்த ஒருவித வாஸனை வந்து சொக்க அடிக்கும்.

பாக்குக்குப் பதில் அவள் துவப்புதான் வெற்றிலைக்கு உபயோகிப்பாள். சிகப்பு மீந்து வெற்றிலை பிடித்துவிட்டால், அவளுடைய மூக்கிலும் கன்னப்பொருத்திலும் கழுத்தடியிலும் கக்கத்திலும் வியர்வை முத்துக்கள் கொட்ட ஆரம்பித்துவிடும். அந்தத் துவப்பின் சிறிய போதையில் பேச்சுக் குழறிக் குழறி வார்த்தைகள் மழலையாய் வெளிவரும்.

அவளுடைய கீழ் உதட்டுக்கும் நாடிக்கும் ஊடே பாசிப் பருப்பு அளவுள்ள ஒரு சிறிய பாலுண்ணி இருக்கும். அருகே அவள் வந்து உட்காரும்போது, இழுத்து மடியில் போட்டுக் கொண்டு, ஒரு ஆட்டுக் குட்டியைப் போல் அணைத்துப் பிடித்துக் கொள்ள வேண்டும்போல ஒரு குறுகுறுப்புத் தோணும்.

செவனியைவிட எல்லப்பன் எவ்வளவோ செக்கச்சிவப்பு. இவ்வளவு வெயிலில் அடிபட்டும் அவனுடைய சிவப்பு மங்காமல் இருந்தது. கால்களில் அடர்த்தியான செம்பட்டை மயிரும், வேட்டியை எப்பொழுது பார்த்தாலும் இறுக்கிக் கோமணம் பாய்ச்சிக்கட்டியும் இடுப்பில் அகலமான தோல் இடைவாரும் சொறுகிய சூரிக்கத்தியும் சிவந்த உதடும் காதில் பழைய சிவப்பு பதித்த பெரிய ஒற்றைக்கல் தோடுமாகக் காட்சியளிப்பான். நித்தமும் நாயுருவி வேரினால் பல் தேய்ப்பத னால் பற்கள் வெளுப்பாகவும் சுத்தமாகவும் இருக்கும். வளர்ந்த மெலிவிலும் ஒரு அழகு; மேனியில் ஒரு மின்னாப்பு. கிடையில்

இவனை 'செவ்வாழைப் பயல்' என்று சொல்லுவார்கள். சிகப்பு நிறத்தைப் பிடிக்காதவர்கள் அவனை 'செம்மூஞ்சி' என்றும் சொல்வார்கள்."

ஆடு மேய்ப்பவர்கள் பற்றிக் கிராமத்தாரின் பார்வையைக் கி.ரா. பின்வருமாறு 'கிடை' (1968) கதையில் பதிவிடுகிறார்.

"ஊர்க் கூட்டத்தில் பருத்திக்காய் அழிவைப்பற்றிப் பல மாதிரியான பேச்சுக்கள் அடிப்பட்டன. ஆடு மேய்க்கிறவர்களைப் பற்றி இரண்டுவித அபிப்பிராயங்கள். பொதுவாக, சம்சாரிகளுக்கு எப்பவும் ஆட்டுக்காரர்கள் விரோதிகளே. அவர்கள்மேல் இவர்களுக்கு அடங்காத சினம். ஆட்டுக்காரர்களே தங்களைப்பற்றி 'நித்தக் குற்றவாளிகள்' என்று தாங்களே சொல்லிக்கொள்வார்கள். ஆட்டின் வயிறுதான் பெரிசே ஒழிய சம்சாரியின் மாசூலைப்பற்றி அவர்களுக்கு ஒருபோதும் கவலையில்லை என்றாலும், ஊர்க்காரர்கள் சில ஆட்டுக்காரர்களைப் பற்றி, இவர்கள் ஒழுங்கு தவறாமல் மேய்க்கிறவர்கள், இவர்கள் ஒழுங்கு தவறி மேய்க்கிறவர்கள் என்று, காரணத்தோடு சில தீர்மானமான அபிப்பிராயங்கள் வைத்திருக்கிறார்கள்."

'கிடை' கதையில் வரும் மேலுமொரு பதிவைக் காண்போம். "அவர் திருச்செந்தூரையே பார்த்ததில்லை. அறுபது வயதாகிறது; எட்டு வயசுக் குழந்தையிலிருந்து அவர் அந்த 'கடக்கரையாண்டி'யைப் பார்க்கவேணும் பார்க்கவேணும் என்று நிதமும் நினைத்துக்கொள்ளுவார். ஆனால், அவருக்கு விடியிறதிலிருந்து அடைவதுவரைக்கும் பொழுது சரியாகவே இருந்தது. 'பிறந்து விழுந்தது முதல்' இதுநாள்வரைக்கும் இந்தக் கரிசல் மண்ணின்மேல் அவர் தூங்குகிற நேரம் தவிர மத்தய நேரங்களிலெல்லாம் துறட்டிக் கம்பைப் பிடித்துக்கொண்டு நின்றுகொண்டே காலத்தைத் தள்ளிவிட்டார். 'நின்று நின்று கால்கள் வளைந்து போய்விட்டது. எழுத்தில் எழுதிக்காட்ட முடியாத ஒலிகளை வாயினால் உண்டாக்கிக் கொண்டே அவர் ஆடுகளை மேய்த்துக்கொண்டிருப்பார். அந்த ஒலிகளை அவர் தூக்கத்திலும் ஒலிப்பார்! சதா அவைகளை வைதுக்கொண்டும் அவைகளோடு பேசிக்கொண்டும் இருப்பார். கட்டிய மனைவி அவருக்கு 'வளைய' வில்லை. ஒரே ஒரு மகன் இருந்தான்; அவனும் வாடாவளியாய் தலையெடுத்து 'தம்பி தலையெடுத்தான்; வெள்ளாட்டுக்கு ஆள் தேவையில்லை' என்று பரதேசம் போய் விட்டான்.

ஆடுகளே அவரது உலகம். அவர் தன்னுடைய வாழ்நாளில் எந்த விதமான சாகசக் காரியங்களும் செய்தவரல்லர். வேணுமானால் எல்லா ஆட்டுக்காரர்களைப் போலவே அவரும் குறி பிசகாமல், சொன்னது சொன்னயிடத்தில் கல்லால்

எறிய வல்லவர்; இது ஒன்று தான். கிடையிலிருந்து நடத்தும் துக்கியம்மன் கோவில் பொங்கல் திருநாளில் பலி கொடுக்க வேண்டிய தன்னுடைய கிடாயை மற்றவர்களைப் போல் தாமும் வீச்சறுவாளை எடுத்து தலையைத் துண்டாட வேண்டும் என்ற எண்ணம் வயசில் மட்டும் அவருக்கும் இருந்ததுண்டு!"

பண்டைய பழமைச் சமூகத்தின் அடையாளமாகக் கரிசல் சமூகம் காட்சி பெறுகிறது. கிராமத்தாரின் ஆடைகள் பற்றிக் கி.ரா. 'வேட்டி' கதையில் சொல்லும் விவரிப்பு நம் கவனத்துக்குரியது.

"அது நல்ல கோடைக்காலம். உடம்பில் வேர்வை நசநசத்தது. மனப்புழுக்கம் வேறு அப்படியே கொஞ்சம் லாத்தலாய் கம்மாக்கரைப் பக்கம் போய்க் காத்தாட ஒரு மரத்தடியில் உட்காரலாமே என்று வேட்டியை மடித்துக் கட்டிக்கொண்டு நடந்தார். சனியன்போல எதிரே ஒரு புளியம்பழம் கீழே கிடந்தது. எடுப்பதற்காகக் குனிந்தார். அவ்வளவுதான்; வேட்டி ரெண்டாக ஒருச்சாண் நீளத்துக்குப் பிய்ந்து போய்விட்டது. கிழிந்தாலும் தைத்துக்கொள்ளலாமே; பிய்ந்தல்லவா போய் விட்டது.

'தெரியாமலா நாணப்ப நாயக்கர் அப்படிச் செய்யிறார்! அவர் ஒண்ணும் பைத்தார மனுசன் இல்லை; நல்ல வசதி யானவர். உக்காரும்போது – அது எந்த இடமானாலுஞ் சரி – கலியாணவீடோ விசேச வீடோ ஊர்ப் பொதுக்கூட்டமோ கம்மாய்க்கரையோ எங்கானாலும் சரி, உடம்பு தரையில் படுமேதவிர உக்காரும் தரைக்கும் உடம்புக்கும் மத்தியில வேட்டி பட்டால் புழுதிலும் அழுக்கும் ஆயிரும்; வேட்டி நைஞ்சும் போகுமாம்'. கஞ்சம்பத்தி, ஈயாப்பத்தி என்று யார் எவர் கேலி செய்தாலும் சரிதான்; "போங்கடா பேப்பய புள்ளைகளா" என்று சொல்லிவிடுவார். அவர் குனியும்போது வெட்கப்படாமல் வேட்டியை – மடித்துக் கட்டியிருந்தால் – மேலே தூக்கி விட்டுக் கொள்வார்!"

'தாவைப் பார்த்து' (1984) கதையில் கிராமத்தாரின் கோமணத் துணி பற்றி ரசித்து எழுதியிருக்கிறார். "வந்தவர் பக்கத்தில் வந்து குத்துக்கால் வைத்துக் உட்கார்ந்தார். லேஞ்சியை அவிழ்த்து குண்டிக்கடியில் போட்டுக்கொண்டு தலையை ரண்டு கைகளாலும் பறட் பறட் என்று சொறிந்துகொண்டார். இது அவர் வழக்கமாக எங்கே போய் உட்கார்ந்தாலும் செய்யும் முதல்க்காரியம். அடுத்தது கோமணத்துணியை சரிசெய்துகொள்வது. வேட்டியோ லங்கோடோ இவர் அணிந்துகொள்வதில்லை. இருபத்தி நாலு மணி நேரமும் பழனி ஆண்டவர்போல கோமணத் துணியோடு தான் காட்சி தருவார். மாராப்பைப் பெண்கள் அடிக்கடி சரி

செய்துகொள்வது போல இவர் கோமணத்துணியை இழுத்து விட்டு சரிசெய்துகொள்வார் அடிக்கடி ஒன்றுமே அறியாதவர் போல முகத்தை வைத்துக்கொள்வார்."

கி.ரா.வின் கிராம தரிசனத்தில் பிச்சைக்காரர்கள் பற்றிய பதிவு அவருடைய சுதேசி இனவரைவியலின் பெறுமானத்தை மிகுதிப்படுத்துகிறது. 'லீலை' (2016) நாவலில் இப்படி எழுதுகிறார்.

"இதேபோல் இன்னொரு விசயம். அப்போது நானும் இருந்தேன். அது ஒரு பிச்சைக்காரனுடைய குரல். அந்தக் குரல் கர்ணகடூரமானது 'எதையாவது போட்டு அனுப்பு சீக்கிரம்' என்று சொல்லக்கூடியது."

ரசிகமணி அவர்கள் ஒரு பாடலைப் பாடிக்கொண்டிருந்தார். பிச்சைக்காரனுடைய கூப்பாடு காதுகளுக்குள் நாறாசத்தைக் குத்துவது போல் வந்துத் தாக்கியது.

பிச்சை கேட்பவர்களில் ரெண்டு வகை. வயித்துப் பசிக்காகக் கேட்பது. இன்னொன்று தொழில்ப் பிச்சைக்காரர்கள். இவர்கள் இம்சை செய்துதான் பிச்சை பெறுவார்கள். இப்படிக் குரலால் இம்சை தருவது. காட்சிகள் மூலம் இம்சை தருவது. இதில் கல்லுளி மங்கன் என்று ஒருவகை உண்டு. கூர்மையான கல்லாலோ உளியாலோ குடங்கையில் கீறிக்கொண்டு இரத்தத்தைக் காட்டிப் பிச்சை கேட்பார்கள்.

நான் பையனாக இருந்தபோது இதை முதல் முதலில் கோவில்பட்டி சந்தை நாட்களில்தான் பார்த்தேன்.

மகா கோரமாகப் பாடிப் பிச்சை கேட்பவர்களும் இருக்கிறார்கள்! இவன் இந்த வகையைச் சேர்ந்தவன். "பாடா"மல் கூப்பாடு போட்டுக் கேட்கிறான். எங்களுக்கும் என்ன செய்கிறது என்று புரியவில்லை" ('லீலை', 2016).

கிராம சமூகத்தில் எத்தனை விதமான மக்கள் ஊடாடு கிறார்கள்? கி.ரா. ஊமைகளைப் பற்றி 'ஜீவன்' (1972) கதையில் பின்வருமாறு எழுதுகிறார்.

"ஊமைகளோடு 'பேசுவது' என்பது எல்லோருக்கும் அவ்வளவு லேசு இல்லை. வேத்துமொழி தெரிந்தவன்தான் அதைப் பேசமுடியும் என்பதுபோல 'ஊமை பாஷை' தெரிந்தவன்தான் அவர்களோடு சரளமாகப் பேசமுடியும்.

'பெண்' என்று சொல்லவேண்டுமானால் மஞ்சள் பூசுகிறதைப் போலக் கன்னத்தில் தேய்த்துக் காண்பிக்க வேண்டும் அல்லது விரலால் மூக்கின்மேல் தொட்டுக் காண்பித்து மூக்குத்தியைத் தெரியப்படுத்த வேண்டும். பருவப்

பெண்ணைக் குறிப்பிட வேண்டுமென்றால், விரல்களைக் குவித்து மாரில் வைக்க வேண்டும்.

ஊமைகள் நம்மிடம் பேசும்போது அவர்களுடைய நாக்குக்குப் பதில் முகமே பாவங்களால் பேசும். அதோடு கைஜாடைகள் ஒத்துழைக்கும், தொண்டையிலிருந்து வாய் வழியாகவும் மூக்கின் வழியாகவும் முக்கல் கலந்த ஒருவித ஒலி அவர்கள் தம்மோடு 'பேசும்'போது கசிந்துகொண்டிருக்கும்.

கால்ப்பேச்சு, அரைக்கால்பேச்சு ஊமைகளும் உண்டு. நம்முடைய அங்குப்பிள்ளை அரைக்கால் பேச்சுஊமை. என்னை அவன் 'ஹாமா' என்று தெளிவில்லாத தேய்ந்த ஒலியால் குறிப்பிடுவான். இதற்கு 'மாமா' என்று அர்த்தம்!

என்னைக் கண்டுவிட்டால் அங்குவுக்கு ரொம்ப மகிழ்ச்சியாக இருக்கும். 'ஹாமா' என்று சொல்லிக்கொண்டே பக்கத்தில் வருவான். பிரகாசத்தால் கண்கள் மின்னும்."

கி.ரா. எத்தனையோ சாதிகளையும் மக்களையும் பற்றி விவரித்திருக்கிறார். சமூகத்தில் ஊமைகளைப் பற்றி அவர் கண்டறிந்துள்ள விடயம் நம்மை வியப்பில் ஆழ்த்துகிறது. 'ஜீவன்' (1972) கதையில் ஒரு பதிவைச் செய்திருக்கிறார்.

"அங்குவைக் கண்டால் வீட்டில் யாருக்கும் பிடிக்காது; பெற்ற தாய்க்கும்கூட. சாப்பாடு நேரம் மட்டிலும் அவனைச் சாப்பிட அனுமதிப்பார்கள். பிறகு போ போ என்று ஜாடை செய்து வெளியே துரத்திவிடுவார்கள்.

தங்கள் வீட்டில் ஒரு ஊமை இருப்பது அவர்களுக்கு கௌரவக் குறைச்சலாகப்பட்டது. 'எங்க பரம்பரையிலேயே ஊமை என்று யாரும் கிடையாது. இவன் எங்கிருந்து பிறந் தானோ' என்று சொல்லுவார்கள். ஆனால் ஊருக்குள் மற்ற எல்லார் வீடுகளிலும் அவனும் ஒரு பிள்ளை என்று நினைத்து நடத்திவந்தார்கள். நாயக்கமார்களின் வீடுகளில் எவ்வளவு பசியோடு இருந்தாலும் அவன்கை நனைக்கமாட்டான். அவனுக்குத் தன் ஜாதி உசத்தி என்ற நினைப்பு. அதோடு அவர்கள் சைவம்.

குமரிப்பெண்டுகள் தனியாக் கூடியிருக்கும் இடங்களில் அங்குப் பிள்ளை வந்து சிக்கிக்கொண்டால் அவர்கள் அவனிடம் கேட்கும் முதல் கேள்வி, 'என்னைத் தாலி கட்டுகிறாயா?' என்று அபிநயித்துக் கேட்பார்கள்! அங்கு அதற்குச் சட்டென்று மறுத்து விடுவான்.

'சரி; இவளை?'

அவன் தனது தோளைத் தட்டிக் காண்பித்து, 'அவள் எனக்குத் தங்கச்சி, அப்படிச் சொல்லாதே' என்று கண்களால்

ஆட்சேபிப்பான். (ஊமை பாஷையில் தோள்களைத் தொட்டுக் காண்பித்தால், உடன் பிறப்பு, சகோதரம் என்று அர்த்தம்).”

சங்க காலத்தில் ஐந்து திணைகளில் வாழ்ந்த நிலை குடிகளுக்குக் கலைச்சேவை வழங்கியவர்கள் அலைகுடிகளாக விளங்கிய பாணர்கள். இவர்களின் தொடர்ச்சியாக விளங்கும் இன்றைய நாடோடிகள் கரிசல் காட்டில் எவ்வாறு நிலை குடிகளை அண்டி வாழ்ந்தார்கள் என்பதைக் கி.ரா. கரிசனத்துடன் கண்டிருக்கிறார். கிராமம் என்றால் நிலைகுடியினரின் வாழ்க்கை மட்டும்தான் என்பதில்லை எனும் கி.ரா.வின் அவதானிப்பு நம்மைக் கவருகிறது. நாடோடிகள் பற்றிய அவரது விவரிப்புகள் அவருடைய இனவரைவியலை முழுமை பெறச் செய்கிறது. ‘கரிசல்க் காட்டில் ஒரு சம்சாரி’ (ஆ.இ.) எனும் கதையில் வரும் பின்வரும் பதிவைக் காண்போம்.

“கிராமத்துக்கு எப்பவாவது அபூர்வமாக, எதிர்பார்க்காத வேளையில் களைக்கூத்தாடிகள் வருவார்கள். அந்தக் கூட்டத் துக்கு ஒரு பெண்தான் தலைவியாக இருப்பாள். அவளுக்கு பங்காருபட்சி என்று பட்டம். பங்காருபட்சி என்றால் தங்கப் பறவை என்று அர்த்தம். அவள், அந்தக் கூட்டத்திலுள்ள ஆண்களில் யாருக்கும் மனைவி அல்ல. அத்த பட்டத்துக்குத் தங்களில் அழகான ஒரு பெண்ணை சிறுவயசிலிருந்தே தேர்ந்தெடுத்து அவளுக்கு அது சம்மந்தமான சகல விளையாட்டு களிலேயும் பயிற்சி கொடுத்துத் தேர்ந்தபிறகு அவள் ‘பெரிய மனுஷி’ ஆனவுடன் ஒரு நல்லநாளில் அவள் ஏறிவிளையாடும் களைமரத்துக்கே தாலிகட்டிக்கொள்வாள்.

பங்காருபட்சியின் விஜயம் கிராமத்து இளவட்டங்களின் மனசில் கிளர்ச்சியும் கொத்தளிப்பும் உண்டுபண்ணுவதாய் இருக்கும்.

இந்த பங்காருபட்சிகள் வேடிக்கைக்காகப் பெரியதனத்துக் கிழவர்களின் மேல்வேட்டியை மல்லுக்கட்டி உரிமையோடு பறித்துக் கொண்டு போவார்கள். அந்தக் காட்சி பார்க்கிறதுக்கு ஒரு ஆனந்தம்!

மேல்வேட்டியை பறிகொடுப்பதுபோல் ஒரு கேவலம் வேறு உண்டா? அவமானத்தின் காரணமாக அவர்கள் அவளோடு போராடுவார்கள். அவளை ஒன்றுஞ் சொல்லவும் முடியாது. இவர்களுக்கு தங்களைக் காப்பாற்றிக்கொள்ள எத்தனை உரிமை உண்டோ அவ்வளவுக்கு அவர்களிட மிருந்து அதைப் பறிப்பதற்கு அவளுக்கு உரிமை உண்டு. இது பரம்பரையாக வந்த அங்கீகரிக்கப்பட்ட உரிமை.

ஒரு பங்காருபட்சி வந்து ஒரு பெரியமனிதனின் ‘மேல் விழுந்து’ மேல்வேட்டியை உரியும்போது பேசாமல் விட்டுக்கொடுத்துவிட்டால் அது அவருக்கும் பெருமை இல்லை; அவளுக்கும் மதிப்பு இல்லை. மேல்வேட்டியைப் பிடுங்கும்போது எவ்வளவுக்கு நேரம் அதிகமாகிறதோ அவ்வளவுக்கு அந்த ஆண்கள் சமர்த்தர்கள் என்று அர்த்தம்.

அய்யோ அந்தக் கிழவனார்கள் அவளிடம் படும் பாடு...

இதில் ஆடை கிழியக்கூடாது; கிழிந்தால் விளையாட்டு ‘பவுல்’! இப்படி சமயங்களில் பங்காருபட்சி அவர்களை ‘கிச்ச’மூட்டுவாள். கூச்சமுள்ளவர்கள் விழுந்துவிடுவார்கள். சிலருக்கு உடம்பில் கூச்சமே இருக்காது; அவர்களை என்ன செய்ய? உடனே கீழ்வேட்டியை அவிழ்க்கப் போவதுபோல் பாவலாக் காட்டுவாள். அவர்களுடைய கைகள் கீழ்வேட்டியைக் காப்பாற்ற வேகமாக வரும்; இமை தட்டுவதற்குள் மேல்வேட்டி பறிபோய்விடும்!

பொதுவாக, மேல்வேட்டியை ஒரு பங்காருபட்சி பறிப்பதற்குச் சில காரணங்கள் உண்டு.”

பின்னுரை

கி.ரா.வின் சாதிய வர்ணனைகள் சமூக மாற்றத்தைக் கோரும் விண்ணப்பங்கள். எண்ணற்ற பழக்க வழக்கங்கள் மூலம் சாதிகளும், அவற்றின் உட்பிரிவுகளாக விளங்கிய கிளைச் சாதிகளும் நெருங்கிவிடாத அளவுக்குக் கூர்மையான வேறுபாடுகள் கொண்டிருப்பதையும் கி.ரா. விவரித்துள்ளார்.

கிளைச்சாதி வேறுபாடுகள் தணிந்து வருகின்ற அவரது காலகட்டத்தில் அவை பற்றி விதந்து பேசுவது மதியூகமான தல்ல என்ற கருத்தைக் கி.ரா. கொண்டிருந்தார். கிராமிய வாழ்வில் பல்வேறு நாடோடிச் சமூகத்தார் ஒரு ருசிகரமான அலகு என்பதைக் கி.ரா. எவ்வளவு அழகாக விவரித்திருக்கிறார் தெரியுமா? அந்த இடத்தில் கி.ரா. ஒரு கைதேர்ந்த இனவரைவியலராக மிளிர்கிறார். எத்தனை வர்ணனைகள்? எத்தனை நுட்பங்கள்? இந்த மனிதர் என்னென்ன கோணங்களில் விவரிக்கிறார் தெரியுமா? வாசித்துப் பாருங்கள் புரியும்.

கி.ரா.வின் எழுத்துக்களை ஆழ்ந்து வாசிக்கும் போது இரண்டு விடயங்கள் தெளிவாகப் புலப்படுகின்றன. ஒன்று, சாதியும் தீண்டாமையும் கட்டிருக்கத்துடன் இருந்து வந்திருக்கின்றன. இரண்டாவது, கரிசல் சமூகத்தின் சமூகப் பிளவுக்குச் சாதியும் தீண்டாமையும் அடிப்படையாக இருந்துள்ளன. இதனை அவருடைய காலகட்ட நிகழ்வுகளை முன்னிறுத்திப் பேசியிருக்கிறார்.

9

மீள்வரலாறு எழுதுதல்

"வட்டார மொழிக்கும் வாழ்க்கைக்கும் இன்று இலக்கியத்திலும் சமூகத்திலும் ஒரு தனியான இடம் இருக்கிறது என்றால் அதில் கி.ரா.வின் பங்களிப்பு நிச்சயம் அதிகம்".

– தீப. நடராஜன்

தமிழக வரலாறு அரசுகளின் வரலாறாகவே எழுதப்பட்டிருக்கிறது. சங்ககாலம் குறித்து என். சுப்பிரமணியன், பல்லவர் காலம் பற்றி மா. இராசமாணிக்கனார், சோழர் காலம் பற்றி கே.ஏ. நீலகண்ட சாஸ்திரி, சதாசிவ பண்டாரத்தார், சேரர் காலம் பற்றி மு. இராகவையங்கார், விஜய நகர காலம் பற்றி டி.வி. மகாலிங்கம், எஸ். கிருஷ்ணசாமி முதலானவர்கள் எழுதியிருக்கின்றனர். இவர்களின் வரலாறு எழுதியலுக்கு எழுத்துவழி ஆவணங்களே அடிப்படைகளாக அமைந்தன.

வாய்மொழி வழக்காறுகள் வரலாற்றுச் சான்றுகள் என ஏற்காமல் ஒதுக்கப்பட்டன. இராமாயணம், மகாபாரதம் கூடத் தொடக்கத்தில் வாய்மொழியாக இருந்தவைதான். எண்ணற்ற காப்பியங்களும் வாய்மொழியாகப் பயின்று வந்தவைதான். மக்கள் சொல்மரபில் இன்னும் பல வரலாறுகள் உள்ளன. இவற்றைக் கொண்டு மக்கள் வரலாற்றை எழுத முடியும். மேலிருந்து நோக்கும் வரலாற்றுக்கு மாறாகக் 'கீழிருந்து மேல்நோக்கும்' வரலாறு எழுதப்பட வேண்டும். அது மாற்று வரலாறாகவும், விளிம்புநிலை வரலாறாகவும் அமையும். மக்கள் வரலாறே மைய வரலாறு என்றும் வரையறுக்க வேண்டும்.

இத்தகைய அணுகுமுறைகள் எதனையும் கல்லூரிக்குச் சென்று படிக்காத நிலையில் கி.ரா. சுயமாக, சுயம்புவாக, சுதேசி யாக வரலாற்றினைத் தன் படைப்புகளில் முன்னெடுத்திருக் கிறார். கோபல்ல கிராமத்தில் கம்மவார்களின் இனவரலாற்றை யும், புலப்பெயர்வு வரலாற்றையும், வந்து சேர்ந்த தமிழ் மண்ணில் வாழத் தொடங்கிய வரலாற்றையும் வாய்மொழி மரபிலிருந்து படைத்துள்ளார். இத்தகைய வகைமையில் ‘கோபல்ல கிராம’மே முதல் படைப்பு.

எழுதப்பட்ட வரலாற்றில் எழுதப்படாத மக்களும் சமூகங்களும் உள்ளன. எந்த ஒன்றுக்கும் இரண்டு முகங்கள் உண்டு. கட்டபொம்மன் நல்லவன் என்றும், அல்லவன் என்றும் கூறும் உள்ளூர் வரலாறுகள் நம்மிடமுண்டு. இராவணனும், அசுரர்களும், அரக்கர்களும் அல்லவர்கள் என்ற படிமம் நமக்குள் ஏற்றப்பட்டுவிட்டது. மூவேந்தர்களால் அழித்தொழிக்கப் பட்ட சீறூர் மன்னர்கள், முதுகுடி மன்னர்கள், குறுநில மன்னர்கள் யாவரும் அல்லவர்கள் அல்ல. அத்தனை சுதேசி மன்னர்களும் பெருந்தேசம் எனும் உருவாக்கத்தில் அழிக்கப் பட்டவர்கள்தான். இந்தியா எனும் அகண்ட தேசமும் இப்படித்தான் கற்பிதம் செய்யப்பட்டது. இத்தகைய பின்னணி யில் வட்டார வரலாறு, உள்ளூர் வரலாறு, மக்கள் வரலாறு முதலான கருத்தினங்கள் முக்கியத்துவம் பெறுகின்றன. இவை பற்றிய புரிதலுக்குக் கி.ரா.வின் படைப்புகள் இடந்தருகின்றன.

கி.ரா. இனவரைவியல்

‘கோபல்ல கிராமம்’ (1976) ஓர் இன வரலாற்று வரைவியல். மிகச் சிறந்த எடுத்துரைப்பு. ஓரிடத்தில் இவ்வாறு எழுதுகிறார் கி.ரா.

“ஆந்திர தேசத்திலிருந்து கம்மவார் மட்டும் இங்கே வரவில்லை. ரெட்டியார், கம்பளத்தார், செட்டியார், பிராமணர், பொற்கொல்லர், சக்கிலியர் இப்படி எத்தனையோ.

இவர்கள் இங்கே புறப்பட்டு வந்ததற்கும் காரணங்கள் எத்தனையோ.

தெலுங்கு அரசர்கள் இங்கே ஆட்சி செலுத்தியதையொட்டி வந்தவர்கள், பஞ்சம் பிழைக்க வந்தவர்கள், முஸ்லீம் ராஜாக் களுக்குப் பயந்து கொண்டுவந்தவர்கள், இப்படி இப்படி.

கம்மவார் என்று பெயர் வந்ததற்கு மங்கத்தாயாரு அம்மாள் சொல்லும் காரணம் ... காது வளர்த்து வளையம் போன்ற “கம்ம” என்ற காது ஆபரணத்தை இந்தப் பெண்கள் அணிந்து கொள்வதால் இப்பெயர் வந்தது என்று சொல்லுவாள்.

கம்மவாரின் முதல்த் தோன்றலைப் பற்றியும் ஒரு பூர்வ கதை சொல்லுவாள்; நாகர்ஜூன மலையில் வீரம் நிறைந்த ஒரு ராட்சதப் பெண் இருந்தாளாம். அவளை அடக்க யாராலும் முடியவில்லையாம். அழகும் வீரமும் கொண்ட ஒரு பிராமணன் அவளை அடக்கி அவளுடைய மூக்கில் துறட்டியைப் போட்டு இழுத்துக் கொண்டு வந்தானாம்.

மூக்கில் தொறட்டியைப் போட்டு அவளை இழுத்துக் கொண்டு வந்ததால் அந்தத் தொறட்டியையே அவள் ஆபரணமாக விரும்பிப் போட்டுக்கொண்டாளாம். ஆகவே தான் அவர்களுடைய சந்ததியாகிய நமது பெண்டுகள் இன்றும் மூக்கில் தொறட்டி என்ற ஆபரணத்தை அணிந்து கொண்டிருக்கிறோம் என்பாள்.

“ஆந்திர தேசத்திலிருந்து நீங்கள் புறப்பட்டு வந்ததை இன்னொரு தரம் சொல்லு” என்று கேட்பார் கோவிந்தப்ப நாயக்கர். அவர் இப்படிக் கேட்பது இது ரெண்டாவது தடவை அல்ல; எத்தனையோவாவது தடவை.

மங்கத்தாயாரு அம்மாள் ஒரு கவிஞையாகப் பிறந்திருக்க வேண்டியவள். விஷயங்களைப் பார்க்கிறதிலும் அதை மனசுக்குள் கொண்டுவந்து வெளியீடு செய்யும் அழகும் கோவிந்தப்ப நாயக்கரும் அக்கையாவும் தனித்திருக்கும்போது பேசிப் பேசி மகிழ்வார்கள். அவளுக்கும் தனது அந்தக் கதையைத் திரும்பத் திரும்பச் சொல்லிப் பார்ப்பதில் ஒரு தீராத பிரேமை; அவளால் இந்தத் தள்ளாமையில் செய்யக் கூடிய காரியம் அது ஒன்றே.” (‘கோபல்ல கிராமம்’, பக். 40–41).

கம்மவாரின் இனவரலாற்றை மீள எழுதும் வேளையில் பின்வருமாறு பதிவிடுகிறார்.

“சென்னாதேவி இருக்குமிடத்தில் அவளுக்கு அருகே அவளைச் சுற்றி ஒரு பிரகாசம் குடிகொண்டிருக்கும். அவள் நிறை பௌர்ணமி அன்று பிறந்ததினாலோ என்னமோ அப்படி ஒரு சோபை அவளுடைய முகத்தில்.

பசுமாடுகள் ஒவ்வொரு பிரதேசத்திலும் அந்த அந்தப் பிரதேசத்துக்குரிய அங்கலட்சண ஜாடைகளோடும் சுத்தத்தோடும் விளங்குவதில்லையா; அதுமாதிரிதான் மனிதர்களுடைய ஜாடையும் அழகும் ஆந்திர தேசத்தில்; அந்த தேசத்துக்குரிய அழகு தேவதையின் லட்சணம் கொண்டவளாக்கும் அவள்.

அவளுடைய அழகு பக்கத்து கிராமங்களுக்கு மட்டுமில்லை, வெகுதூரம் பிராபல்யம் அடைந்தது. அந்தப் பிராபல்யமே அவளுக்கு வினையாக முடிந்தது.

அவளுடைய குரல்தான் என்ன இனிமை என்கிறாய்! அவள் பாட ஆரம்பித்தால் இந்தப் பிரபஞ்சமே ஒலியடங்கி மௌனியாகிவிடும், காற்று அசைவதை நிறுத்திவிடும். கொடிகள் ஆடாமல் நிற்கும். பூமியில் நம்முடைய பாரம் லேசாகி அப்படியே கொஞ்சங் கொஞ்சமாக மேலே கிளம்பி காற்றில் மிதப்பது போல் ஆகிவிடும். பெருங்குளத்தின் நிறை தண்ணீரைப் போல ஆனந்தம் தாங்காமல் தத்தளிக்கும் நம் மனசு" ('கோபல்ல கிராமம்', பக். 41).

விஜய நகர சாம்ராஜ்யம் தென்னிந்தியா முழுவதும் பரவியபோது தெலுங்கரின் முதலாவது தமிழகக் குடியேற்றம் நிகழ்ந்தது. கிருஷ்ண தேவராயருக்கும் அவரது மைத்துனர் பாப்பாராயருக்கும் பொப்பிலி யுத்தம் நடந்த போது அகதி களாக இங்குக் குடியேறினர். மூன்றாவதாக மாலிக்கபூர் படையெடுப்பால் அகதிகளாக வந்தவர்கள். நான்காவதாக பிரிட்டிஷ் ராணுவத்தில் பணியாற்றி இங்கு வந்து குடியேறி னார்கள். இந்தப் புலப்பெயர்வைக் கி.ரா. காட்டும் வகிபாகம் தத்ரூபமானது. கம்மவார் வரலாறு கி.ரா.வால் காட்சி பெறுகிறது.

கோபல்ல கிராமம் தமிழ் மரபுக்கு அப்பாற்பட்டதல்ல. தமிழ் மரபில் வீரயுகம் மகத்தானது என்பதை நாமறிவோம். மறப் பெண்கள் தம் கணவர்களையும், பெற்றெடுத்த பிள்ளை களையும் போர்க்களத்திற்கு அனுப்பி வைத்த காலமது. அக்காலத்தில் அவர்கள் பாடிய பாடல்களும், சொல்லிய வீரயுகக் கதைகளும்தான் மாவீரர்களை உருவாக்கின. வரலாறு என்பதே கதைகளின் கதைதான். 'ஒரு ஊர்ல ஒரு ராஜா' என்பது நம் பழங்கதை மரபின் தொடர்ச்சிதான். இந்த மரபைக் கி.ரா. தன் கோபல்ல கிராமத்தில் காட்சிப்படுத்துகிறார். பழந்தமிழ் மரபின் தொடர்ச்சியைக் காட்டுகிறார். இது ஒரு திராவிட மரபு.

கோபல்ல கிராமத்தில் வரும் 'கழுவன்' கதையை இயக்குநர் பாரதிராஜா தனது முதல் மரியாதை படத்தில் எடுத்தாண்டது பற்றிப் பெருமையாகப் பேசினார். "கதைகளை அந்தக் கிழவன் எழுதுகிற ஸ்டைல் எவனுக்கும் வராதப்பா" என்று எஸ்.ஏ. பெருமாளிடம் பாரதிராஜா சொன்னாராம் (பெருமாள், எஸ்.ஏ. 2017: 69). எவரையும் கவர்ந்திழுக்கும் வல்லமை கி.ரா.வுக்குண்டு.

பின்னுரை

வரலாறெழுதியல் முறை இன்று பெரிதும் விவாதத்திற் குள்ளாகியிருக்கிறது. அடித்தள மக்கள் வரலாறு தேவையென உணரும் காலம் வந்துவிட்டது. சமூகங்களின் வரலாறும், வட்டாரங்களின் வரலாறும், உள்ளூர் வரலாறும், தனிமனிதர்

நிகழ்வுகளின் வரலாறும் மீட்டுருவாக்கம் பெற வேண்டும் என்ற விவாதம் ஏற்கப்பட்டுள்ளது.

கிழிந்த ஆடையும் குறைந்த ஆடையும் உடுத்திக்கொண்டு, ஊசி பாசி மணிகள் விற்றுப் பிழைக்கும் நரிக்குறவர்கள் (வாக்ரி) யார் தெரியமா? சீர்மிகு வரலாறு கொண்டவர்கள். சத்திரபதி சிவாஜியின் படைவீரர்கள் அவர்கள். முகமதிய மன்னர்களின் வெற்றிக்குப் பிறகு நாலா திசையும் சிதறி ஓடிவிட்டவர்கள். இது ஒரு வகையான புலம்பெயர் வரலாறு.

கம்மவார்கள் ஆந்திராவிலிருந்து அரசு ஆதரவுடன் தமிழகம் வந்தவர்கள். இவர்களின் வரலாற்றிலும் முகமதிய மன்னர்களின் கொடுமைகள் புலம்பெயர்தலுக்குக் காரண மாகின்றன. இடைக்காலத்தில் நிகழ்ந்த இத்தகைய புலப்பெயர்வு வரலாற்றை எவ்விதம் விளங்கிக்கொள்வது? வழக்காறுகள் வழி வரலாற்று மீட்டுருவாக்கம் செய்வதே நமக்குள்ள சாத்தியங்களாகும். 'நாட்டார் வழக்காற்றியல் ஒரு வரலாற்று அறிவியல்' என்று நாம் அறிந்திருக்கிறோம். அத்தகைய கருத்துருவை நடைமுறையில் விளக்கிப் பேசுவதே 'கோபல்ல கிராமம்'.

தொன்மம், பழங்கதை, இடப்பெயர்ச்சிக் கதை, பாடல்கள், சொலவடை, சமூக ஞாபகம் எனப் பலவகை யான வழக்காற்றுக் கூறுகளின் வழி கி.ரா. எடுத்துரைக்கும் மீட்டுருவாக்க வரலாறு நாட்டார் வழக்காற்றியலரை மிரளச் செய்கிறது. கி.ரா.வின் உன்னதங்களில் இதுவும் ஒன்று.

10

கிராமங்கள், வாழிடங்கள்

"விளையாட்டுப் போல நான் கடந்த ஏழு, எட்டு வருடங்களில் பத்துக் கட்டுரைத் தொகுதிகள் போல எழுதியிருக்கிறேன் என்றால் அது கி.ரா. ஊன்றிய விதைதான். அவருடன் பேசிக்கொண்டிருக்கையில் ஏகப்பட்ட விஷயங்கள் கிடைக்கும். அதில் பாதிகூடத் திரும்ப எழுத்தில் சொல்ல முடியாது, வராது. அவ்வளவு பெரிய 'விஷயங்களின் கடவுள்' அவர்".

– **கலாப்ரியா**

இந்தியக் கிராமங்கள் 'குட்டிக் குடியாட்சிகள்' என்று காலனி ஆட்சியாளர்கள் வர்ணித்தனர். ஒவ்வொரு கிராமமும் அதனளவில் முழுமை பெற்றுத் தன்னாட்சியுடன் செயல்பட்டு வந்துள்ளன. கிராமங்கள் 'தன்னிறைவு பெற்றவை', 'தற்சார்புடையவை' என்றெல்லாம் அறியப் பட்டன. இக்கருத்துகளில் கொஞ்சம் உண்மை உண்டு; முழுமையாக இல்லை.

ஒவ்வொரு கிராமத்தாருக்கும் தேவைப்படும் மளிகை சாமான்கள், உப்பு, வெற்றிலை, பாக்கு, சுண்ணாம்பு, புகையிலை, துணிமணிகள், இரும்பு, வெள்ளி, தங்கம், ஆடு, மாடுகள், மணப்பெண்கள் முதலானவை வேற்று இடங்களில் இருந்தே பெறப்படுகின்றன. அதனால் கிராமங்களைத் தன்னிறைவு பெற்றவை என்று கூற முடியாது. ஆனாலும் ஒரு விதமான தற்சார்புத்தன்மை கிராமங்களில் காணப்படுகிறது. அதனளவில் இயங்குவதற்கான சாத்தியப்பாடுகளை அது கொண்டிருக்கிறது.

"இந்தியா கிராமங்களில் வாழ்கிறது" என்றார் மகாத்மா காந்தி. இன்று கிராமங்கள் வேகமாக மாறி வருகின்றன. விடுதலைக்கு முந்தைய கிராமங்களை நாம் அறிய வேண்டும். இன்று 45% விழுக்காடு தமிழகம் நகரமயம் ஆகியுள்ளது. பாரம்பரிய கிராமங்கள் இன்றில்லை. அவற்றின் உண்மை முகத்தை அறிய வேண்டுமானால் கி.ரா.வின் பதிவுகளைக் காண வேண்டும்.

கி.ரா.வின் எழுத்துக்கள் கிராமங்களை நேசிக்கத் தூண்டு பவை. இன்று கிராம ஊழியர்கள் தார்மீக அறத்தைக் கடை பிடிக்க விரும்புவதில்லை. கிராம நிர்வாக அலுவலர் பணியாற்றும் கிராமத்தில் தங்கி வாழ்வதில்லை. தொடக்கப் பள்ளி ஆசிரியர்கள், கிராம செவிலியர்கள், ஆரம்ப சுகாதார நிலை ஊழியர்கள் எவரும் கிராமங்களில் தங்குவதில்லை. இவர்கள் எல்லாம் பக்கத்தில் உள்ள நகரங்களில் குடியிருப் பதை மரியாதை என நினைக்கிறார்கள். இந்த நிலை மாற வேண்டுமானால் கி.ரா.வின் எழுத்துக்களைப் படிக்க வேண்டும்.

கி.ரா. இனவரைவியல்

கி.ரா.வின் கிராமங்கள் இன்று 'பொய்யாய்ப் பழங்கனவாய்' போய்விட்டன. பழைய கிராம சேவகர்களின் பதவிகள் இன்று கிராம நிர்வாக அலுவலர் (V.A.O) என்று மாற்றப்பட்டுவிட்டன. பணியாற்றும் போக்கும் மாறிவிட்டது. எதற்கெடுத்தாலும் பணம் (லஞ்சம்) வாங்குவது வழக்கமாகிவிட்டது.

கிராமம் பற்றிய கி.ரா.வின் வண்ணனையில் ஒரு பகுதியைக் காண்போம். 'வந்தது' (1971) கதையில் இப்படி வர்ணிக்கிறார்.

"தெருச் சுவரடிகளில் கொக்கராளிச் செடிகள் வளர்ந்து அடர்ந்துபோயிருந்தது. வீடுகளை இணைக்கும் சந்து குறுக்குச் சுவர்களின் மேல் கரும்பச்சை வெல்வெட்டாய்ப் பாசி படர்ந்து போயிருந்தது. சிலதில் சுவரொட்டிச் செடிகள் காணப்பட்டன.

ஒரு வீட்டின் முன்னால் ஆரத்தி சுற்றி வாங்கிய செந்நீர் கொட்டப்பட்டிருந்தது. இன்னொரு வீட்டில் தெரு முற்றத்தில் ஒரு மண்குடத்தில் நிறைநீர் வைத்து வேப்பங்குழைக் கொத்தால் கும்பம் வைக்கப்பட்டிருந்தது. வீட்டு வாசலிலும் வேப்பங்குழை சொருகப்பட்டிருந்தது. அந்த வீட்டை வேகமாகக் கடந்தான். பக்கத்துத் தெருவில் ராப்பாடியின் கனத்த கீழ்ஸ்தாயியில் நடுங்கிப் பாடுங்குரலும் மணியோசையும் கேட்டு அவனுடைய உடம்பு புல்லரித்தது."

கிராமத்தின் ஊர்வாசம் தனித்துவமானது. கி.ரா. மேற்கூறிய கதையில் இவ்வாறு எழுதுகிறார்.

"கம்மாயின் தண்ணீர் வற்றிய தரையில், லாட சன்னியாசிகள் நாலுபேர் அரளைக் கற்களைக் கூட்டி வைத்துச் சமையல் செய்வதற்காகத் தரையைத் தோண்டிக்கொண்டிருந்தார்கள். அவர்களுக்குக் கொஞ்சம் தெற்கே தள்ளி, ஒரு கிழவி; சோப்பு நுரையாய் நரைத்திருக்கும் பரட்டைத் தலை, தொங்கிய கீழ் உதடு, ஒரு பல் கிடையாது. அரிவாள்மணையில் நறுக்கிக்கொண்டிருந்தாள். அவளுக்கு எதிரேயிருந்த மண் சட்டிக்குள்ளிருந்து குழந்தையின் இரண்டு கைகளும் ஒரு காலும் வெளியே நீட்டிக்கொண்டிருந்தன. கிழவி, குழந்தை யின் மற்றொரு காலை அரிவாள்மணையில் வைத்து நறுக்கிக் கொண்டே அழுதுகொண்டிருந்தாள். அவளுடைய கண்களி லிருந்து கண்ணீர் வருவதற்குப் பதிலாக அவளுடைய வாயின் இரு பக்கங்களின் வழியாகவும் நீர் சொட்டிக்கொண்டேயிருந்தது.

அதுக்கும் கொஞ்சம் தெற்கே தள்ளி, ஒரு நரிக்குறத்தி ஆலமரத்தின் தரையூன்றிய விழுது ஒன்றின்மேல் சாய்ந்து கொண்டு, மடியில் ஒரு நரிக்குட்டிக்குத் தன்னுடைய செழிப்பான மாரைத் திறந்து பால் கொடுத்துக்கொண்டிருந் தாள்: அவளுக்கும் பக்கத்தில் ஒரு வனஸ்பதி டப்பா நிறைய கம்மஞ்சோறும் ஊறுகாயும் இருந்தது. மாரிலிருந்து பால் இறங்குகிற சொகத்தில் அவள் லயித்துக் கண்களைச் சொருகி மூடி மூடித் திறந்தாள்."

மனிதர்களுக்கும் விலங்குகளுக்கும் புனைபெயர்கள் இடுவது வழக்கம். ஊர்களுக்கும் புனைபெயர்கள் உண்டா? 'அவத் தொழிலாளர்' (1965) கதையில் கி.ரா.சொல்வதைக் காண்போம்.

"சேங்கரங்கோயில்" பஸ் கண்டக்டரின் குரல் வெங்கலத் தினால் செய்தது. முன்பு அவன் காப்பி ஹோட்டல் சர்வராக வேலை பார்க்கும்போது "ஒரு தோசை ஸ்பெஷே...ல் ... என்று குரல் கொடுத்தால் ஏழு ஹோட்டல் சரக்கு மாஸ்டர்களுக்குக் கேட்கும். இப்பவுங்கூட பஸ் ஓடிக்கொண்டிருக்கும்போதே அதே ஸ்பெஷல் தோசை பாணியில் "பின்னாலே ஒரு பிளஷா...ர்" என்று டிரைவருக்குக் குரல் கொடுப்பான்.

இப்போது அந்தக் கண்டக்டர் தன் இருப்பிடத்தில் அமர்ந்து கொண்டே டிரைவருக்கு இன்வாய்ஸ் சொன்னான் இப்படி.

ஒம்பது கழுகு
ஏழு வானரம்
மூணு காக்கா
ரெண்டு கல்லு
அஞ்சி குருவி
நாலு ஆடு

அறியாதவர்கள் பஸ்ஸினுள் இருப்பது மனுஷாள் இல்லையோ என்று எண்ணத் தோன்றும். ஆனால் அது அவ்வளவும் கழுகுமலை, வானரமுட்டி, காக்காத்தோப்பு, கல்லூரணி, குருவிகுளம், நாலு ஆட்டின்புத்தூர் இப்படி ஊரின் பெயர்கள்.

பஸ் இடைசெவலை அடுத்து வந்து கொண்டிருந்தது. சீந்தரிப்பான குளிர்வாடை பஸ்ஸினுள் சீறித்தாக்கியது. ஒரு பச்சைக்குழந்தையைச் சளிக்காய்ச்சலோடு மடியில் படுக்க வைத்துக்கொண்டிருந்த ஒரு அம்மாள் குழந்தைமேல் குளிர்காற்றுத் தாக்காமல் இருக்க பஸ்ஸின் ஜன்னல் திரையை அவிழ்க்க ஆரம்பித்தாள்.

"யாரு திரையெ அவிழ்க்கிறது?" என்று புலிக்குரலில் கண்டக்டர் ஒரு அதட்டுப் போட்டான்."

ஊர்வாசத்தில் மானுடவாசமும் சேர்ந்துவிடுகிறது. கரிசல் மானுட வாசத்தைக் கி.ரா. 'வந்தது' (1971) கதையில் இவ்வாறு பதிவு செய்கிறார்.

"அவன் பஸ்ஸிலிருந்து இறங்கி வெதுவெதுப்பான தரையில் கால் வைத்ததும், சத்தமில்லாமல் பஸ் வழுக்கிக் கொண்டுபோய் மறைந்துவிட்டது.

இரண்டு பர்லாங் தூரம் இருக்கும் ஊர். ஒரு சுடுகுஞ்சியைக்கூட காணோம்!

போதை நிறைந்து வழியும் குடிகாரனது போல அவனுடைய பிரக்ஞையின் வட்டம் சுருங்கி இருந்தது. நிலவின் பிரகாசம் தெளிவாக இருந்தது. வழியில் சிதறிக் கிடக்கும் காக்காப்பொன் துகள்களில் நிலவின் பிரகாசம் பட்டு மின்னின. நிரம்பிய குட்டங்களில் தண்ணீரின் சூடு இன்னும் ஆறாததால் அதிலிருந்து அடிக்கும் அவைகளின் சுவாசம் வெப்பமாக இருந்தது. சிள்வண்டுகளின் இடைவிடாத இரைச்சல் கேட்டுக்கொண்டே இருந்தது.

அவன் கம்மாய்க் கரையோரம் வந்தபோது அவனைக் கடந்து இரண்டு பேர்கள் போனார்கள். அவர்களை அவன் எங்கோ பார்த்திருந்தானாயினும் ஜாடை பிடிபடவில்லை. அவர்கள் ஒரு பன்றியை நாலு கால்களையும் சேர்த்துக்கட்டி ஒரு நீளக்கம்பில் காவட்டுபோட்டு தோளில் வைத்துக்கொண்டு நடந்தார்கள். பன்றியின் வாயைப் பனை நாரினால் இறுக்கிக் கட்டியிருந்தார்கள். வாலை அதன் ஒரு தொடையிடுக்கில் இழுத்துச் சொருகியிருந்தார்கள்."

கிராமத்தின் வாழ்விடம் பலவகையானது. குடிசைகள் எளிமையானவை, பழமையானவை. கல்வீடு வளமையின் குறியீடு. இது பற்றிக் 'கரிசல்க்காட்டில் ஒரு சம்சாரி' (ஆ.இ.) எனும் கதையில் கி.ரா. என்ன பேசுகிறார்? காண்போம்.

காரவீடு வாங்கினாலும் நாயக்கர் அந்த வீட்டுக்குக் குடிபோகவில்லை. பணத்தையும் நோட்டுகள் பத்திரங்களையும் அந்த பெரிய இரும்புப் பெட்டிக்குள் கொண்டுவந்து வைத்துப் பூட்டினார். தானிய தவசங்களையெல்லாம் அந்த வீட்டில் கொண்டுபோய் கொட்டி அதை ஒரு 'கோடவுண்' ஆக மட்டும் உபயோகப்படுத்தினார். ராத்திரிக்கு மட்டும் அவர் அந்த வீட்டுக்கு வந்து நன்றாக 'பெட்டிப் பூட்டை' போட்டுக் கொண்டு உள்ளே படுத்துக்கொள்வார். ஒண்ணுக்குக்கூட வெளியில் வருவதில்லை. ஒரு மண்சட்டி வைத்து அதில் இருந்துகொள்வார். அதிகாலையில் ஆள் நடமாட்டத்துக்கு முன் அதை தெருவில் கொண்டுவந்து கொட்டிவிடுவார்.

"எதுக்காக அப்படிச் செய்தார்?"

நடுச்சாமத்தில் ஒண்ணுக்கு இருக்க கதவு திறந்து வெளியே வந்தால் திருடர்கள் நுழைந்துவிடுவார்கள் என்று பயம்.

இதுக்குப் பிறகு சில வருஷங்களுக்குள் நாலைந்து கார வீடுகள் இரும்புப்பெட்டிகள் அவர் கைக்கு வந்துவிட்டது." கி.ரா.வின் கிராமிய சொல்நயம் நேர்த்தியானது.

கிராமங்களில் கழிப்பிடம் ஏற்படுத்தும் முயற்சியில் ஏற்பட்ட பல சுவாரஸ்யமான பதிவுகளைக் கி.ரா. செய்துள்ளார். 'சுற்றுப்புற சுகாதாரம்' (1983) கதையிலிருந்து ஒரு பதிவை மட்டும் காண்போம்.

"சுதந்தரம் அடைந்து முப்பத்தியாறு வருசம் முடியப் போகுது. இன்னும் இந்தக் கிராமத்து ஜனங்கள் திருந்தவில்லை. அவர்களைத் திருத்தணும், எப்படியாவது என்று நினைத்தார். தண்ணீரைப் பத்து நிமிஷம் கொதிக்க வைத்து, அதை ஆறவைத்துச் சுத்தமான துணியினால் வடிகட்டிக் குடிக்க வேண்டும் என்று இவர் சுகாதார அதிகாரி ஆனதிலிருந்து சொல்லிக் கொண்டுதான் வருகிறார்; ஒரு சுடுகுஞ்சுகூடக் கேட்கமாட்டேன் என்கிறது. 'குடிக்கிற, தண்ணீர்ப் பானையை யாவது மூடிவையுங்கள்' என்றும் சொல்லிப் பார்த்துவிட்டார் ...

அந்த கிராமத்து மக்கள் தங்கள் கழிவு உபாதைகளுக்குக் கிராமத்து மந்தைகளை ரெண்டாகப் பிரித்து வைத்திருந்தார்கள். ஊரின் தெற்கும் கிழக்கும் பெண்களுக்கு; வடக்கும் மேற்கும் ஆண்களுக்கு, இதில் அத்து மீறல் கிடையாது. ஊரைச் சுற்றிலும்

இப்படி என்றால் தெருக்கள் மட்டும் சுத்தமாக இருக்கும் என்று நினைத்துவிடக்கூடாது. அந்தப் பங்கை நிறைவேற்ற குழந்தைகள் இருக்கிறார்கள். தெருவும் இப்படி என்றால், வீடுகளுக்கு உள்ளே வயசான நடமாட முடியாத கிழடு கட்டுகள் இருக்கிறார்கள்; அவர்கள் மந்தைக்கும் போகமுடியாது; தெருவுக்கும் வரமுடியாது; எல்லாமே வீட்டுக்கு உள்ளறதான்!

கிராமத்தில் வாசம்பண்ணும் அல்லது கிராமத்தையே சுற்றிவரும் வாயுபகவான் என்கிற காற்றுத் தேவன் திணறித் தான் போகிறான்; என்றாலும் அவர்கள் எல்லாரையும்போல அவனுக்கும் பழகித்தான் போச்சு; இது இன்றைக்கு நேற்று இருக்கும் சங்கதி இல்லை. கிராமம் தோணின அன்றையி லிருந்தே நீடித்துக்கொண்டு வரும் காரியம். எப்படியாவது இதை நிறுத்தியே ஆகவேண்டும் என்று பிரதிக்கினை எடுத்துக் கொண்டார் அந்தச் சுகாதார அதிகாரி."

'அங்கணம்' (1981) கதையில் மேலும் சில பதிவுகளைச் செய்துள்ளார். "இந்த அங்கணம் தனது அப்பா பிரியமான தன் மனைவிக்குக் கட்டிக் கொடுத்தது என்றும் கிராமத்தில் பெண்டுகள் குளிப்பதற்குப் படுகிற அவஸ்தையை விளக்கி, திறந்த வெளிமுற்றத்தில் அவர்கள் குளிக்க, இருட்டுகிறவரை காத்திருந்ததையும், அதன்பிறகு மூடாக்கு இல்லாத கம்மந் தட்டை மறைசலில் நிம்மதியாக அழுக்குத் தேய்த்துக் குளிக்க முடியாத நிலைமையையும் விளக்கிச் சொல்லி, தனது தகப்பனார் அம்மாவுக்கு அடுப்பங்கூடத்தின் கதவை மூடிக் கொண்டு நிம்மதியாகக் குளிப்பதற்கென்றே கட்டிக்கொடுத்த தாக்கும் இது. குளிப்பறை வேணுமானால் தனியாகக் கட்டிக் கொள்வோம்; அதுக்காக இதை இடிக்கணும்ண்ணு எந்த சாஸ்திரத்தில் சொல்லி இருக்கு? என்று சொல்லி நிறுத்தினார்.

அந்த ஆண்டு குடும்பப் பட்ஜெட்டில் ஒரு குளியல் அறை கட்டுவது என்று தீர்மானம் செய்து, வீட்டுக்கு வருகிற விருந்தாளிக்கு நிகழும் ஒரு பரம்பரை அவமானம் துடைக்கப் படும் என்று கருதப்பட்டது. புதிய குளியல் அறை 'ஜிஞ்சாமிர்த மாக' அமைந்துவிட்டது. அதன் அமைப்பு அப்படி. நுழைந்தவர்கள் சீக்கிரம் வெளியே வர மனசு வருவதில்லை. அந்த மொசைக் செங்கல் பதித்த தரையில் உட்கார்ந்து கொண்டே குளித்தால், ராக ஆலாபனை, பல்லவி எல்லாம் வரும்!".

பின்னுரை

நாவல், சிறுகதை இரண்டுக்கும் கதை பேசும் இடமும், அந்த இடத்தைச் சுற்றியுள்ள சூழலும் முக்கியமாகும். கி.ரா. போன்ற

வட்டார நாவலாசிரியர்கள், 'சித்திரம் எழுத சுவர் வேண்டும்' என்பது போல் கதை நிகழ்ந்த இடத்தையே பின்னணியாகக் கொள்கின்றனர்.

கி.ரா. தான் விரும்பிய கிராமங்களைக் கதைகளில் காட்டுகிறபோது அக்கிராமங்களின் இட அமைப்புகளும், நிலவியல் கூறுகளும், தட்பவெப்ப நிலைகளும், பருவகாலங் களும், நீரோடைகளும், குளம் குட்டைகளும், தாவரங்கள், விலங்குகள், பறவையினங்கள் உள்ளிட்ட ஏனைய உயிரினங் களும், வறட்சி அல்லது வளம் சார்ந்த சூழல்களும், இவற்றோடு கரிசல் மக்கள் கொண்டுள்ள உறவுகளும் காட்சி பெறுகின்றன.

கி.ரா. எழுதும் போதுதான் கதைகளுக்கு இடம் எவ்வளவு முக்கியம் எனத் தோன்றுகிறது. மண்ணின் தன்மையும், வெப்பமும், நீர்ப் பற்றாக்குறையும் இப்பகுதியைக் கரிசல் காடாக்கியுள்ளன. கரிசல் காட்டின் மண்ணையும் மக்களையும் இணைத்துக் கி.ரா. காட்டியுள்ள வண்ணனைகள் ஏராளம், ஏராளம். சூழலை விடுத்து வாழ்வில்லை என்பதைக் கி.ரா.வின் எழுத்துக்கள் நமக்குக் காட்டுகின்றன. ஓர் எடுத்துக்காட்டைக் காண்போம்.

"ஒரு ஜீவ இயக்கத்துடன் கிராமம் பூரணமாக விழித்துச் செயல்பட ஆரம்பித்துவிட்டது. பெரியவர்கள் மந்தைக்குப் போகிறார்கள். குழந்தைகள் தெருவுக்குப் போகிறார்கள். கிராமம் மலம் கழித்துச் சுத்தப்படுத்துவதன் மூலம் சூழல் அசுத்தமாகிறது.

தொழுவங்களில் உள்ள கல் உரல்களில் பருத்தி விதை அறைபடும் ஓசை கேட்கிறது. இளஞ்சூரியனின் செவ்வெளி யில் கிராமம் குளித்துக்கொண்டிருக்கிறது" என்று சித்தரிக் கிறார் கி.ரா. கதைகளில் கதாபாத்திரங்களே ஆக்கிரமிக்கின்றன. ஆனால் 'கோபல்ல கிராம'த்தில் கோபல்ல கிராமமே தலைமைப் பாத்திரமாக உச்சம் பெறுகிறது.

'சுற்றுச் சூழலே வாழ்க்கையைத் தீர்மானிக்கிறது' என்கிற கோட்பாட்டை முன்வைக்கும் சூழல் நிர்ணயவாதிகளுக்குக் கி.ரா.வின் எழுத்துக்கள் ஏராளமான தரவுகளைத் தரும் களஞ்சியமாய்த் திகழ்கின்றன. கி.ரா. சுற்றுச் சூழலை ஆராதிக்கும் பார்வை கொண்டவர். இயற்கைக்கும் மனிதனுக்கும் உள்ள இயல்பான உறவுகளை இயல்பான முறையில் சொல்லி யிருப்பவர் கி.ரா.

11

பூப்பும், பதின்பருவமும்

> "நீங்கள் வாசித்த நாவல்களில் உங்களுக்குப் பிடித்த நாவல் எது ? என்ற கேள்விக்கு எந்தவிதத் தயக்கமும் இல்லாமல் கி. ராஜநாராயணனின் 'கோபல்ல கிராமம்' என நான் சொன்னபோது எனக்கு வயது 21".
>
> **– அ. ராமசாமி**

குழந்தைகள் எவ்வாறு தங்கள் தாய் மொழியைப் பேசக் கற்றுக்கொள்கிறார்களோ, அவ்வாறே அவர்களின் பண்பாட்டின் தன்மைகளை நனவிலி நிலையில் கற்றுக்கொள்கின்றனர். குழந்தைகள் காலகதியில் வளர்ந்து பெரிய ஆளாகக் கூடிய காலத்தில் சமூகவயமாக்கம் மூலம் சமூகத்துக்கு ஏற்ற நபராக வளருகிறார்கள். அதுபோல, பண்பாட்டுவயமாக்கம் மூலம் தன் பண்பாட்டின் குணநலன்களைக் கற்று வளரு கிறார்கள்.

ஒவ்வொருவரும் பிறக்கும்போது பலதரப் பட்ட ஆளுமைப் பண்புகளைப் பெறும் திறன் பெற்றவராகவே காணப்படுகின்றனர். ஆனால் சமூகமானது சமூகவயமாக்கத்தாலும், பண்பாட்டு வயமாக்கத்தாலும் தன் சமூகத்தின் நெறிமுறை களைக் கற்றுக் கொடுக்கிறது. இருந்தாலும் தனிமனிதர்களிடம் காணப்படும் நெகிழ்வுத் தன்மையில் சமூகத்தில் பலவகையான ஆளுமைப் பண்புகள் ஏற்பட்டுவிடுகின்றன.

பூப்பு பெண்ணுக்கானது. பெண்களிடம் பெண்மையை உருவாக்கும் முதல் நிகழ்விது. இது உயிரியல் அடிப்படையில் தொடங்கிப் பண்பாட்டு வார்ப்புகளால் வடிவமைக்கப்படுகின்றது. ஆண்,

பெண் தன்மைகள் உலகம் முழுவதும் பொதுவாக இல்லையே. ஆண்மைத் தன்மை, பெண்மைத் தன்மை என்னும் பாங்குகளைப் பெறுவதற்குப் பண்பாடு மக்களை நெறிப்படுத்துகிறது.

பூப்புச் சடங்கு பெண்களுக்குப் பலவிதமான கருத்தினங்களைக் கற்பிக்கிறது. சில சமூகங்களில் பூப்புச் சடங்கை 'வயசரிக் கல்யாணம்' என்றே சொல்கிறார்கள். தென் தமிழகத்தில் மறவர் சமூகத்தை இனவரைவியல் ரீதியாக ஆய்வு செய்த இங்கிலாந்து நாட்டு மானிடவியல் அறிஞர் அந்தோணி குட் *(Anthony Good)* பூப்பினை 'ஒத்திகைத் திருமணம்' என்றே குறிப்பிட்டார்.

கூத்து நிகழ்த்துவதற்கு ஒத்திகை பார்ப்பார்கள். கலை நிகழ்ச்சிகள் நடத்துவதற்கும் ஒத்திகையுண்டு. கேள்விப் பட்டிருக்கிறோம். திருமணத்திற்கு ஒத்திகை போன்றது பூப்பு நீராட்டு என்கிறார் அந்தோணி குட். பண்டைய காலத்தில் 'உறவுத் திருமணங்கள்' அக்கா மகள், தாய்மாமன் மகள், அத்தை மகளைத் திருமணம் செய்யும் வழக்கம்) ஓங்கியிருந்த காலகட்டத்தில் 'ஒத்திகை' என்பதை அர்த்தப்படுத்த வேண்டும். பூப்புச் சடங்கின் போதே முறைப் பையன் (தாய்மாமன் மகன், அத்தை மகன்) தன் மண உரிமையைக் காட்டுவதாகச் சீர்வரிசை செய்து ஒரு கல்யாணம் போலவே அது நடைபெற்றது என்கிறார் அந்தோணி குட்.

பார்வைகள் பலவிதம். அவற்றைக் கவனிப்பதில் தவறில்லை. பூப்பினை ஒட்டிப் பதின் பருவப் பெண்களிடம் காணப்படும் நடத்தை முறைகள் பற்றிக் கரிசல் காட்டில் உள்ள நடப்புகளைக் கி.ரா. பதிவிடுகிறார். கூடவே பதின்பருவம் அடையும் ஆண்களிடம் காணப்படும் மாற்றங்களையும் கூறுகிறார். கி.ரா.வின் பதிவுகள் யாவும் உளவியல் ரீதியான புரிதலுக்கு வழிகாட்டுகின்றன.

கி.ரா. இனவரைவியல்

பெண்கள் பெரிய மனுசியாகுதல் சடங்கால் மட்டுமல்ல, கிராமத்தாருக்கும் உறவினர்களுக்கும் முக்கியமான ஒன்று. பெண்கள் உழைக்கும் சக்தியாகவும், இனவிருத்திக்கான சக்தியாகவும் கருதப்பட்ட பண்டைய நாட்களில் பூப்புச் சடங்கு வாழ்வியல் சடங்குகளிலேயே மிக முக்கியமானதாகக் கருதப்பட்டது. இது பற்றிக் கி.ரா. 'ஓட்டம்' (1980) கதையில் பின்வருமாறு பதிவிடுகிறார்.

"இந்தப் பிராயம் அவனைக் குடும்பத்திலிருந்தும் – சூழலிருந்தும் ஒரு அந்நியம் ஆக்கிவிட்டது போல உணர்வு, மலர்கள் வித்தியாசப்பட்டு விட்டது போலத் தெரிவு.

நிலைக்கண்ணாடிக்கு முன் போய் நிற்க ஆரம்பித்தால், அங்கிருந்து வசவு வாங்காமல் மீளமுடியாது.

"குளிச்சீட்டு வர என்னலே இம்புட்டு நேரம்?"

குளிப்பறைக்குள் போய் தாழிட்டுக்கொண்டால் தன்னையே தனிமையில் பார்த்து மாளலை. உடம்பு புதுசாகத் தன்னிலேயே புதுமை கட்ட ஆரம்பித்திருந்தது.

தலைமுடி சீவச் சீவ படியமாட்டேங்கிறது. ஒரு நெளிவாவது வரக்கூடாதா? சில பயல்களுக்கு என்னமாய் நெளிவு விழுந்திருக்கிறது? எப்படிச் சீவினாலும் திருப்தி இருப்பதில்லை.

இந்தப் பருக்கள் மனசை ரொம்ப ரொம்ப சங்கடப் படுத்துகிறது. முகம் இப்படி பலாப்பழ முட்களாகும்ன்னு யாரு நினைச்சா? தன்மேலேயே நினைக்க நினைக்க வெறுப்பும் வந்தது.

வேம்புலு அப்போது அசிங்கமாக மாற ஆரம்பித்திருந் தான். குரல், தொண்டைகட்டிக் கரகரக்க ஆரம்பித்தது. நன்றாக இருந்த மார்பின் நுனிகள் தெல்லுக்காய்போல் திரண்டு கனமாகியது அவனைப்படுத்தியது."

பூப்படைந்த பெண் எவ்வாறு அழகானவளாக மாறுகிறாள் என்பதைக் கி.ரா. மிகுந்த வாசத்துடன் 'கன்னிமை' (ஆ.இ.) கதையில் எழுதுகிறார்.

"அடுப்பங்கூடத்தை ஒட்டி ஒரு நீளமான ஓடு வேய்ந்த கட்டிடம். அதில் 'குறுக்க மறுக்க' நிறையக் குலுக்கைகள். குதிரைவாலி, நாத்துச்சோளம், வரகு, காடைக்கண்ணி முதலிய தானியங்கள் ரொம்பி இருக்கும். புதிய ஏர் வடங்கள் ஓட்டின் கைமரச் சட்டங்களில் கட்டித் தொங்கவிடப்பட்டிருந்தது. தொங்கிய கயிறுகளுக்கு மத்தியில், மண் ஓட்டில் ஓட்டை போட்டுக் கோத்திருந்தார்கள். ஏர்வடத்தைக் கத்தரிக்கக் கயிறு வழியாக இறங்கி மண் ஓட்டுக்கு வந்ததும் எலிகள் கீழே விழுந்துவிடும். ஆள் புழக்கம் அங்கு அதிகமிராததால் தேள்கள் நிறைய இருக்கும். பதனமாகப் பார்த்துக் குலுக்கை மேல் ஏறி நின்றேன். மத்தியான வெயிலால் ஓட்டின் வெக்கை தாள முடியாததாக இருந்தது. தற்செயலாக மறுபக்கம் திரும்பிப் பார்த்தேன். அங்கே தரையில் நாச்சியாரு ஒரு தலைப்பலகையை வைத்துக் கொண்டு தூங்கிக் கொண்டிருந்தாள்! மார்பின் மீது விரித்துக் கவிழ்க்கப்பட்ட 'அல்லி அரசாணி மாலை'ப் புத்தகம். பக்கத்தில் வெங்கலப் பல்லாங்குழியின் மீது குவிக்கப்பட்ட சோழிகள். ஜன்னலில் ஒரு செம்பு, பக்கத்தில் ஒரு சினுக்குவலி,

இரண்டு பக்கமும் பற்கள் உள்ள ஒரு மரச்சீப்பு, ஒரு ஈருவாங்கி, ஒரு உடைந்த முகம் பார்க்கும் கண்ணாடி முதலியன இருந்தன. அவள் அயர்ந்து தூங்கிக்கொண்டிருந்தாள். பால் நிறைந்துகொண்டே வரும் பாத்திரத்தில் பால்நுரைமீது பால் பீச்சும்போது ஏற்படும் சப்தத்தைப் போல் மெல்லிய குறட்டை ஒலி. அவள் தூங்கும் வைபவத்தைப் பார்த்துக்கொண்டே யிருந்தேன். அடர்ந்த நீண்டு வளைந்த ரெப்பை ரோமங்களைக் கொண்ட மூடிய அவள் கண்கள் அவ்வளவு அழகாய் இருந்தது. மெதுவாக இறங்கிப் போய் அந்த மூடிய கண்களில் புருவத் துக்கும் ரெப்பை ரோமங்களுக்கும் மத்தியில் முத்தமிட வேண்டும்போல் இருந்தது."

பின்னுரை

ஆண் குமரப் பருவம் அடைதல் சமூக நிகழ்வாக மாறுவ தில்லை. ஆனால் பெண் அடையும் பூப்பு நிகழ்வு விழாவாகக் கொண்டாடப்படுகிறது. பெண்மையின் முக்கியக் குறியீடு பூப்பு. ஒரு பெண் பெண்மையின் பொலிவைப் பூப்புக்குப் பின்னரே காண்கிறாள். பூப்பு என்பது தீட்டுக்குரிய விலக்கு என்பதைவிடச் செழிப்பின் குறியீடாகவே கருதுவது தமிழ் மரபு. பெண் சமைதல் என்பது சமைத்தலுக்கு ஈடானது. உண்பதற்கு ஏற்ற பருவம்.

கி.ரா.வின் கதைகளில் குமரப் பருவம் அடையும் ஆண் மகன் பற்றிய குறிப்புகளும், வயதுக்கு வரும் பெண் பற்றிய குறிப்புகளும் குறைவு என்றாலும் இப்பருவ காலத்தில் ஆண், பெண் உடல்களில் ஏற்படும் மாற்றங்களை வெகு நுட்பமாக வர்ணிக்கிறார். பெண்ணுடலின் அழகை இவ்வளவு அழகியலுடன் விவரித்திருப்பது தமிழ் மனத்தின் மணமாகும். கி.ரா. ஒரு சமூகச் சிற்பி. அவர் செதுக்கி வடிக்கும் அழகியல் மானுட தரிசனத்தின் ஆகச் சிறந்த கலை வடிவமாகப் பரிணமிக்கிறது. அவரது கலைப் படைப்பில் பெண்ணும் பெண்மையும் மையமானவை.

12

கல்யாணம், மண உறவுகள்

"முதல் முத்தம், முதல் கவிதை, இப்படியான பட்டியலில் வைக்கத்தக்கது அவருடைய அந்த முதல் கடிதம் . . . சுறுசுறுப்புக்கும் உழைப்புக்கும் எறும்பு, தேனீ என்று மனித எல்லைக்கு வெளியே போய் உவமை தேட வேண்டியதில்லை. உட்கார வைத்துவிடலாம்."

– ஈரோடு தமிழன்பன்

தமிழ்ச் சமூகத்தில் ஓடிப்போய்க் கல்யாணம் பண்ணுவதே (உடன்போக்கு) ஆதி மரபு. உலக அளவில் பழங்குடி மக்களிடம் அதிக மாகவும், மற்றவர்களிடம் குறைவாகவும் இது இன்றும் தொடர்கிறது. நவீன தமிழ்ச் சமூகத்திலும் இது மிச்ச சொச்சமாக வந்து கொண்டிருக்கிறது. இதற்குச் சாதிவெறி தடையாக உள்ளது. ஆணவக்கொலை மூலம் இத்தடையை வலுப்படுத்தி வருகின்றனர்.

தமிழ்ச் சமூகம் வேளாண் சமூகமாகப் பரிணமித்த காலகட்டத்தில் அது பல மாற்றங்களை ஏற்படுத்திக்கொண்டது. வேளாண்மைக்கு நிலமும் நீரும் அவசியம். கரிசல்காட்டில் நீர் குறைந்தாலும் நிலத்துக்குப் பஞ்சமில்லை. இந்த வேளாண் வாழ்வுக்கு அடிப்படையாக இருக்கும் நிலமும் நீரும் திருமணத்தால் சிதறக்கூடாது என்பதற்காகத் தமிழர்கள் கண்டறிந்த முறை 'உறவுத் திருமணங்கள்'. அதாவது தாய்மாமன் மகளை, அத்தை மகளை, அக்கா மகளை மணந்துகொண்டு, ஒன்றுக்குள் ஒன்றாக வாழ்ந்து, நிலம் நீர் இரண்டையும் பாதுகாத்துக்கொண்டார்கள். இதன் பொருட்டு

102 பக்தவத்சல பாரதி

உருவான உறவுத் திருமணங்கள்தான் திராவிடர்களுக்குத் தனி அடையாளத்தை உருவாக்கியது. அது 'திராவிட உறவுமுறை' என்று உலக அளவில் பேசப்படுகின்றது.

வட இந்தியாவில் உறவுத் திருமணங்கள் இல்லை. அங்குக் 'கன்னிகாதானம்' எனக்கூடிய உயர்குல மணமுறை உள்ளது. தன் மகளை உயர்குல மாப்பிள்ளைக்குத் தானம் கொடுக்கும் முறையே அங்குப் பிரதானம். தென்னிந்தியாவில் காணப்படுவது போன்ற குலப்பிரிவுகளின் சமத்துவம் அங்கில்லை. வட இந்தியாவில் ஒரு சாதிக்குள் உள்ள குலங்கள் அனைத்தும் ஒரு படிநிலையில் உயர்வு தாழ்வு அடிப்படையில் வரிசைப் படுகின்றன. இங்கு அப்படியில்லை. எல்லா குலங்களும் சமமானவை. வட இந்தியாவில் குலங்கள் உயர்வு, தாழ்வு அடிப்படையில் பாகுபடுவதால் பெண்ணைப் பெற்றவர்கள் உயர்குல மாப்பிள்ளையைத் தேடி, வரதட்சணை கொடுத்துப் பெண்ணையும் தானமாகக் கொடுப்பார்கள்.

தென்னிந்தியாவில் திருமணம் பற்றிய கோட்பாடே தனி வகையாகும். இங்குக் 'கொண்டு கொடுத்தல்' (பரிமாற்றம்) அவசியமானது. பெண்ணைக் கொடுத்த இடத்திலிருந்து மீளப் பெண் எடுக்க விரும்புகின்றனர். இரண்டு குடும்ப மாப்பிள்ளைகளின் தமக்கைகளைப் பரிமாறிக்கொள்வதும் (sister exchange) உண்டு.

விவசாயச் சமூகம் என்பதால் தென்னிந்தியாவில் திருமணத்தின் மூலம் உழைக்கும் நபரை இழக்கும் (மணப் பெண்) குடும்பத்துக்கு இழப்பீடு வழங்கும் முகமாகப் 'பரிசம்' கொடுத்துத் திருமணம் செய்கின்றனர். 'பரிசத் திருமணம்' என்பது திராவிடர்களுடையது. 'வரதட்சணைத் திருமணம்' என்பது வட இந்தியர்களுடையது.

பரிசம் கொடுத்துப் பெண்ணைத் திருமணம் செய்த பின்னர் மணமகள் தீராத நோய்வாய்ப்படும் போதும், மலடாக மாறும்போதும், அகால மரணமடையும்போதும் பெண் கொடுத்தவர்கள் மணப்பெண்ணின் தங்கையைத் திருமணம் செய்து கொடுப்பார்கள். பரிசம் கொடுத்தவருக்கு நட்டம் ஏற்படாதவாறு இந்த 'மைத்துனி மணம்' செய்து வைப்பார்கள். இது விவசாய சமூகத்தின் தாத்பரியம் சார்ந்தது.

அதுபோல மணமகள் சிலகாலம் கழித்துக் கணவனின் அகால மரணத்தால் விதவையாகிவிட்டால் கணவனின் தம்பியுடன் இல்லறம் தொடரலாம். இந்த 'மதனி மணம்' முறையும்கூட விவசாய சமூகத்தின் உள்ளார்ந்த தேவைகளுக் காக உருவாக்கப்பட்டதுதான்.

கி.ரா. இனவரைவியல்

கரிசல் காடு மட்டுமல்ல, உலகம் தழுவியே திருமணம் என்பது இரு தனிமனிதர்களை மட்டும் இணைக்கும் நிகழ்வல்ல. இரண்டு நபர்களின் (மணமக்கள்) குடும்பங்களையும், இக்குடும்பங்களின் வம்சத்தாரையும், நண்பர்களையும் இணைக்கும் நிகழ்வாகும்.

கரிசல்காட்டுச் சம்சாரி ஒருவர் தன் மகளுக்கு நகை செய்து போட முடியாததைப் பின்வருமாறு நொந்துபோகிறார்.

"மகளே என் மகளே... நான் ஆயுசு பூராவும் மாடாய் உழைத்தேன். ஒரு மூக்கித்திகூட உனக்கு நான் செய்துபோட முடியவில்லை. உன்னைக் கல்யாணம் பண்ணிக்கூடக் கொடுக்காமல் நான்... நான்... மகளே" மேற்கொண்டு அவரால் பேசமுடியவில்லை. அதிர்ந்து குலுங்கியது உடல். இருமுகிறமாதிரி அழுதார்.

கொஞ்சம் கழித்து, அவர் தன்னுடைய தொழுவத்தைக் காட்டி, "நம்ம வீட்டுக் கண்ணுக்குட்டி புல்லையை, நீயே வளர்த்து, சீதனமாக வைத்துக்கொள். அது ரொம்ப உயர்ந்த அம்சம். உனக்கு ஒரு குறையும் வராது" என்றார்.

தகப்பனார் இறந்தபின், அயரக்காவுக்கு சகலமும் தன்னுடைய புல்லைதான். தனிமையில் அதனுடன் 'லூஸ் மாதிரி' மணிக்கணக்காய்ப் பேசிக்கொண்டிருப்பாள். கையில் பன்னறுவாள் கொண்டுபோய் விடியுமுன்னே தொலைக்காட்டி லிருந்து சுமக்க முடியாத ஒரு கட்டுப்புல் அறுத்துக்கொண்டு வந்துவிட்டுத்தான் மற்ற ஜோலி" (கி.ரா. சாந்தி, குடும்பத்தில் ஒரு நபர், 1963).

இன்னுமொரு குடும்பத்தின் சோகக் கதையைக் கி.ரா. இப்படிச் சொல்கிறார்.

"நாயுண்டுவுக்கு ரெண்டு பொம்பளைப் பிள்ளைகள். ஒரு பிள்ளையைக் கட்டிக் கொடுத்தாச்சி, மனைவியின் நகை நட்டுகளைப் போட்டு ஒப்பேத்தி. இன்னொண்ணு 'மேசராகி' ரொம்பநாளா வீட்லெதான் இருக்கு. அவளைக் கரையேத்த வழியைத்தான் காணலை.

அம்மா இருக்கும்போது சொல்லுவா "ஏலே, எப்பவும் ஒரு பொதி பருத்தி என்ன விலையோ அதே விலைதான் ஒரு பவுன் விலையும்; நல்லா கேட்டுக்கோ"

(ஒண்ணேகால் குவிண்டால் எடையை ஒருபொதி என்று சொல்லலாம்)

இப்பொ பருத்தி விலைக்கும் பவுன் விலைக்கும் ஏணி போட்டாலும் எட்டுமா?"

திருமணத்தில் முதல் முக்கியச் சடங்கு பரிசம் போடுதல். கரிசல் காட்டில் இச்சடங்கியல் வரிசையின் ஒரு கூறினை 'மகாலட்சுமி' (1972) கதையில் இவ்வாறு பதிவிடுகிறார்.

"அவர்களில் பெண்ணுக்குப் பரிசம் போடுகிற வழக்கம்; நிச்சய தாம்பூலத்து அன்று பெண்ணை மாப்பிள்ளைக்குப் பேசி முடிவு செய்து தாம்பூலம் மாற்றிக்கொள்வார்கள். பின்னொரு நல்ல நாளில் இரவு நேரத்தில் மாப்பிள்ளை வீட்டாரும் சுற்றத்தாரும் பெண்ணின் வீட்டுக்குப்போய் முடிப்புடன் வாசலில் வந்து நிற்பார்கள். பெண் வீட்டார் அவர்களை ஆரத்தி எடுத்து அவர்களுக்கு இருபுறமும் தரையில் சென்னீர் கொட்டி – இந்தச் சென்னீர் மஞ்சளும் சுண்ணாம்பும் கலந்தது; அதில் பருத்திக் கொட்டையும் கிள்ளிப் போட்ட வெற்றிலைத் துணுக்குகளும் மிதக்கும் – பின்பு வீட்டினுள்ளே அழைத்துக்கொண்டு செல்வார்கள்."

நிச்சயதார்த்தம் பண்டைய நாட்களில் உணர்வு பூர்வமானது என்பதை நாம் அறிய வேண்டுமல்லவா? கி.ரா.அது பற்றிக் 'கன்னிமை' (ஆ.இ.) கதையில் பேசுகிறார்.

"எல்லாப் பெண்களையும்போல் நாச்சியாரம்மாவுக்கும் ஒருநாள் கல்யாணம் நிச்சயமானது. அந்தக்காலத்துப் பெண்கள் தங்களுக்குக் கல்யாணம் நிச்சயமானவுடன் அழுவார்கள். அவர்கள் ஏன் அப்படிச் செய்தார்கள் என்று இன்றுவரைக்கும் நான் யாரிடமும் காரணம் கேட்டுத் தெரிந்து கொள்ளவில்லை. ஆனால், அதில் ஒரு 'தேவ ரகஸியம்' ஏதோ இருக்கிறது என்று மட்டும் நிச்சயம். நாச்சியாரம்மாவும் ஒரு மூணு நாள் உட்கார்ந்து கண்ணீர் வடித்து 'விசனம்' காத்தாள்.

வழக்கம்போல் மூன்றுநாள் கல்யாணம். அந்த மூன்று நாளும் அவள் 'பொண்ணுக்கு இருந்த' அழகைச் சொல்லி முடியாது. கல்யாணம் முடிந்த நாலாம் நாள் அவள் எங்களையெல்லாம் விட்டுப் பிரிந்து மறுவீடு போகிறாள். சுமங்கலிகள் அவளுக்கு ஆரத்தி எடுத்தார்கள். ஆரத்தி சுற்றிக்கொண்டே அவர்கள் பாடினார்கள். அந்தப் பாடலின் ஒவ்வொரு கடேசி அடியும் கீழ்க்கண்டவாறு முடியும்.

'மாயம்ம லஷ்மியம்ம போயிராவேட'

(எங்கள் தாயே லஷ்மி தேவியே போய் வருவாய்)

அந்தக்காட்சி இன்னும் என் மனசில் பசுமையாக இருக்கிறது. அவளை நாங்கள் உள்ளூரில்தான் கட்டிக்கொடுத்திருக்கிறோம்."

பரிசத்திற்குப் பின்னர்த் திருமணம் நடக்கும். திருமணச் சடங்கில் சில முக்கியமான நிகழ்வுகளைக் கி.ரா. சொல்கிறார். இவை தாய்வழிச் சமூகக் குறியீடுகளுக்குரியவை என்பதைக் கி.ரா. கண்டு எழுதினாரா? என்பது தெரியவில்லை. அவை தாய்வழிக் குறியீடுகள் என்பதை இனவரைவியல் நோக்கில் குறிப்பிடலாம்.

'கரிசல்காட்டுக் கடுதாசி' *(1988)* நூலில் கி.ரா. பின்வரும் வர்ணனையைச் செய்துள்ளார். "எங்க கல்யாணங்களில், தாலி கட்டுவதற்கு முன்னால் ஒரு சடங்கு உண்டு. பால்மரத்தின் கிளை ஒன்றை மணப்பெண்ணும் மணமகனும் சேர்ந்து நட்டி, அதுக்குத் தண்ணீர் வார்த்த பிறகுதான் தாலிகட்டுவது நடைபெறும். இதன் தாத்பரியத்தை நாங்கள் இப்போது மறந்து போய்விட்டாலும் இதைச் செய்ய மட்டும் மறப்பதில்லை.

எல்லா மரங்களின் கிளைகளையும் வெட்டி நட்டினால் அது தழையாது; 'பால்மர'ங்களுக்கு மட்டும் இப்படி ஒரு தன்மை இருக்கிறது. இந்த மரங்களான ஆல், அரசு போன்ற விருட்சங்களின் விறகுகளை நாங்கள் அடுப்பெரிப்பதில்லை. இந்த மரங்களின் பலகைகளையோ கம்புகளையோ நாங்கள் வீடு கட்டுவதற்கு, விட்டங்களாகவோ சட்டங்களாகவோ உபயோகப்படுத்துவதில்லை. இவை எங்கள் வணக்கத்துக்குரிய மரங்கள்; ஆகவே இவற்றின் கீழே உதிரும் காய்ந்த சுள்ளி களைக் கொண்டுவந்து அடுப்புப் பத்த வைத்தால்கூடப் 'பாபம்' என்று பெரியவர்கள் தடுத்துவிடுவார்கள். விசேட காலங்களில் ஓமம் வளர்ப்பதற்கு மட்டுமே இந்தச் சுள்ளி களைப் பயன்படுத்துவார்கள். இந்த மரங்களை நாங்கள் கண்மாய்க் கரைகளில் மட்டுமே வைத்து வளர்க்கிறோம். எந்தக் கரிசல் கிராமத்துக்குப் போனாலும் இந்த அரசு, பொன்னரசி, ஆல், அத்தி, கல்லத்தி, இத்தி, வேம்பு, இப்படியாப்பட்ட மரங்களை கண்மாய்க் கரைகளில் காணலாம்."

திருமணமும் அதற்குப் பிறகுமான சடங்கு சம்பிரதாயங்கள் என்னென்ன? என்பது பற்றிய கி.ரா.வின் விவரிப்பு சுவாரஸ்யமானது. 'மகாலட்சுமி' *(1972)* கதையில் இவ்வாறு பதிவிடுகிறார்.

"கல்யாணத்துக்கு முதல்நாள் மோகியை வில்வண்டியில் ஏற்றி அந்தப் 'பொண்ணுவண்டி'யின் முன்னும் பின்னும் பலவண்டிகள் வர, மாப்பிள்ளையின் ஊருக்கு அழைத்து வந்தார்கள். மாப்பிள்ளைக்குச் சம்பந்தகாரரும் மோகி வீட்டா ருக்குத் தாயாதியுமான ஒருவருடைய வீட்டில் பெண்ணையும் அவளைச் சேர்ந்தவர்களையும் இருக்கச் செய்தார்கள்.

முகூர்த்தத்துக்குமுன் பெண்ணைப் பல்லக்கில் ஏற்றி மேளதாளத்தோடு ஊர்வலமாக மாப்பிள்ளை வீட்டுக்கு அழைத்துக்கொண்டு வந்து கல்யாணம் செய்வித்தார்கள். தாலிகட்டி முடிந்தவுடன் மோகியின் கணவன் அவளுடைய பாதத்தைத் தொட்டு அம்மியின்மேல் தூக்கிவைத்தான். மணமகள் மோகிக்குப் புரோகிதர் அருந்ததி நட்சத்திரத்தைக் காண்பித்து, சதி அருந்ததியின் கதைச் சுருக்கத்தைத் தெலுங்கில் சொன்னார்.

அவர்கள் கழுத்தில் மணமாலையோடும் கையில் கட்டிய கங்கணத்தோடும் அவர்களுடைய தொழுவுக்குப் பக்கத்தில் நடந்து வந்தார்கள். அவர்களுக்குப் பின்னால் மோகியின் உடன்பிறந்த தம்பி தார்க்கம்பையும் உழவு வடத்தையும் தனது தோளில் போட்டுக்கொண்டு அவர்களைப் பின்தொடர்ந்து வந்தான். அங்கே ஏற்பாட்டின்படி தச்சன் மஞ்சள் பூசிய புதிய ஒரு சிறு கைக்கலப்பை ஒன்றை வைத்துக்கொண்டு நின்றிருந்தான். புரோகிதர் தச்சனிடமிருந்த கலப்பையை வாங்கி புதுமாப்பிள்ளையிடம் கொடுத்தார். அவன் அதை வாங்கித் தரையில் கீய்த்து உழுதான். மோகி அதில் நவ தானியங்களை விதைத்துத் தண்ணீர் தெளித்தாள்.

மாப்பிள்ளைக்கு மாமனார் வீட்டில் மூணுமாச விருந்தும் தலை தீபாவளியும் முடிந்தது. இருவரும் அவனுடைய வீட்டிற்குத் திரும்பினார்கள். அப்பொழுது மோகி மசக்கை யாக இருந்தாள். புருஷன் வீட்டின் பூரண கவனத்தையே தனது பக்கம் திருப்பிவிட்டாள்! வாந்தியும் ஆயாசமும் ஓங்கரிப்பும் உணவு செல்லாமையும், “ஐயோ இப்படியாகிவிட்டாளே; இந்த உடம்பு இதைத் தாங்குமா?” என்று மிக இரக்கம் கொள்ளும் படியாக இருந்தாள்.”

கி.ரா.வின் கல்யாணம் பற்றியும் ஒரு பதிவு நமக்குக் கிடைக்கிறது. உறவினர்களும் கி.ரா.வின் அன்புத் துணைவியார் கணவதி அம்மாவும் சொல்லும் கூற்றுகளும் நமக்குக் கிடைத்துள்ளன.

“எனக்குக் கல்யாணம் ஆகும்போது 19 வயசு, கல்யாணமான பிறகு சிலர் என் காது படவே, “ஐயோ, அழகுப் பிள்ளையைக் கொண்டு போய் இந்த சீக்காளி மாப்பிள்ளைக்குக் கட்டிக் கொடுத்துட்டாங்களே...” என்று பேசினார்கள். ஆனால் எங்க ஊர் கிராம முன்சீப் அய்யர் வீட்டம்மா எங்க வீட்டுக்கு வந்து என் அம்மாவிடம், “சுப்பம்மா, உன் பொண்ணுக்கு நல்ல மாப்பிள்ளை கிடைச்சிருக்காரு. உன் பொண்ணு நல்லா இருக்கும். நீ ஒண்ணும் கவலைப்படாதேன்னு” சொன்னாங்க.

லட்சுமி அம்மான்னு இன்னொரு பெரிய வீட்டம்மா. அவங்களும் “கணவதிக்கு நல்ல இடம் கிடைச்சிருக்கு” என்று சொல்லி சந்தோஷப்பட்டாங்க.

கல்யாணத்துக்கு அப்புறம் அவர் என்னிடம் அன்பாகவும், பிரியமாகவும் இருந்தார். என் மனசு புண்படும்படி அவர் நடந்துக்கிட்டதே இல்லை. அவர் எல்லோர்கிட்டயும் அன்பாகவும் பிரியமாகவும்தான் இருப்பார்.”

இது பற்றிய விவரிப்புப் பின்வருமாறு தொடர்கிறது.

“கல்யாணத்துக்காக எனக்கு முகூர்த்தப் புடைவையே 100 ரூபாய்க்குத்தான் எடுத்திருந்தாங்க. நூறாம் நம்பர் நூல் புடவை அது. அவரோட சகோதரிகளுக்கும்கூட நூல் புடவை தான் எடுத்திருந்தாங்க. அவருக்கும் சாதாரண வேட்டி, சட்டை, துண்டுதான் எடுத்திருந்தாங்க (பட்டு வேட்டி எடுக்கலை).

எங்க கல்யாணத்துல மேள, தாளம் கிடையாது. எங்க கல்யாண கோலத்தை நாங்க போட்டோவாக் கூட எடுத்துக்கலை. அதோட சடங்கு, சம்பிரதாயங்களும் கடைப்பிடிக்கப் பட வில்லை. கல்யாண விருந்து, சாப்பாடு என்று எதுவும் கிடையாது. அவங்க வீட்டுல ஒரு பெரிய கூடம் இருந்தது. அதுல வச்சித்தான் எங்க கல்யாணம் நடந்தது. எங்க கல்யாணத்துக்கு என்று புதுசா தாலி கூட வாங்கலை. அவங்க அம்மாவோட தாலி இருந்தது. அதைத்தான் என் கழுத்துல அவர் கட்டுனார். கல்யாணத்துக்கு வந்திருந்து வாழ்த்துன பெரியவங்களுக்கு சம்பிரதாயமா வெத்திலை பாக்கு மட்டும் கொடுத்து அனுப்பிட்டாங்க. 200 ரூபாய் செலவுல அந்தக் கல்யாணம் நடந்து முடிந்தது” (கழனியூரன், 2017).

திருமணத்திற்குப் பின்னர் மறுவீடு என்னும் விருந்துச் சடங்கு நடைபெறும். இதெல்லாம் இப்போது குறைந்து விட்டது. ஆனாலும் நமது மரபை அறிய வேண்டுமல்லவா? கி.ரா. நமக்காகப் பதிவு செய்கிறார்.

“அந்தக் காலத்துல கல்யாணமான மாப்பிள்ளைக்குப் பெண் வீட்டுல மூணு மாசம் விருந்து கொடுப்பாங்க. பொதுவா புதுமாப்பிள்ளைகள் கல்யாணமான பிறகு மூணு மாசம் கழிச்சிதான் சொந்த ஊருக்குப் புதுப்பெண்ணோட புதுமாப்பிள்ளை வரும்போது அடையாளமே தெரியாத அளவுக்கு தொந்தியும், தொப்பையுமா ஆளே அடையாளம் தெரியாத அளவுக்குக் குண்டாயிருப்பாங்க. கன்னத்துல எல்லாம் நல்லா தசை போட்டிருக்கும். இவருக்கும் கல்யாண மான பிறகு மூணு மாசம் எங்க வீட்ல விருந்துச் சாப்பாடு

போட்டாங்க. விருந்து முடிஞ்சி மூணு மாசம் கழிச்சி அவர் வீட்டுக்குக் கிளம்பும்போது அப்படியேதான் (முன்பு இருந்தது போலவே) இருந்தார். தொந்தியும் தொப்பையுமா மாறி ஆள் எப்படி இருப்பார்னு நான் கற்பனை செஞ்சி வச்சிருந்தது வீணாயிருச்சி. அவரோட உடல்வாகு அப்படித்தான்னு அதன் பின்னாடிதான் தெரிஞ்சிக்கிட்டேன்." (மேலது: 129).

மறுவீடு எனும் புது விருந்து பின்வருமாறு தொடர்கிறது. 'ஓர் இவள்' (1970) கதையில் இது பற்றி எழுதியிருக்கிறார்.

"கலியாணமான புதுசில மாமனார் வீட்டில் 'மூணுமாச விருந்'தின்போது... அடடா, சொர்க்கத்துக்கு மூணுமாசம் தான் 'லிமிட்' போலிருக்கிறது.

கோடையானால் ஜிலுஜிலுப்பும் குளிரானால் வெது வெதுப்பும் கொண்ட அந்த சயனத்துணை, இளங்காலையின் போது விழித்துப் பார்த்தால் பக்கத்து தலையணை வெறுமை யாக இருக்கும். தூங்கிவிட்ட குழந்தையின் அணைப்பிலிருந்த பொம்மையை விடுவிக்கும் ஜாலக்கைப் போலிருக்கும் அந்தக் காரியம்! அணைப்புக்கு அல்லாடும் இளங்காலையில் தொகுப்பில்லாத ஊமைக்கனவுகள் வந்துபோய்க் கொண்டிருக்கும்போது, கழுத்தடியில் வந்து கிச்ச மூட்டும் சில்லிடும் அல்லிக்கரம். அந்தக் கரங்கள் இப்பொழுது எங்கே போயின என்று அவன் மனது ஏங்கித் தவித்தது."

கரிசல் காட்டுத் திருமணம் பற்றி விவரிக்கும் கி.ரா. அம்மரபின் எதார்த்தங்களைப் பதிவு செய்கிறார். ஒன்றுக்கும் மேற்பட்ட பெண்களை மணம் செய்யும் பூசாரிக் கவுண்டரின் எதார்த்தங்களைக் கி.ரா. சொல்லும் பாணி தனித்துவமானது. 'கரிசல்காட்டுக் கடுதாசி'யில் (1988) இது பற்றிக் குறிப்பிடுகிறார்.

"பாவம், பூசாரிக் கவுண்டர்! அவர் மற்ற ஆம்பிளைகளைப் போல தப்பு வழியில் போகிறவர் இல்லை. அதற்காகவே அவர் ரண்டாந்தாரம் கட்டிக் கொண்டவர்! முதல் தாரத்துக்கு 'வளைகாப்பு' முடிந்து பிறந்த வீட்டுக்குக் கூட்டிக்கொண்டு போய்விட்டார்கள். குழந்தை பெற இன்னும் மூணு மாசம் இருக்கு. குழந்தை பிறந்த ஏழாவது மாசத்தில்தான் கொண்டுவந்து விடுவார்கள். அந்த இடைவெளிக் காலம் பூசாரிக் கவுண்டருக்கு ரொம்பச் சோதனை மிகுந்த காலமாக இருந்தது வாஸ்தவம். சில பேரைப்போல அவர் 'அஸ்க்கா தொஸ்கா' என்று நடக்கிறவர் இல்லை. பொறுத்திருந்து பார்த்தார்; முடியலை. சடாரென்று ரண்டாந்தாரமாக ஒரு பெண்ணைக் கட்டிக் கொண்டார். இதுக்கு யாரைக் கேக்கணும்? அந்தக் காலத்தில் அப்படியெல்லாம் செய்ய சௌகரியம் இருந்தது. ரண்டாவது

மனைவிக்கு வளைகாப்பு முடிந்து பிறந்த வீட்டுக்கு அனுப்பி வைக்கவும், முதல் தாரம் வந்து சேரவும் சரிய்யா இருந்தது! (அப்படி ஒரு அமைப்பு!!) உடம்பு, மனசு இந்த மாதிரி விஷயங்களில் பூசாரிக் கவுண்டர் ரொம்ப எதார்த்தவாதி. மற்றவர்கள் சொல்லுகிற மாதிரி மனசை அடக்குகிறது, தற்காலிகப் பிரம்மச்சரியம் இதிலெல்லாம் அவருக்கு நம்பிக்கை கிடையாது; முடியவும் முடியாது என்பதுதான் விஷயம்" (பக்.216).

"இந்த விஷயத்தில் மட்டும் உடல் ரீதியாக ஆணுக்கு ஒரு நீதி பெண்ணுக்கு ஒரு நீதி என்று அமைத்துவிட்டது இயற்கை. ஆணைப் போலவே பெண்ணும் அப்படித் திரிந்தால் எப்படி? அதுக்குப் பொறுப்புகள் என்று பல இருக்கிறதே! அறுபது வயசுக்குமேல், மேலும் ஒரு கல்யாணம் செய்து குழந்தை குட்டியும் பெற்ற பல 'கெட்டிக்காரக் கிழவர்'களைப் பற்றி எனக்குத் தெரியும்; நீங்களும் கேள்விப் பட்டிருக்கலாம். இந்தச் சமத்து எல்லாருக்கும் வந்துவிடுவதில்லை. பெண்மையை அந்த வயதில் ஆண்டு கட்டிக் காப்பது என்பது அவ்வளவு சுலபமான சமாசாரமில்லை.

பூசாரிக் கவுண்டர் மூன்றாந்தாரமாக ஒரு பெண்ணைக் கட்டிக் கொண்டிருக்கலாம்; கேள்வி கேட்பார் இல்லைதான். என்னமோ ஒரு தயக்கம், ஒரு பயம்! கிராமத்தில் சொல்லு கிற அனுபவசாரமான சொலவடைகளை அவரும் கேள்விப் பட்டிருப்பார்தானே.

'இருவதில் தாரம்

நாப்பதில் வாரம்

அறுபதில் சோரம்'

என்கிறது அது. ஒருத்தன் இருபது வயதில் கல்யாணம் கட்டிக் கொண்டால் முழுமனைவியும் அவனுக்கே சொந்தம்."

"நாற்பது வயசில் ஒருத்தன் திருமணம் செய்துகொண்டால் பாதிப் பொண்டாட்டிதான் அவனுக்கு. அறுபதில் செய்து கொண்டால் அவனுக்கு அநேகமாக ஒன்றும் இல்லை என்கிறது சொலவடை! கூட்டணி அமைத்துக்கொண்ட பூசாரிக் கவுண்டரின் பெண்டாட்டிகள் ரண்டு பேரும் அவரைப் பார்த்து, "இந்தா பாரும், பேரன் பேத்தி எல்லாம் எடுத்தாச்சி. ஒழுங்காவாரும்... இரும்; சாப்பிடும், போம்; மத்த எண்ணமெல்லாம் வெச்சிக்கிடாதேயும்" என்று கராலாகச் சொல்லிவிட்டார்கள்.

"ஐயோ, இந்தப் பொட்டைச் சிறுக்கிக சேந்துக்கிட்டு என்னைக் கொடுமைப்படுத்துதே" என்று புலம்புவார் அவர். வீட்டில் படுக்கையில்லை அவருக்கு; கிருஷ்ணன் கோயிலில்தான்" (மேலது:218–19).

இப்படி இன்னும் சில இடங்களில் பலதாரக் குடும்ப விவகாரங்களைக் கி.ரா. படு நேர்த்தியாகப் பேசுகிறார். இதுவே தமிழ்ச் சமூகத்தின் எதார்த்தப் பண்பாடாகும் (*real culture*).

பின்னுரை

அந்தக் காலத்தில் பெண்கள் தங்களுக்குக் கல்யாண நிச்சயமானவுடன் அழுவார்களாம். அது தேவ ரகசியம் என்கிறார் கி.ரா. தெரிந்த உண்மையைத் தெரியாதது போல நையாண்டி செய்கிறார் கி.ரா. மூணு நாள் கல்யாணம், கல்யாண வைபம், மணவறையில் பால் மரக் கிளை நட்டு நீர் ஊற்றி அதன் பின்னர்த் தாலி கட்டுதல், மாமனார் வீட்டில் மாப்பிள்ளைக்கு மூணு மாத விருந்து, மணப் பெண்ணுக்கு நகை போடுதல் எனக் கல்யாணம் பற்றி ஏகபோக விடயங்களைக் பதிவிடுவது கரிசல்காட்டு வாழ்வியலைக் காட்டுகின்றது.

திருமணம் பற்றிய கருத்தியல்வாதிகளின் (அந்தோணி குட், கரின் கபாடியா உட்பட) விவாதங்களையும், அமைப்பியல் வாதிகளின் (லெவிஸ்ட்ராஸ், லூயி துய்மோன் உட்பட) விவாதங்களையும் அலசிப் பார்ப்பதற்குக் கி.ரா.வின் வண்ணனைகள் நமக்குப் போதுமானது.

பூசாரிக் கவுண்டரின் இரண்டு மனைவிக் குடும்பத்தைக் கி.ரா. விவரிக்கும் பாணி மிகவும் அலாதியானது. தமிழ்ச் சமூகம் 'ஒருவனுக்கு ஒருத்தி' என்ற ஒற்றை மணமுறை சார்ந்தது என்ற லட்சியவாதிகளின் கருத்துக்கு மாறாக, அது பல மனைவி மணமுறை சார்ந்தது என்ற எதார்த்தத்தைக் கி.ரா.எடுத்துரைப்பது அவர் செயற்பாட்டியம் சார்ந்தவர் என்பதை அறிய முடிகிறது. இவையெல்லாம் இனவரை வியலர்கள் எடுத்தாளும் கருத்தினங்கள். கி.ரா. அவற்றைச் சுதேசித்தனமாகப் பேசியிருக்கிறார். ஞானங்கள் நிறைந்தவர் கி.ரா.

13

குடும்பம், உறவுமுறை

"கி.ரா. தன்னை அறிஞர் என்றோ மேதை என்றோ நினைத்துக்கொள்கிறவர் அல்லர். இரசிகமணியின் சீடர். சீடரும் ஒரு இரசிகமணி! இதுதான், இந்தச் சுவை உணர்வுதான் இவருடைய சீர், சிறப்பு, மொத்த ஆளுமை".

– த. பழமலய்

குடும்பம் எனும் சிறிய அமைப்பிலிருந்தே மனித சமூகம் எனும் பரந்த அமைப்பு விரிகிறது. சமூகத்தில் மிகச் சிறிய அலகு குடும்பம். ஆனால், ஒவ்வொருவரும் பிறந்தது முதல் இறக்கும்வரை தொடர்ந்து தொடர்புகொள்ளும் அமைப்பாகக் குடும்பம் விளங்குகிறது. மற்ற எந்தவொரு அமைப்போடும் தொடர்ச்சியான உறவு கிடைப்பதில்லை. பள்ளி, கல்லூரி, வேலை பார்க்குமிடம், ஒப்பார் குழு என இவையெல்லாம் குறைந்த காலத்தவை.

குடும்பம் எல்லாவற்றையும் கொடுக்கிறது. எல்லாவற்றையும் ஏற்றுக்கொள்கிறது. அன்பு, பாசம், உறவு, உணவு, உறைவிடம், கோபம், கொந்தளிப்பு, பாலியல் நிறைவு என எண்ணற்ற தேவைகளை ஈடு செய்கிறது.

குடும்ப உறுப்பினர்களை உறவுமுறை இணைக்கிறது. கொள்ளுப் பாட்டன் முதல் கொள்ளுப்பேரன் வரை அனைவரையும் உறவு எனும் சங்கிலி இணைக்கிறது. அப்பா, அம்மா, அண்ணன், தம்பி, அக்கா, தங்கை, சித்தப்பா, பெரியப்பா, பெரியம்மா, சின்னம்மா எனப் பலரை

இரத்த வழியில் இணைக்கிறது. அத்தை, மாமா, மச்சினன், மச்சினிச்சி, மனைவி, மாமனார், மாமியார் முதலானவர்களை மண வழியில் இணைக்கிறது.

குடும்ப உறுப்பினர்கள் ஒவ்வொருவருக்கும் ஒரு பங்கு உண்டு. அப்பாவுக்கான பங்கு பணியை மாமா செய்ய வேண்டியதில்லை. தாய்மாமன் செய்ய வேண்டிய கடமை களைச் சித்தப்பா / பெரியப்பா செய்ய வேண்டியதில்லை. மாமியார் செய்ய வேண்டியவற்றைச் சின்னம்மா / பெரியம்மா செய்ய வேண்டியதில்லை. இப்படியாகக் குடும்ப உறுப்பினர்கள் ஒவ்வொருவருக்கும் தனிப்பட்ட உரிமைகள், பங்கு பணிகள் உள்ளன.

குடும்பத்தில் உள்ள உறுப்பினர்கள் ஒவ்வொருவரும் பின்பற்ற வேண்டிய நடத்தை முறைகளும் வரையறை செய்யப்பட்டுள்ளன. 'மரியாதை' காட்டிப் பழக வேண்டிய உறவுகள் உள்ளன. 'அன்பும் பாசமும்' கொண்டு உறவாட வேண்டியவர்கள் உள்ளனர். 'நெருக்கம்' கொண்டு பழக வேண்டியவர்களும் உள்ளனர்.

நேருக்கு நேர் முகம் பார்க்காமல் தூரம் நின்று 'தவிர்ப்பு உறவு' பேணுபவர்கள் உள்ளனர். கேலி, கிண்டல், கலாட்டா, அன்புடன் அடிதடி செய்தல் முதலான கேலி நடத்தை முறை களுடன் பழகுபவர்களும் உள்ளனர். குடும்பத்தில் எத்தனையோ வகையான பங்கு பணிகளும், எத்தனையோ வகையான நடத்தை முறைகளும் சங்கமிக்கின்றன.

கரிசல்காடு உட்படத் தமிழ்ச் சமூகத்தின் உறவுமுறை தனிச் சிறப்புடையது. உலக அளவில் ஆறுவகையான உறவு முறைகள் உள்ளன. அவற்றில் திராவிட உறவு முறை தனித்துவ மானது. அதற்குக் காரணம் திராவிடச் சமூகத்தார் பின்பற்றும் உறவுத் திருமணம் ஆகும். இத்தகைய திருமண முறையால் சமச்சீர்மையுடைய உறவுச் சொற்கள் உருவாக்கப்பட்டுள்ளன. அதாவது, தந்தை வழியில் வரும் உறவினர்களும், தாய் வழியில் வரும் உறவினர்களும் ஒத்த உறவுமுறைச் சொற்களால் அழைக்கப்படுகின்றனர் (விரிவுக்குக் காண்க: 'திராவிட மானிடவியல்', 2014).

திராவிட உறவுமுறையைப் பேணி வருகின்ற தமிழ்க் குடும்பங்களில் சமீப காலத்தில் சில மாற்றங்கள் ஏற்பட்டு வருவது உண்மை. கடந்த காலத்தில் நிலவிய கூட்டுக் குடும்பங்கள் சிதைவுறுகின்றன என்று கருதுகிறோம். வேளாண் நாகரிகத்திற்கு உரிய 'பல தலைமுறை கூட்டுக் குடும்பங்கள்' இன்று இல்லை. கொள்ளுப் பாட்டன் முதல் கொள்ளுப் பேரன் வரை ஆறு

தலைமுறைகள் கொண்ட நேர்வழி விரிந்த குடும்பங்கள் இன்று குறைந்து விட்டன. ஓரிடத்தில் தங்கி வாழும் வேளாண்மை சார்ந்த வாழ்க்கை சிதைந்ததே இதற்குக் காரணமாகும். அதே போல அண்ணன், தம்பி, சித்தப்பா, பெரியப்பா என அனைவரும் சேர்ந்து வாழும் கிளைவழி விரிந்த குடும்பங் களும் இன்று காணாமல் போய்க் கொண்டிருக்கின்றன. மிகக் குறைந்த கால அளவுக்கு இத்தகைய குடும்ப வடிவங்கள் காணப்படுகின்றன.

ஒரு கூரையின் கீழ் உண்டு, உறங்கி வாழும் முறையும் மாறிக்கொண்டிருக்கிறது. எல்லோருடைய உழைப்பும் வருமானமும் ஒருவர் கைக்குச் சென்று நிர்வகிக்கும் முறையும் மாறிவிட்டது. வேளாண்மையிலிருந்து விலகியதே இதற்குக் காரணமாகும். குறைந்த காலப் பகுதியே அனைவரும் சேர்ந்து வாழும் சூழலும், அவர்களும் வெவ்வேறு ஊர்களில் / நகரங்களில் வாழும் சூழலும் இருப்பதால் இப்போது விரிந்த குடும்பங்கள் காணப்படுகின்றன.

கரிசல் காட்டுக் கிராமங்களில் நிகழ்ந்த மாற்றங்களைக் கி.ரா. பின்வருமாறு பதிவு செய்துள்ளார்.

கி.ரா. இனவரைவியல்

"செங்கன்னாவின் குடும்பம் முந்து கூட்டுக்குடும்பமாகத்தான் இருந்தது. அப்புறம் அவர் வீட்டுக்கு வந்த "மகாலட்சுமிகள்" ஒருத்தருக்கொருத்தர் பேச்சண்டை போட்டு, கூட்டுக் குடும்பத்தை உடைத்தார்கள்.

"பாத்தா ரொம்ப; பகுந்தாக் கொஞ்சம்" அந்த மோடாமோடி அந்தஸ்திலிருந்து கோனேரியின் குடும்பம் இறங்கிவிட்டது. இப்போ அந்தப் பெரிய வீட்டுக்குள் சிறிய ஆறு குடும்பங்கள் வசிக்கின்றன. குறுக்கே மறுக்கே சுவர்களை எழுப்பி, இடமில்லாத இடத்தில் உண்டாக்கிய சமையல் பிறை களினால் புகைபிடித்துப் போய்விட்டது அந்த வீடு.

கூட்டுக்குடும்பங்கள் உடைந்ததோடு பழைய எண்ணங் களும் உடைந்துகொண்டே வருகின்றன; முக்கியமாகப் பெண்டுகளிடத்தில். வெயிலில் போய்ச் சாக வேண்டிய அவசியமில்லை என்று தீர்மானித்துவிட்டார்கள் அவர்கள்."

சொத்துடைமைக் குடும்பங்கள் பொதுவாகக் கொள்ளுப் பாட்டன் தொடங்கிக் கொள்ளுப் பேரன் வரை செங்குத்து வழியில் விரிந்து நிற்கும். அதுபோலவே, பெரியப்பா, சித்தப்பா அண்ணன் தம்பிகள், விதவையான சகோதரிகள் எனப் பக்க

வாட்டிலும் விரிந்து நிற்கும். இத்தகைய விரிந்த குடும்பங்கள் சாதாரண பேச்சு வழக்கில் 'கூட்டுக் குடும்பங்கள்' எனப்படும். உடைமையைக் கொண்டிராத உழைத்து வாழும் கூலித் தொழிலாளிகளின் குடும்பங்கள் விரிந்த குடும்பங்களாக இருப்பதில்லை. பொதுவாகத் தனிக் குடும்பங்களாகவே அவை காணப்படுகின்றன.

கூட்டுக் குடும்பங்களின் சிறப்புகள் பற்றிக் கி.ரா. கரிசல் காட்டுக் குடும்பங்களின் அனுபவத்தைக் கொண்டு விவரிக்கிறார். 'இவர்களைப் பிரித்தது . . ?' (1984) கதையில் பின்வருமாறு எழுதுகிறார்.

"இதெல்லாம் எப்படி உண்டாகிறது என்று தெரியலை. அந்தக் குடும்பங்களுக்குள் உள்ள ஒற்றுமைபோல அந்த ஊரிலேயே கிடையாது.

நாலு அண்ணந்தம்பிகள்: ராம லெட்சுமண பரத சத்துருக்காள் போல, எந்தப் பாவிச் சிங்கம் வந்து இந்தக் காளைகளைப் பிரிச்சதுண்ணு தெரியலை. நாலுபேருக்கும் கல்யாணம் ஆனவுடன், நீளமான அந்த வீட்டை மூணு ஓலைத் தடுக்குகளால்ப் பிரித்து நாலு பகுதிகளாக்கிக் குடும்பங்களை ஆரம்பித்தார்கள்.

ஒரு வசதிக்காகத்தான் நாலு குடும்பமாக இருந்தார்களே தவிர பொட்டச்சிகளுக்குள்ளெ ஒருநா ஒரு பொழுதுகூட வாய்ச் சத்தம் வந்தது கிடையாது. அப்படியே மீறி வந்தாலும் அந்த ஆம்பிளைகளின் ஒரு திரட்டு முழியிலெ அடங்கிப்போகும்.

பூர்வீக நிலம் எட்டு ஏக்கர் கரிசக்காட்டை குடும்பத்துக்கு ரண்டு ஏக்கர் வீதம் பாகவஸ்தி செய்துகொண்டாலும் சேர்ந்தேதான் அதில் பாடுபட்டார்கள்.

பண ஏர் ஒன்றுக்குத்தான் செலவு; மற்றபடி களையெடுப்பு, களை செதுக்கு, பயிர் கலைப்பிக்கிறது, அறுவடை, எல்லாம் நாலு குடும்பங்களும் சேர்ந்து சேர்ந்தே ஒவ்வொருத்தர் நிலத்திலும் மொய் ஆட்களாகப் போய் செய்து முடித்துவிடுவதால் அந்தக் குடும்பங்களிலிருந்து ஒரு மணி தானியமோ ஒரு கூறு பருத்தியோ வெளியே போகிற தில்லை."

'புறப்பாடு' (1973) கதையில் கி.ரா. நான்கு தலைமுறைக் குடும்பம் ஒன்றின் முகத்தைக் காட்டுகிறார். அக்குடும்பத்தில் மிகவும் வயதானவரான அண்ணாரப்பக் கவுண்டரின் மூப்பினை மிகவும் அலாதியாக விவரிக்கிறார்.

“அந்தப் பட்டியிலேயே ரொம்ப வயசானவர் அண்ணாரப்பக் கவுண்டர் ஒருத்தர்தான். அவருடைய மூன்று பெண்டாட்டி களும் இரண்டு தொடுப்புகளும் எப்பவோ செத்துப் போய் விட்டார்கள். மகன்கள் மகள்கள் கூடச் செத்துப் போனார்கள். பேரன் பேத்திகள் சிலருக்குப் பல் விழுந்துவிட்டது. சிலருக்குத் தலை நரைக்கவும் வழுக்கை விழவும் ஆரம்பித்துவிட்டது. மன்னன் அண்ணாரப்பக் கவுண்டருக்கோ தந்தம் பன்னரிவாள்ப் பல்மாதிரி தேய்ந்து போனதே தவிர ஒன்றுகூட உதிரவில்லை. ‘நாப்பது நாளைக்குக் கோழிக்கறியும் பச்சை நெல்லுச்சோறும் போட்டா இப்பவுங்கூட ஒரு கல்யாணம் பண்ணிக் காட்டுவேன்’ என்று சொல்லுவார். அவரால் இப்பவும் சத்தம் போட்டுக் குரல் நடுங்காமல் பாடமுடியும். ஆனால் பேரன் பேத்திகள் சண்டைக்கு வருவார்கள்.

முழு வயோதிகத்தினால் அவருடைய கம்பீரமான உயரமும் உருவமும் வாடிய சருகுபோல் சுருண்டு வளைந்து சிறுத்துவிட்டது. கட்டிலில் மூலை சேர்ந்துவிட்டார், தேய்ந்து போன கலப்பை மாதிரி.

ஒரு வருஷமாக அவர், இந்தா அந்தா என்று வரகந்தட்டு விளையாட்டில் மறுக்குகிற மாதிரி காலனை மறுக்கிக் கொண்டு பிடிபடாமல் இருந்துகொண்டிருக்கிறார்.

‘கவுண்டரின் கணக்கை சித்திரபுத்திரன் தொலைத்து விட்டான்’ என்கிறார்கள் ஊர்வாசிகள். அவருடைய மரணத்துக் காக இப்பொ அழுபவர்கள் யாருமில்லை. இந்தக் கிழடு செத்துத் தொலையமாட்டேங்குதே என்று சத்தம்போட்டுச் சொன்னார்கள்.

ஒவ்வொரு பௌர்ணமியையும் அமாவாசையையும் எதிர்பார்த்து எதிர்பார்த்து ஏமாந்தார்கள்.”

குடும்பங்கள், குடும்ப உறவினர்களின் உறவுகள் இரண்டிலும் இரத்த வழியிலும் மண வழியிலும் பின்னப் பட்டவை. இவற்றில் அன்பு, பாசம் இரண்டாலும் கட்டப் பட்ட உறவுகள் என்னெற்றும் நிலைத்திருக்கின்றன. தமிழ்க் குடும்பங்களில் காணப்படும் பாசம், அன்பு குறித்து மேலை மானிடவியல் அறிஞர் மார்கரட் ட்ராவிக் ஒரு நூல் எழுதி யுள்ளார். தமிழ்க் குடும்பங்களில் அன்பு குறித்துச் சில குறிப்புகள் (Notes on Love in a Tamil Family, 1996) எனும் அந்த நூலில் உள்ள இனவரைவியல் குறிப்புகளைக் காட்டிலும் கி.ரா.வின் குறிப்புகள் காத்திரமானவை; அகவயமானவை. ‘தோழன் ரங்கசாமி’ (1960) கதையில் ஓர் அடர்த்தியான இனவரைவியல் குறிப்பினைத் தருகிறார்.

தன்னுடைய ஒரே பையனான ரங்கசாமியின் மேல் அவருக்கு உயிர். அவனை எப்பாடு பட்டாவது ஊருக்கு அழைத்துக்கொண்டு போக வேண்டுமென்று எண்ணியே வந்தார். ரங்கசாமியோ ஒவ்வொரு தடவையும் முடியாது என்றே சொல்லி அனுப்பிவிடுவான். ‘பெத்தமனம் பித்து, பிள்ளை மனம் கல்லு’ என்று வருத்தப்பட்டுக்கொண்டே அந்தப் பெரியவர் தள்ளாடித் தள்ளாடி நடந்து செல்லுவார்.

“இந்தத் தள்ளாத வயது காலத்தில் எனக்கு யாரப்பா துணை? உன்னை நம்பித்தானே நான் இருக்கிறேன்” என்று துக்கத்தோடு சொன்னார் அவர்.

“அப்பா நான் இறந்துவிட்டதாக நினைத்துக்கொள்ளுங்கள்” இதை ரங்கசாமி வெகுசுலபமாகச் சொல்லிவிட்டான். அவர் அவனையே வைத்தகண் வாங்காமல் பார்த்துக்கொண்டிருந்தார். தாங்கமுடியாத துயரத்தால் அவருடைய மூக்கு இரண்டு மூன்று தடவை துடித்தது. கனமான வெப்பம் நிறைந்த இரண்டு துளி வெந்நீர் அவரது கண்களிலிருந்து பொத்தென்று தரையில் விழுந்தது.

“தொட்டிலிலும் தோள்மீதும், இரவுபகல் கண்மூடாது வைத்துச் சீராட்டி வளர்த்த பையனா இவன்! இவனை யார் இப்படிச் செய்தார்கள். ஏ! பாவிகளே!”

“எப்படியாக இருந்த பையன் இப்படி ஆகிவிட்டான். ஐயோ! சுக்காக உலர்ந்து போனானே.”

குடும்பம் பல சந்தர்ப்பங்களில் மகிழ்ச்சியான இடம் என்றாலும், அது வேறு சில காலகட்டங்களில் சிலருக்குத் துன்பத்தை விளைவிக்கும் இடமாகவும் மாறிவிடுகிறது. குடும்பங்களின் இன்ப, துன்ப நிகழ்வுகள் இரண்டையும் ஒரு நாணயத்தின் இரண்டு பக்கங்கள் போலக் கி.ரா. பேசுவது அவர் ஒரு தேர்ந்த இனவரைவியலர் என்பதைக் காட்டுகிறது. ‘ஜடாயு’ (1959) எனும் ஆரம்பகாலக் கதையில் கி.ரா.வின் பதிவு கவனிக்கத்தக்கதாய் உள்ளது.

“ஐயா! நான் சொல்கிறதையும் தயவுசெய்து கேட்க வேணும். நீங்கள் என்னுடைய தகப்பன் மாதிரி. இவள் என்னுடைய சொந்த மாமன் மகள். இவள் எனக்கு வாழ்க்கைப்பட்டு அஞ்சி வருஷமாகிறது. இந்த அஞ்சி வருஷமும் இவளோடு இந்தப் போராட்டம்தான். பகலெல்லாம் எலும்புமுறிய வேலை செய்துவிட்டு ராத்திரி வீட்டுக்கு வந்தால், வீட்டில் இருக்கமாட்டாள். விடியத்தான் வீட்டுக்கு வருவாள். இவளை நான் ராத்திரியெல்லாம் தேடிக்கொண்டு

அலைய வேண்டும். கட்டிய புருஷன் எத்தனை நாளைக்குத் தான் இதைச் சகித்துக்கொண்டு இருப்பான்?"

இந்தச் சமயத்தில் கதவைத் திறந்துகொண்டு நாயக்கர் தங்கியிருந்த வீட்டுக்காரச் சுந்தரம் செட்டியார் வெளியே வந்தார். பக்கத்து வீட்டுக்காரர்களும் வந்தார்கள்.

தூரத்தில் நின்றிருந்த சுருட்டைத் தலையனின் ஆட்களில் ஒருவன் இவர்களை நோக்கி வந்தான்.

அவன் சுருட்டைத் தலையனைப் பார்த்துச் சொன்னான். 'என்ன லச்சை' பழைய படியும் தொடங்கியாச்சா. நானா இருந்தால் இவளை கட்டிகிட்டு அழுகிறதைவிட, பேசாமல் ஒரு தலைமுழுக்குப் போட்டுருவேன். கல்யாணம் பண்ணியும் பிரம்மச்சாரி என்கிறது உனக்குத்தான் அண்ணே பொருத்தம்!"

கிராமங்கள் சாதிகளால் கட்டப்பட்டிருந்தாலும், உறவுகளால் இயங்குகின்றன. இந்த உறவில் நேரியல் உறவும், புனைவியல் உறவும் கலந்துள்ளன. ஒரு சமூகத்தார் மற்ற சமூகத்தாரை உறவுமுறை கொண்டு அழைப்பதும் விளிப்பதும் சற்று வினோதமானதுதான். ஆனால் அத்தகைய நடைமுறை கிராம சமூகத்தின் ஒன்றியத்திற்கு உதவுகின்றன. இந்த நடைமுறையைக் கி.ரா. 'ஜீவன்' (1972) கதையில் மிக அழகாக விவரிக்கிறார்.

"அந்த ஊரிலுள்ள பிள்ளைமார்; செட்டியார், நாயக்கமார்களோடு சம்மந்தவழி செய்துகொள்ளாவிட்டாலும் பெரியப்பா, சித்தப்பா, மாமா என்றெல்லாம் உறவுமுறை கொண்டாடி வந்தார்கள். ஊமையான அங்குப்பிள்ளை அந்த ஊரில் தனக்கு யார் யார் அண்ணன் தம்பி முறை சம்மந்தகார முறை என்று தெளிவாகத் தெரிந்து வைத்துக் கொண்டிருந்தது ஆச்சரியம்தான்.

திராவிட உறவுமுறையின் எத்தனையோ அம்சங்களை ஆராய்ந்து கண்ட மானிடவியலர்களுக்குக் கி.ரா. ஓர் அற்புதமான இனவரைவியலராகக் காட்சி தருகிறார். கி.ரா. கி.ரா. தான்.

பின்னுரை

தமிழ் நாவலாசிரியர்கள் குடும்ப உறவுகளை மையமிட்டு எழுதுபவர்கள் என்பது எல்லோருக்கும் தெரிந்த விடயம்தான். குடும்ப உறவுகளில் தாய்க்கும் குழந்தைகளுக்குமான உறவு 'அன்பு' வயப்பட்டது. தந்தைக்கும் பிள்ளைகளுக்குமான உறவு 'மரியாதை' சார்ந்தது. சகோதர, சகோதரிகளுக்கிடையேயான உறவு இளமையில் 'பாச' உணர்வு சார்ந்தது,

பங்காளிகள் ஆனவுடன் 'விலகி' நிற்கும் தன்மையுடையது. மாமன் மச்சான்களுக்கிடையில் 'கேலி' உறவு விஞ்சி நிற்கும். மாமனார்-மருமகள், மாமியார்-மருமகன் முதலானவர்களுக்கிடையில் உள்ள உறவு 'தவிர்ப்பு' உறவு சார்ந்தது.

தமிழ்ச் சமூகத்தில் ஒரு சமூகத்தார் நெருக்கமான மற்ற சமூகத்தாரை உறவு சொல்லி அழைத்துப் பழகும் முறை உள்ளது. இதனை இனவரைவியலர்கள் 'புனைவியல் உறவுமுறை' என்பார்கள். வேளாளர் ஒருவர் சக ஊரில் வாழும் வன்னியரை அண்ணன், தம்பி, மாமன், மச்சான் என அழைப்பது வெகு இயல்பு. இஸ்லாமிய, கிறித்தவ சமூகத்தாருடன் இந்துக்கள் இத்தகைய புனைவியல் உறவு முறையைப் பேணுகின்றனர். இது சமூக ஒன்றியத்தைப் பேணும் ஒரு ஊக்கியாகச் செயல்படுகிறது. கி.ரா. தன் கதைகளில் தனிக்குடும்பம், கூட்டுக் குடும்பம், சிதைவுற்ற குடும்பம் ஆகியவற்றில் தொடங்கிப் புனைவியல் உறவு வரை அனைத்தையும் பேசுகிறார்.

14

பெண்ணும் சமூகமும்

"21-ஆம் நூற்றாண்டுப் புனைவெழுத்தாளன் ஒருவனுக்குக் 'கோபல்ல கிராமம்' எழுதுவதற்குக் குறைந்தது ஆயிரம் பக்கங்களேனும் தேவைப்படும். ஆயிரக்கணக்கான பக்கங்களில் பெரிய கான்வாஸில் வந்தால் மட்டுமே ஒரு நாவல் கவனிக்கப்படும் என்கிற இன்றைய நிர்ப்பந்தம் கோபல்ல கிராமத்துக்கு இல்லை".

– கீரனூர் ஜாகிர்ராஜா

மானுடத்தில் சரிபாதி பெண்கள். ஒவ்வோர் ஆணுக்குப் பக்கத்திலும் ஒரு பெண். உண்மையில் ஒவ்வொரு பெண்ணைச் சார்ந்தும் ஓர் ஆண் என்பதே சரியானது. ஆணும் பெண்ணும் இடம், வலம் போல் உலகெங்கும் வியாபித்துச் செல்கின்றனர். நம்முடைய அம்மாவும், நம்முடைய மனைவியும் பெண்கள்தான். ஆனால், இருவரும் இருவேறு துருவங்களில் நம்மை இணைக்கிறார்கள். அவர்களின் உலகம் தனியுலகங்கள். அவை நம்முடைய கண் திறப்புக்கு அப்பாலும் விசாலமானது, ஆழமானது.

மானுட இருப்பு சொல்லாடல்களில் உறைந்திருக்கிறது. இதில் பெண் பற்றிய தமிழ்ச் சொல்லாடல்கள் இடம், காலம் ஆகிய பரிமாணங்கள் சார்ந்தவை. கிராமிய சமூகத்தில் ஏறக்குறைய ஒரு நூற்றாண்டுக்கு முந்தைய சொல்லாடல்களைக் கி.ரா. கணக்கற்ற இடங்களில் பதிவு செய்திருக்கிறார். அவ்வாறான இடங்களில் கி.ரா. தன்னுடைய விமரிசனங்களையும் பதிவு செய்துள்ளார்.

தமிழ்ச் சூழலில் பாலின வேறுபாட்டினைக் குறுக்கும் நெடுக்குமாக விசாரணை செய்ய வேண்டும். 'இந்தியா கிராமங்களில் வாழ்கிறது' என்பது பழங்கதை. ஆங்கிலேயர்கள் இங்கு அறிமுகப்படுத்திய தொழில்மயம், நகரமயம், மேற்கத்திய மயம் ஆகியவற்றால் புதிய அசைவியக்கங்கள் தொழிற்பட்டன. இவற்றோடு பெண்கள் எவ்வாறு தொழிற்பட்டனர் என்பது நம் கவனத்துக்குரியது.

இன்று பெண்கள் இரண்டு துருவங்களாக உள்ளனர். ஒரு துருவத்தில் அவர்கள் குடும்ப பாரத்தில் மூழ்கிவிட்டவர்கள். வெளியே வேலைக்குப் போய் சம்பாதிக்க வாய்ப்பில்லாதவர் களாக முடங்கி விட்டவர்கள். ஆனால் அவர்கள் குடும்பத்தில் வாழ்நாள் முழுவதும் கண்ணுக்குப் புலனாகாத உழைப்பைச் செலுத்திக் கொண்டிருப்பவர்கள். இன்னொரு துருவத்தில் திருமணமான பெண்கள் வேலைக்குச் சென்று திரும்பிய பிறகு வீட்டில் இரண்டாம் ஷிஃப்டாக வேலை செய்ய வேண்டியவர்களாக உள்ளனர்.

புகுந்த வீட்டிற்குள் நுழையும் பெண்கள் காலகதியில் ஆண்களின் சுயத்தால் கரைந்துவிடுகின்றனர். மாட்டுப் பெண்ணாக வந்தவள், காலம் ஓட ஓடத் தன் கணவனின் மறு பிரதியாகவே மாறிவிடுகிறாள். அவளே முன்னின்று, 'தன் மகனுக்கு இவ்வளவு வரதட்சணை வேண்டும், இவ்வளவு நகைகள் வேண்டும்' எனும் ஆண் மனோபாவத்தை வெளிப்படுத்துகிறாள். இந்த ஆண் ஓர்மை பெண்கள் வழி வெளிப்படுவது, பெண்களின் சுயமிழந்த வெளியாகும். கிராமிய வாழ்வில் பெண் பற்றிய சொல்லாடல்கள் விரவி நிற்கின்றன. அவை பற்றிக் கி.ரா.பல இடங்களில் பேசியுள்ளார்.

கி.ரா. இனவரைவியல்

குடும்பத்தின் வேலைப் பிரிவினையில் பெண்களின் உழைப்பு இயந்திரம் போன்றது. ஓய்வறியா உழைப்பைக் கொண்டது. 'கோபல்ல கிராமம்' (1976) நாவலில் கி.ரா. இவ்வாறு பதிவிடுகிறார்.

"அடுப்பில் அவள் கம்பஞ்சோற்றைக் கிண்டிக் கொண்டே குழந்தைகளைச் சமாதானப்படுத்தினாள். காப்பி போட்டு எல்லோருக்கும் தந்தாள். கைக்குழந்தைக்குப் பால் கொடுத்து இறக்கி கீழே விளையாட விட்டாள்.

எரியும் அடுப்புக்குப் பக்கத்தில் விளையாடிக்கொண் டிருக்கும் கைக்குழந்தை, வேலைக்காரர்களான ஆடு மேய்க்கிறவன், மாடு மேய்க்கிறவன், குடிமகள், ஏகாலி இவர்களுக்குச் சோறு போடுதல், வீட்டைப் பெருக்குதல், ஒசி

மோர் கேட்க வந்தவர்களுக்குக் கொடுத்தல், 'வெளிக்கு' போய்விட்டு வரும் குழந்தைகளுக்குக் 'கால்' கழுவிவிடுதல் இப்படி யாக அவள் ஒரு அட்டாவதானம் செய்துகொண்டிருந்தாள்."

வேளாண் சமூகத்தில் பெண்கள் கடின உழைப்பாளிகள். அதிலும் கூலி வேலை செய்யும் பள்ளுப் பெண்கள் இல்லை யென்றால் விவசாயம் இல்லை. 'கன்னிமை' கதையில் ஓரிடத்தில் கி.ரா. இப்படி எழுதுகிறார்.

"காட்டில் பருத்தி எடுக்கும் பெண்கள் காட்டுப் பாடல்கள் பாடிக் கொண்டிருந்தார்கள். அவர்களிடையே நாச்சியாரம்மா வும் நிரை போட்டுப் பருத்தி எடுத்துக்கொண்டிருந்தாள். பருத்தி 'காடாய்' வெடித்துக் கிடந்தது; பச்சை வானத்தில் நட்சத்திரங்களைப்போலே. ரங்கையா தன் மடியிலிருந்த கம்பரக் கத்தியால் கருவைக் குச்சியைச் சீவி, பல் தேய்க்கத் தனக்கு ஒன்று வைத்துக்கொண்டு எனக்கு ஒன்று கொடுத்தான். போக இன்னொன்று தயார்செய்து வைத்துக்கொண்டான்!

நேரம் கிடை எழுப்புகிற நேரத்துக்கும் அதிகமாகி விட்டது. காளைகள் வயிறு முட்டப் புல்மேய்ந்து விட்டு வன்னிமர நிழலில் படுத்து அசைபோட்டுக்கொண்டிருந்தன.

நாச்சியாரம்மா, பருத்தியைக் கருவமரத்து நிழலில் கூறுவைத்துக் கொடுத்துக்கொண்டிருந்தாள். மடிப் பருத்தி, பிள்ளைப் பருத்தி, போடு பருத்தி என்று பகிர்ந்து போட, பள்ளுப் பெண்கள் சந்தோஷமாக நாச்சியாரம்மாவை வாழ்த்திக்கொண்டே வாங்கிச் சென்றுகொண்டிருந்தார்கள்."

கிராமத்துப் பெண்களையும் நகரப் பெண்களையும் ஒப்பிட்டுக் காட்டி, கிராமப் பெண்களின் நடத்தை முறையை விளக்கிக் காட்டுகிறார் கி.ரா. பொதுவெளியில் கிராமப்புற பெண்கள் காட்டும் கூச்சம் பால் வேறுபாட்டுக்கான களங்களில் முக்கியமான ஒன்றாகும். 'ஒரு காதல் கதை' *(1966)* எனும் கதையில் கி.ரா. இவ்வாறு பதிவு செய்கிறார்.

"கல்யாணமாகிப் பலநாள் கழித்து, அந்தக் காதல் தம்பதிகளை எங்கள் வீட்டுக்கு அழைத்திருந்தேன். அழைத்ததற்கு மேலும் முக்கியமான காரணம் ஒன்று உண்டு. நாங்கள் குடும்பம் ஆரம்பித்து இத்தனை வருஷங்களாகியும் லட்சுமி என்னோடு வெளியில் இணை சேர்ந்து திரிய வரமாட்டாள். இது எனக்கு மிகவும் மனசைப் பாதித்தது. பட மாளிகைகளில் என்னோடு சமமாக உட்கார மறுத்துப் பெண்கள் பகுதிக்கே சென்றுவிடுவாள். பொதுஇடங்களில் மட்டும் என்னோடு அவள் நெருங்கி இருப்பதே கிடையாது. எனக்கு இது பெரிய

122 பக்தவத்சல பாரதி

குறை, இந்த ஒரே விஷயத்தில் மட்டும் அவளைச் சரிக்கட்ட முடியவில்லை என்னால்.

பஸ்ஸில் பக்கத்தில் பக்கத்தில் நெருங்கி உட்கார்ந்து கொண்டு சிரித்துப் பேசி மகிழும் தம்பதிகளையும், தெரு வழியாக கைகோர்த்துக் கொண்டு போகிற தம்பதிகளையும், கடற்கரையில் தோளில் கை போட்டுக்கொண்டும். சந்தோஷத்தால் நொண்டியடித்துக்கொண்டே ஓடுகிற ஜோடிகளையும் பார்த்தால் எனக்குப் பொறாமையாக இருக்கும். ஆனால் லட்சுமியோ இவைகளையெல்லாம் பார்த்துத் தன்னுடைய கோணல் சிறு செம்புன்னகையால் ஒதுக்கி விடுவாள்."

பருத்தி வெடிக்கும் காலத்தில் அறுவடை செய்வதற்காக வெளியூர்களிலிருந்து நூற்றுக்கணக்கான வலசைப் பெண்கள் ஊர்களுக்கு வந்து சேர்வார்களாம். அவர்களுடைய வாழ்வியலையும் உள்ளுர் கூலிகளின் வாழ்வியலையும் கி.ரா. விரிவாக வர்ணனை செய்கிறார். 'பேதை' (1966) கதையில் வரும் .ஒரு பதிவினைக் காண்போம்.

"மேகாட்டிலிருந்து பருத்தி வெடிக்கும் காலத்தில் மட்டும் வந்து, பருத்தி எடுக்க வரும் வலசைக்காரர்களில் ஒருத்தியே பேச்சி. அந்தக் கிராமத்துக்கு அந்த சீஸனில் நூற்றுக்கணக்கான வலசைப் பெண்கள் வருவார்கள். அவர்களில் சிலர் சம்சாரிகளின் தொழுக்களில் தங்கிக் காய்ச்சிக் குடிப்பார்கள். இடம் கிடைக்காதவர்கள் பொது இடங்களிலும் வசிப்பார்கள். பகிர்ந்துகொண்டு வருகிற பருத்தியில் ஒரு பகுதியை சம்சாரிகளின் வீடுகளிலேயே ஒரு சாக்கில் போட்டுக் கட்டி வைத்து விட்டு மீதிப் பருத்திக்குக் கடைகளில் சீனிக் கிழங்கும், மொச்சைப் பயரும், கருப்பட்டியும் வாங்கித் தின்பார்கள். முக்கியமான உணவு அவர்களுக்கு மூன்று வேளையும் சீனிக் கிழங்குதான்.

அவர்கள் குளித்து யாரும் பார்த்ததில்லை. பருத்தி எடுத்துக் கொண்டு வெயிலோடு வெயிலாக வந்ததும், தெருக்களில் இருந்து கொண்டு மாராப்புச் சீலையை மட்டும் நீக்கி இடுப்பில் சுற்றிக் கொண்டு ஒரு போகிணித் தண்ணீரினால் முகம், கக்கம், முதுகு, மார்பு, கைகள் முதலியவைகளை மட்டிலும் கழுவிக் கொள்வார்கள். போகிணியில் மீந்த தண்ணீர் இருக்குமானால் பாதங்களையும் நனைப்பது உண்டு.

தகரக் குப்பிகளில் ஊரிலிருந்து அவர்கள் கொண்டு வந்திருக்கும் விளக்கெண்ணெயைத் தலையில் பூசிக் கொள்வார்கள். தெருக்களில் போனாலே ஒருவித துர்வாடை

அவர்களிடமிருந்து வீசும். அழுக்கடைந்த குட்டையான பறட்டைத் தலைமயிரும், கைகளில் கனமான கல்வெள்ளிக் காப்புகளும், காதுகளில் வெள்ளி பித்தளைக் குணுக்குகளும், ஊத்தை நிறைந்த மஞ்ச மஞ்சேரென்ற பெரிய மாட்டுப் பற்களும், அழுத்தமான நிறங்களுள்ள கண்டாங்கிச் சேலை களும், ரவிக்கை அணியாத உருண்ட மார்புகளும், நீட்டி நீட்டிப் பேசுகிற ஒருவிதத் தமிழுடனும் அவர்கள் இலங்கு வார்கள்."

கிராம வாழ்வில் பெண்கள் வணிகர்களாகக் காட்டப் படும் இடங்கள் மிக மிகக் குறைவு. கி.ரா. பதிவிடும் இந்தக் கருத்தினம் மிகுந்த முக்கியத்துவம் பெறுகிறது. ரவிக்கை போடாத பெண் ஒருத்தி வணிகராகச் செயல்பட்ட முறை கரிசல் வாழ்வின் தனித்துவத்தைக் காட்டுகிறது. கி.ரா.வின் சொந்த எழுத்திலேயே அதனைக் காண்போம். 'எங்கும் ஓர் நிறை' (1971) கதையில் பின்வரும் பதிவைக் காண்போம்.

"அங்கயக்கண்ணி, அங்கயக்கண்ணி என்ற ஒரு அம்மாள் பருத்தி வாங்குகிற கடை வைத்திருந்தாள். அடேயப்பா . . . இப்பொ நினைச்சாலும் நல்ல ஞாபகம் இருக்கு. பூஷ்ணிப்பழம் மாதிரி நிறம். நல்ல உசரமும் உருட்டும்; சிரிச்ச சீதேவிமுகம். என்னேரமும் வெத்திலையும் கருப்பட்டிப் புகையிலையும் வாய் நிறைஞ்சி செவேலென்று இருக்கும். நெத்தியிலே ஒத்தை நாமம்போல பச்சைகுத்தி இருப்பா. காதுகளில் 'பழைய சிகப்பு'க் கற்கள் பதித்த பெரிய கம்மல்கள். செவந்த ரெண்டு புஜங்களிலேயும் கைகளிலேயும் பச்சைக் கோலங்கள், உச்சி வகுடு எடுத்த சுருட்டை முடியிலெ ஊடு நரை. (ஒவ்வொருத்தி களுக்கு நரை கூட பொருத்தமாயும் அழகாகவும் இருக்கு!) கைகள்ளெ கனமான பித்தளைக் காப்பு, கால்கள்ளெ கனத்த உருண்டையான வெள்ளித் தண்டை, எப்பப்பாத்தாலும் "கள்ளிப் பழம் மணக்கும்" பச்சை நிறச் சேலைதான் உடுத்திக்கிட்டிருப்பாள். அந்தக் காலத்துப் பெண்டுக வழக்கப்படி அவளும் ரவிக்கை போடுகிறதில்லை.

சம்சாரிகள் பருத்திப் பொட்டணங்களோடு கடை வாசல்ப் படியில் போய் நின்றால், அங்கயக்கண்ணி அவர்களை முறை வைத்து சொல்லி அழைத்து வரவேற்பாள்.

சின்னையா வாருங்க.

பெரியய்யா வாருங்க.

மச்சாவி வாருங்க.

பெண்மை பொங்கும் சிரிப்போடு, கைகொடுத்துப் பொட்டணத்தை இறக்கி வைப்பாள்."

பின்னுரை

பெண் பற்றிய சொல்லாடல்களையும் வழக்காறுகளை யும் கி.ரா. விசேடமாகப் பேசியிருக்கிறார். 'இந்த இவள்' (2018), 'பாலியல் கதைகள்' ஆகிய இரண்டும் ஆகச் சிறந்த படைப்புகள். கோமதி, பேதை, ஜீவன், கன்னிமை, கண்ணீர் முதலான கதைகள் வழிக் கி.ரா. காணும் பெண்ணியம் உன்னதமானது.

பேதை கதையில் கற்பழிக்கப்பட்ட பேச்சியின் துயரங் களை எவ்வளவு தூரம் சொல்ல முடியுமோ அவ்வளவு தூரம் சொல்லியிருக்கிறார். கெடுத்தவன் யார் என்று தெரியாததால் பேச்சி எவ்வளவு சொல்லியும் அடித்து நொறுக்கப்பட்டாள். அவள் பெத்த குழந்தையை குழி தோண்டிப் புதைத்தார்கள். இடுகாட்டுக்குச் சென்று ஆர்ப்பாட்டம் செய்தாள். கை கால்களைக் கட்டி ஒரு வண்டியில் ஏற்றி அவள் ஊருக்கே கொண்டுபோய் வீசினார்கள். ஒரு வீட்டுக்குள் போட்டு அடைத்து வைத்தார்கள். அன்ன ஆகாரம் தொடவில்லை. இந்தக் கதையின் மூலம் பெண்கள் பைத்தியங்களாகும், பிணந்தின்னிகளாகும் சூழலை விளக்குகிறார். கி.ராவின் பெண் பற்றிய படைப்புகளில் பேதை அதி உன்னதமானது.

15

பெண்மையும் பண்பாடும்

"1950கள் தொடங்கி கி.ரா. தொடர்ந்து கவனித்து வந்த கரிசல் பூமியில் சீரழிவிற்குள்ளான சம்சாரித் தனம் குறித்து 1958 முதல் தொடர்ந்து எழுதியுள்ள எழுத்துகள் ஒப்பனை அற்றவை. கி.ரா. தான் பிறந்து வளர்ந்த கிராமத்துச் சூழலையும் அங்கு வாழ்ந்த மனிதர்கள், சக உயிரினங்களைத் தள்ளி நின்று ரசித்துள்ளார் . . . ஒரு வகையில் கி.ரா. சமூக விஞ்ஞானி போலச் செயல்பட்டு, விவசாயச் சூழலை யும் சம்சாரிகளின் கையறு நிலையையும் நுட்பமாகக் கண்டறிந்துள்ளார்."

– ந. முருகேசபாண்டியன்

காலங்காலமாகப் பெண்கள் மீது திணிக்கப் பட்டுள்ள கருத்தினங்களை உடைக்காமல் புதிய சொல்லாடலை உருவாக்க முடியாது என்கிறார் கி.ரா. பெண்ணுரிமைக்குக் குரல் கொடுக்கும் பெண் மொழி கி.ரா.விடம் உண்டு. பெண் படைப்பாளர்கள் கண்டறிந்து முன் மொழியும் பெண் விடுதலைக்கான கருத்தியலை கி.ரா.வின் எழுத்திலும் காண இயலும்.

பெண் விடுதலைக்கான எதிரி ஆண் வர்க்கம் என்று பெண்ணியவாதிகள் முன்மொழிகின்றனர். கி.ரா.வும் அதனையே முன் மொழிகிறார். கி.ரா. தன்னுடைய பல்வேறு கதைகளில் ஆண் புனைவுகளை உடைக்கிறார். பெண்ணின் அனுமதியின்றி அவளை அனுபவித்துச் செல்லும் ஆண்களை வேட்டைக்காரர்களாகப் 'பேதை' கதையில் காட்டுகிறார். இந்தக் கதையில் பேச்சி எனும் கதாபாத்திரம் கடைசியில் மானுடத்தையே

வெறுத்துவிட்டதைக் கி.ரா. காட்சிப்படுத்துகிறார். “பகலில் அவள் எங்கே போகிறாள், எங்கே இருக்கிறாள் என்பது யாருக்கும் புரியவில்லை. சுடுகாட்டில் எரியும் பிரேதத்தின் மாமிசத்தைத் தின்றும், அது கிடைக்காத நாட்களில் உடங்காட்டில் முளைத்துக் கிடக்கும் கத்தாழையைத் தின்றும் ஜீவித்தாள் அவள். இந்த உலக மனுசர்களின் சங்காத்தமே வேண்டாம் என்பது போலிருந்தது அவளுடைய காரியம்” (பேதை, 1966). ஓர் ஆணின் காமவேட்டையால் பேதை படும்பாடு பெண்ணியவாதிகளால் கூடச் சித்தரிக்க முடியாது எனலாம். கி.ரா.வுக்குள் எத்தனை காத்திரமான பெண் மொழி வெளிப்படுகிறது என்பதற்குப் பேதை ஒன்றே போதும்.

கி.ரா. பல இடங்களில் பெண் புனைவுகளைக் கட்டுடைக்கிறார். பெண்மை என்பது இதுதான் என்ற பழமையான கொள்கையை உடைக்கிறார். ‘இந்த இவள்’ (2018) குறுநாவலில் விதவைக்கான வெள்ளைச் சேலை மரபை உடைத்து எழுதுகிறார் (பக் 41–47). பெண் வழக்காறுகளில் ஆண் ஆதிக்கம் விரவிக் கிடப்பதைக் கி.ரா. இனங்காண்கிறார். ‘கணவனே கண்கண்ட தெய்வம்’, ‘கல்லானாலும் கணவன், புல்லானாலும் புருஷன்’ முதலான சொலவங்களைக் கேள்விக்குறியாக்குகிறார். ஆணின் அதிகாரம் எவ்வாறு கட்டமைக்கப்பட்டுள்ளது என்பதைத் தன் கதைகளில் வெகு இயல்பாகக் காட்டுகிறார். இன்னும் பல்வேறு இடங்களில் ஆண் கதையாடல்களில் பெண் உடல் எவ்வாறு எடுத்தாளப்படுகிறது என்பதையும் கி.ரா. பேசுகிறார். அவர் ஓர் அகவயப் பெண்ணியவாதியாகவே தன் எழுத்துக்களில் பயணம் செய்கிறார்.

கி.ரா. இனவரைவியல்

கிருஷ்ண ஜெயந்தி விழாவையும் பெண்ணையும் இணைத்து அழகியல் காண்பவர் கி.ரா. ‘வால் நட்சத்திரம்’ (1974) கதையில் வரும் விவரிப்பு அலாதியானது.

“நேற்றுப் பார்த்த பயிர் இன்று ஒரு ஒட்டை வளர்ந்திருக்கும். பயிருக்குப் பக்கத்தில் போனால் ஒருவித சாராய நெடி வீசும். இந்தப் பெட்டைப்பிள்ளைகளும் அப்படித்தான்; அதுகளுக்கென்று ஒரு வளர்ச்சி; அதுகளுக்கென்று ஒரு நெடி.

ஜானு சுண்டக்காய்ச்சிய பாலின் ஆடையின் நிறம் கொண்டவள். அவளுடைய நகங்கள் இளஞ்சிவப்பு. அரளிப் பூவின் நிறம் மாதிரி இருக்கும். மஞ்சள் பூசிய விரல்களில் பாதிவரை மருதாணியின் செம்மை படர்ந்திருப்பதால் அவைகள் பார்ப்பதற்குக் கார்த்திகைப்பூ இதழ்கள் போலிருக்கும்.

தனிமையில் சிக்கும்போதெல்லாம் அவள் இடுப்பை நோண்டாமல் இருக்க முடியாது என்னால். பித்தளைக் குடத்தின் கழுத்துமாதிரி அப்படி ஓர் அமைப்பான இடுப்பு.

அவள் என் நோண்டுதலை வேண்டாதது மாதிரியும் இருக்கும்; விரும்புகிற மாதிரியும் இருக்கும். எங்கள் ஊர் கண்ணன் பிறப்புத் திருவிழாவில் விளையாடும் உறிமாதிரி ஏமாற்றிச் சிரிப்பாள். இந்தச் சிரிப்புக்காகவே அவளை நெருங்குவது உண்டு. வர்ணிக்க வார்த்தைகள் இல்லாத அப்படி ஒரு சிரிப்பு; மாயச்சிரிப்பு."

பெண்மை ரொம்பவும் விநோதமானது என்பார் கி.ரா. அழகு முதல் பார்வையில் தெரியாது என்பார். பார்க்கப் பார்க்கத்தான் அழகு கூடும் என்பார். அழகியலுக்குப் புது வரையறை தருகிறார். பெண்மையைத் தொட்டாமடக்கிச் செடியுடன் ஒப்பிடும் கலைநயம் கி.ரா.வுக்கே உரியது. இனி அவரது 'கனிவு' (1970) கதையிலிருந்து ஒரு வர்ணனையைக் காண்போம்.

"மதிய உணவுக்காகக் கருவ மரத்தடிக்கு வந்தார்கள். அந்த முள் மரத்தைக் கடந்து காற்று செல்லும்போதெல்லாம் அது தனது மொழியில் கிசுகிசுக்கும். பலமாகக் காற்றடிக்கும் போது எதையோ ஒன்றைத் தெரிவித்துவிட்டுக் குனிந்து சிரித்துவிட்டு நிமிரும். அந்த மண்ணைப் போலவே அந்த மரம் கறுப்பு நிறம் கொண்டது; அந்த மரத்தைப் போலவே அந்த மக்கள் கரிய நிறம் கொண்டவர்கள்.

நிழலில் உட்கார்ந்து, தலையில் கட்டியிருந்த துணியை உதறி முகத்தையும் உடம்பையும் துடைத்து வியர்வையை ஆற்றித் தகிப்பாறினார்கள். சுகமாக வீசிய உப்பங்காற்று ஆனந்தத்தைக் கொடுத்தது. தனது அருகே அமர்ந்திருக்கும் மல்லம்மாவின் வியர்வை வாடை அவனுக்கு அவள்மீது மோகம் உண்டு பண்ணியது. அவள் அந்த மரத்தடியில் இருந்த தொட்டாமடக்கியைத் தொட்டு விளையாடிக்கொண்டிருந்தாள். அந்தச் செடி, தொட்டவுடன் தனது விரிந்த இலைகளை நாணத்தோடு மடக்கிக்கொள்ளும்.

சோற்றுக் கலயத்தை அவள் அவனுக்கு முன்னால் கொண்டு வந்து வைத்து நெருங்கி அமர்ந்தாள்.

பெண்மை ரொம்பவும் விநோதமானதுதான். கலயத்தை வைத்தவள் அவனை அப்படி ஒரு பார்வை பார்த்திருக்க வேண்டியது இல்லைதான்!

சில பெண்கள் ஒரு அசைப்பில் அழகாகத் தெரிவார்கள். சிலரைப் பார்த்ததுமே பிரமாத அழகாய்த் தெரியும். ஆனால் பார்க்கப் பார்க்க அழகு விட்டுக் கொண்டே வரும். மல்லம்மாவின் அழகு அப்படிப் பட்டதல்ல. முதல் பார்வையில் அவள் அழகாகத் தெரியமாட்டாள். கவனித்துக்கொண்டே இருந்தால், பார்க்கப் பார்க்க அவளுடைய ஒவ்வொரு அழகும் தனித்தனியாக அதிகமாகிக்கொண்டே வரும். கொண்டையாவுக்கு ரொம்பவும் பிடித்தது அவளுடைய பவழநிற உதடுகள் தான். கீழுதட்டில் அழகான கரும்பச்சை நிறத்தில் ஒரு சிறிய மச்சம் விழுந்திருந்தது. பார்த்துக்கொண்டே இருந்தவன் அதைத் தொடப் போனான். தொடவந்த கையை அவள் தட்டி விட்டு விலகிக்கொண்டாள்."

மண்ணும் கருப்பு, மரங்களும் கருப்பு, மக்களும் கருப்பு எனும் கி.ரா. கருமை வழியே கரிசல் அழகியலைக் காண்கிறார். கி.ரா. தன் கதையுலகில் நிலம் – உயிரினம் – மக்கள் வாயிலாக எத்தனையோ நனவிலிகளைப் படிமங்களாக்கி இருக்கிறார். இனி வேறொரு இனவரைவியல் உத்திமுறையைக் கையாளுவதைக் காண்போம்.

பெண்மையின் விளிம்புநிலையைக் கி.ரா. கண்ட விதம் அவருடைய கதைப் பரப்புகளில் ஆழ்படிமங்களாகக் குறியீடு பெறுகின்றன. 'பேதை' (1966) கதையில் அப்படியொரு பார்வையை நாம் காணலாம்.

"பேச்சியை அவர்கள் அவள் எதிரிலேயே 'ஏ கோட்டிக் கழுதை' என்றுதான் கூப்பிடுவார்கள். அவள் ஒருமாதிரி சுபாவம். உடை மரத்தைப் போன்ற பறட்டை மயிர்த்தலை. வாயின் உதட்டோரங்களில் நீண்டு வெளி வந்திருக்கும் சிங்கப் பல்கள். தூங்கும்போது வழிந்தோடிக் காய்ந்த கொடுவாய்க்கறை, இடுங்கிய, பூளை தள்ளிய இல்லிக் கண்கள். அடர்ந்த புருவங்கள், மழை பெய்து நனைந்த பனைமரத்தைப் போன்ற கருப்பு நிறம். கருங்கோரைப் புற்களைப் போல மயிர் நீண்டிருக்கும் வியர்வை ஓடும் கக்கங்கள். திட்டுத்திட்டாய்ப் பூராவும் அழுக்கு படிந்து உறைந்துபோன மேல். வங்கு படிந்த வெளிர் நிறங்கொண்ட கால்கள். அதில் குனிந்து நின்று மூத்திரம் பெய்வதால் விழுந்த தெறிப்புகள். நைந்துபோன, அழுங்கல் சிகப்பு நிறக் கண்டாங்கிச் சேலை; இவ்வளவு பிறவிக்கோரங்களுக்கும் மத்தியில், இயற்கை அவளுடைய மேலில் ஒரு விளையாட்டைக் காட்டியிருந்தது. கோயில் சிலைகளையெல்லாம் விஞ்சக்கூடிய ஒரு அப்சரஸின் ஸ்தன்யங்களைப் பெற்றிருந்தாள் அவள்."

பேச்சியின் கற்பழிப்பு ஊடாகக் கி.ரா. முன்னெடுக்கும் பெண்மை பற்றிய விவாதக் குறிப்பு ஒன்றினையும் இங்குக் காண வேண்டும்.

"மூணு மாதங்களுக்கெல்லாம் ஒருநாள் பருத்திப் புஞ்சையில் பேச்சி வாந்தி எடுத்தாள். கூடியிருந்த பொம்பளைகள், அவளுக்கு மசக்கை என்று கேலி செய்தார்கள். அதில் எவளுடைய நாக்கு, கருநாக்கோ, பேச்சி நிஜமாகவே மசக்கையாகி இருந்தாள். அவளுடைய முகத்தில், பைத்தியங்களுக்கே இருக்கும் ஒருவித முகக்களைத் தோற்றத்திலிருந்து ஒரு மாறுதல் தோன்றுவது போல் இருந்தது.

பேச்சி இதுவரை கன்னிகழியாத, கல்யாணமாகாதவளாக இருந்தவள். ஆகவே இப்பொழுது இந்த சமாச்சாரம், காட்டுத்தீ மாதிரி ஊருக்குள் பரவியது. பலர் அதை நம்ப யோசித்தார்கள். முக்கியமாக அந்த ஊரில் அது கன்னிப் பெண்களைத் திடுக்கிட வைத்தது. பேச்சியின் ஊருக்கும் தகவல் எட்டி அவளுடைய குடும்பத்தைச் சேர்ந்த ஆம்பிளைகள் பலர் வந்தார்கள். அவர்கள் பேச்சியை அடித்துக் கேட்டார்கள்.

'யார்; சொல்லு சொல்லு', என்று உதைத்தார்கள். தாங்க முடியாத அடி அவள் மேலில் விழும்போது மாத்திரம் அவள் தூக்கத்திலிருந்து திடுக்கிட்டு விழித்ததுபோல் சுற்றிலும் நிற்பவர்களைப் பார்த்து 'என்ன?' என்று மட்டும் கேட்பாள். அது, என்னைப் போட்டு ஏன் தொந்தரவு செய்கிறீர்கள்; பேசாமல் போங்களேன் ஜோலியைப் பார்த்து என்று சொல்வது போலிருக்கும். சிலசமயம் அடி பொறுக்க முடியாமல் போகும் போது, 'எனக்குத் தெரியாது; சத்தியமாய் எனக்குத் தெரியாது. ஐயோ கடவுளே எனக்குத் தெரியாது; தெரியாது' என்று கீச்சுக்குரலில் கூக்குரலிட்டு அழுவாள்".

கணவன் இல்லாமல் கருத்தரித்தவள் பேச்சி. கற்பின் ஊடாகவே பெண் மதிக்கப் பெறுதல் ஆண்மையைச் சொல்லாடலுக்கான வலிமை என்பதைக் கி.ரா. மிக நேர்த்தியாக முன்னெடுத்துச் செல்கிறார். அனுபவவாதத்தின் ஊடாகவும் கருத்தியலைக் கண்டடைய முடியும் என்பதற்குக் கி.ரா.வின் எழுத்துக்கள் நல்ல சான்றுகள். பின்வரும் விவரிப்புகளைக் காண்போம். 'பேதை' (1966) கதையில் வரும் இன்னுமொரு விவரிப்பைக் காண்போம்.

பேச்சி இப்பொழுதெல்லாம் பருத்தி எடுக்கப் புஞ்சைக்குச் சரியாகப் போகிறதில்லை. ராத்திரி நேரங்களில் அந்த மரத்தின் அடியில் இருட்டான இடமாகப் பார்த்துப்

போய்த் தனியாக உட்கார்ந்து எதையோ எதிர்பார்த்துக் காத்துக்கிடப்பதாகத் தோன்றும். தாங்க முடியாத சந்தோஷத்தினால் அழுவது போலவும், தாளமுடியாத துக்கத்தினால் சிரிப்பது போலவும் செய்வாள் அவள். மீண்டும் மீண்டும் எத்தனையோ தரம் அந்த வேப்பமரத்தின் அடியில் கொடுவாய் வழிய அசிங்கமாக, மரக்கட்டையாய் உறங்கினாள். அதற்குப் பிறகு அந்த மாதிரிக்கனவு ஒன்றை அவள் காணவே இல்லை.

வந்தவர்களுக்கு அவளுடைய காரியம், அவர்களுக்குத் தாங்க முடியாத அவமானமாகப்பட்டது. தங்கள் சக்தியை எல்லாம் செலவழித்து அவளை அடித்து நொறுக்கி எடுத்தார்கள். பல தடவைகளில் பேச்சி மூர்ச்சையானாள். ஆனாலும் அவளிடமிருந்து அவர்களால் எதையுமே தெரிந்து கொள்ள முடியவில்லை. அவர்கள் தோற்றுவிட்டார்கள். வந்தவர்களில் இரண்டு ஆண்கள், தங்கள் முகத்தில் தாங்களே அறைந்துகொண்டு தலையை இரண்டு கைகளிலும் தாங்கி அந்த இடத்திலேயே உட்கார்ந்துகொண்டு அழுதார்கள். அவர்களைச் சேர்ந்த பொம்பிளைகள் அவளை வைத வசவுக்கு கணக்கு வழக்கில்லை, அவர்களில் ஒருத்தி கடேசியாகச் சொன்னாள்,

'இந்த முண்டையை கண்டங்கண்டமா நறுக்கினாலும் மனசு ஆறாது'

இன்னொருத்தி சொன்னாள்,

'ஒரு குழியைத் தோண்டுங்க. இவளை இங்கேயே உயிரோடெ புதைச்சிட்டுப் போயிறுவோம்."

பேச்சி பற்றிய செய்திகள் ஊர்ச் செய்தியாக எப்படிப் பரவியது என்பதைக் கி.ரா. 'பேதை' கதையில் பின்வருமாறு பதிவிடுகிறார்.

"அம்மா இனிமே சின்னஞ்சிறுசுகள் வேனல் காலத்திலே வெளியில், முத்தத்திலே படுத்துத் தூங்க நீதி இல்லை தாயே நீதி இல்லை.

'எனக்கும் இவ்வளவு வயசாச்சி; இப்படி ஒரு வங்கொடுமை நடந்து இந்தக் கண்ணாலே பார்த்ததில்லை தாயே'

'என்ன செய்யமுடியும்; அவளும் நம்மளைப் போல் பொம்பிளை தானே; அடி பாதகத்தி' என்று சொல்லி உணர்ச்சிவசமாகிக் கண்களில் பொங்கிய கண்ணீரைத் துடைக்காமல் வைத்துக்கொண்டே பளீரென்று சிரித்து,

‘ஆமம்ம, அப்பவும் ஒரு பொம்பிளைக்கு ‘இது’கூடத் தெரியாமலா போய்விட்டது?’ என்று கேட்டு மேலும் சிரித்தாள். அந்த நேரத்துக்கு அதே வீட்டுக்கு சோறு வாங்கிக்கொண்டு போக ஏகாலி சுடலியும் கையில் பனைநார்ப் பெட்டியுடன் வந்தாள். வந்தவள் காளி சொன்ன கடேசி அடியைக் கேட்டுக்கொண்டு சொல்லுவாள்.

‘தெரியாதா! அப்படியா வரும் தூக்கம் ஒரு பொம்பிளைக்கு? திருட்டுச் சிறுக்கிங்கே. கோட்டியில்லை அவ. கோட்டிக்காரி மாதரி வேசம் போடுதா.?’

ஆனால் காளியும் மற்றவர்களும் இதை நம்ப முடிய வில்லை.

‘ஏதோ மோசம் போய்விட்டது, அவ்வளவுதான் கதை’ என்று சொன்னார்கள். அதை நினைக்கும்போதெல்லாம் அவர்களுக்கு வயிறு ‘பகீர்’ என்றது.”

பெண்மையும் பண்பாடும் பற்றிய தன் சிந்தனைகளைக் கி.ரா. பல்வேறு இடங்களில் பேசியிருக்கிறார். அவற்றில் சில வருமாறு:

வண்ணனை 1

‘கனா’ (1975) கதையின் வர்ணனை இது.

“யாரோ ஒரு தொம்மரிச்சி, காதுகளில் செவ் ஓலைச் சுருள்கள். கைகளில் தண்டி தண்டியாய் அலுமினியக் காப்புகள், விரல்களில் பாசி படர்ந்த பித்தளை மோதிரங்கள். நீண்ட அழுக்கு நிறைந்த நகங்கள். குங்கும நிறத்திலுள்ள அவளுடைய உதடுகள் கன்னங்கரேலென்றிருக்கிறது. காய்ந்த சோளத் தட்டையைத் தின்றுவிட்டுப் போட்ட மாட்டுச் சாணியின் நிறத்திலுள்ள கூந்தலை அள்ளிச் சொருகி குறுக்கும், மறுக்கும் நிறைய கொண்டை ஊசிகளைச் சொருகியிருந்தாள். முதுகில் பிள்ளையைக் கட்டித் தொங்கவிட்டுக்கொண்டு, சுரைக்குடுக்கை நிறைய கம்பங்கஞ்சி, கேப்பைக்களி பொங்கப் பொங்க, இடது புஜத்தின்மேல் வட்ட வட்டமான வெண்மையான புரிமனைக் கட்டுகள் சகிதம் வந்து மரத்தடியில் அமர்ந்தாள். முதுகிலிருந்த குழந்தையை எடுத்துப் பால் குடிக்கவிட்டாள். அவளுக்கு நடு மார்பில் ஒரு முலை மட்டுமே இருந்தது.

தாடிக் கிளையில் தூளிகட்டி குழந்தையை அதில் படுக்கப் போட்ட பின்னரும் அவளுடைய முலைக் காம்பிலிருந்து கள்ளியிலிருந்து சொட்டுகிற மாதரி பால் சொட்டிக்கொண்டே இருந்தது. மாராப்பை சரிசெய்துகொள்ளாமலே அப்படியே

அந்தப் புரிமனைக் கட்டின்மீது தலை சாய்த்துப் படுத்து கண்ணை மூடினாள்.

கைத்தண்டி, ஒரு பாகத்துக்கும் அதிகமான நீளமுள்ள நல்லபாம்பு வந்து அவளுடைய இடையை ஒரு சுற்றுப்போட்டு அணைத்து, பால் சொட்டிக்கொண்டிருந்த அவளுடைய திறந்த முலையில் பால் குடித்தது. நன்றாக வாய் பதித்துச் சுவைத்துக் குடித்தது. அவளுடைய அடிவயிற்றின் கீழே வாலால் தடவிக் கொடுத்துக்கொண்டே சொகமாகப் பால் குடித்தது."

வண்ணனை 2

கி.ரா.வின் உன்னதமான கதைகளில் 'பேதை'யும் (1966) ஒன்று. அதில் வரும் ஒரு பகுதி பெண்மையை உணர்த்துகிறது.

"வலசைக்காரர்கள் அவர்கள் ஊர்களுக்குப் புறப்பட்டுப் போய் விட்டார்கள், பேச்சி அவர்களோடு போகமுடியாது என்று சொல்லிவிட்டு இந்த ஊரிலேயே இருந்துவிட்டாள்.

மாசம் ஆக ஆக வயிறு பெரிசாகிக்கொண்டே வந்தது. வீடுகளில் குதிரைவாலி குத்திக்கொடுக்கிறது முதலிய காரியங்களைக் கூப்பிட்ட பேர்களுக்குச் செய்து கொடுத்து அவர்கள் ஊத்திய கஞ்சியைக் குடித்து வயிற்றை வளர்த்து வந்தாள் அவள்.

ஒரு வேலையும் இல்லாத தினங்களில் சில பொம்பிளைகள் ஐய்யோ பாவம்; வாயும் வயிறுமாய் இருக்காளே என்று இரக்கப்பட்டு வடிதண்ணி கொடுக்கிறது உண்டு. திட்டி வைதவர்களும், இளக்காரமாய் பேசினவர்களுங்கூட இப்போ பேச்சியின் பெரிய சரிந்த வயத்தைப் பார்த்து இரக்கப்பட்டு உதவினார்கள்.

வேளை வந்துவிட்டது. வெங்கா நாயக்கரின் மாட்டுத் தொழுவில் பேச்சியின் பேறுகாலத்திற்கு ஒரு மூலையில் நெறசல் வெத்து ஏற்பாடு செய்து கொடுத்தார்கள் பொம்பிளைகள். ஒருபக்கம் குஷி அவர்களுக்கு; ஒருபக்கம் இரக்கம். ஊர் கூடிப் பிரசவம் பார்த்தது இதுவரையில் இல்லை. நடுவீட்டு ரங்கம்மாள் தன் பேறுகாலத்துக்கு இடித்து வைத்திருந்த மிச்ச மருந்து உருண்டைகளைக் கொண்டுவந்து கொடுத்தாள். ஏகாலி நவரட்ணம் மாத்துத் துணிகள் கொடுத்து உதவினாள். குடிமகள் காளி பண்டுகம் பார்க்க வந்தாள்.

சுகப்பிரசவம்.

'கோட்டிக்காரி வயித்திலே முத்துக்குட்டிபோல இப்படி ஒரு ஆம்பளைக் குழந்தை பிறந்திட்டதே!' என்று மூக்கின்மேல்

விரல் வைக்காதவர்கள் கிடையாது. அவர்களுக்குத் தெரிந்த முகங்களையெல்லாம் அவரவர்கள் மனசுக்குக் கொண்டு வந்து பிறந்த குழந்தையின் முகத்தோடு ஒப்பிட்டுப் பார்த்தார்கள். ஒன்றும், ஒரு நிதானமும் பிடிபடவில்லை அவர்களுக்கு.

அங்கு கூடி இருந்தவர்கள் கேட்டுக்கொண்டபடி, குடிமகள் காளியே குழந்தைக்குச் சேனை வைத்தாள்.

பிரசவத்துக்குப் பிறகு பேச்சியின் முகத்தில் ஒரு ஆச்சரிய மான மாறுதல் உண்டானது. அந்த மீதிப் பைத்தியக்களை பூர்ணமாக விலகிவிட்டதுபோலத் தெரிந்தது.

சிரசிலடிக்கும்படியாக அவள் மடுவில் வேகத்தோடு நிறையப்பால் இருந்தது. ஒருபக்கம் குழந்தை வாய்வைத்துக் குடித்துக் கொண்டிருக்கும் போதே அடுத்ததில் வெள்ளை நூல்களாக பால் பீச்சி அடித்துக்கொண்டே இருக்கும்."

வண்ணனை 3

தமிழ் மரபில் பெண் பூசாரிகளுக்கென்று ஒரு மரபுண்டு. சிலப்பதிகார வேட்டுவ வரியில் வரும் கொற்றவையின் பூசாரியான சாலினியின் மரபுக்கு உரியவர்கள் சாமியாடிகள். அல்லது அதற்கும் முன்பே முருகேறிய பெண்ணுக்கு வெறியாடல் நிகழ்த்திய பெண்டுகளின் வாரிசுகள் எனலாம். கி.ரா. *கரிசல் காட்டுக் கடுதாசியில் (1988)* இம்மரபை அழககாகப் பதிவு செய்கிறார்.

"பெண்சாமியாடிகளுக்கு ஆவேசம் அதிகமாகும்போது இந்த மாதிரியான குலவைச் சத்தம் எழும் அவர்களிடமிருந்து. கொஞ்சம் கழித்து அந்தக் குலவைச் சத்தம் கிட்டத்தில் கேட்டது. நான் மரத்தோடு மரமாய் ஒண்டி நின்றுகொண்டேன்.

என்னைக் கடந்துதான் அவள் போனாள்; என்றாலும், என்னை அவள் கண்டுகொள்ளவில்லை. நான் கவனித்தேன். ஆமாம்; அதே பெண்தான்!

மாயம்மா என்கிற அந்தப் பெண்ணைப் பற்றி நிறையக் கேள்விப்பட்டிருந்தேன். அந்த ஊரில் தாட்டியமாக வாழ்ந்து கொண்டிருக்கும் குடும்பங்களில் ஒன்றைச் சேர்ந்தவள் அவள். அவர்களுக்குக் குலத்தம்பிரான் கோயில்கூட இதுதான் என்று சொல்லுவார்கள்.

கிழத் தாய்மாமனுக்குக் கட்டிக் கொடுக்கப்பட்டு, வயசுக்கு வரும் முன்னாடியே தாலி இழந்தவள்.

பக்தவத்சல பாரதி

ஊர்ப் பொதுக் கிணற்றில் அவள் தண்ணீர் எடுத்துக் கொண்டிருந்தபோது, 'இவள்தான்' என்று காட்டியிருக்கிறார்கள். பிரமாதமான அழகி என்று சொல்ல முடியாது. என்றாலும், பார்க்க லட்சணமாக இருப்பாள். எந்த ஆணையும் ஏறெடுத்துப் பார்ப்பதில்லை. சிரித்துக்கூடப் பேசமாட்டாள் எந்தப் பெண்ணோடும். அவளுடைய கண்களில் மட்டும் எப்போதும் ஒரு உள்ளொடுங்கிய ஆவேசம் இருப்பது போலத் தோன்றும். ஒருவேளை, அவள் சதா தெய்வ நினைவோடு இருப்பதால் அப்படித் தோன்றியதோ என்னவோ . . . எப்போது அவளுக்குச் 'சாமி அருளாகும்' என்று சொல்ல முடியாது; தூங்கிக்கொண் டிருக்கும்போதா, சாப்பிட்டுக்கொண்டிருக்கும்போதா, கிணற்றில் தண்ணீர் எடுத்துக்கொண்டிருக்கும்போதா என்று அவளுக்கே தெரியாது!

ஒரு தடவை நான் நேரில் பார்க்க நேர்ந்தது. அவள் இடுப்பில் தண்ணிக்குடம் இருந்தது. குலவைச்சத்தம் திடீரென்று கேட்டது. பக்கத்திலிருந்த ஒரு பெண் ஓடிவந்து தண்ணீர் நிரம்பிய அந்தக் குடத்தை அவளிடமிருந்து வாங்கிக் கொண்டாள். இன்னொரு பெண் அவள் கீழே சரிந்துவிடாமல் பிடித்துக்கொண்டாள். ஆவேசமான ஆவேசமில்லை மாயம்மா வுக்கு! இந்த உலகத்தையே நொறுக்கிப் பொடித்து சூரண மாக்கிவிட வேண்டும்போல ஒரு ஆவேசம் அவளிடமிருந்து வெளிப்படுவதுபோலத் தோன்றியது எனக்கு. அவளைச் சாந்தப்படுத்த குடம் குடமாகக் குளிர்ந்த நீரை அவள் தலை வழியக் கொட்டினார்கள். அவள் தலைவிரி கோலமாக ஆடிய ஆவேசக் கூத்தாடுதலை அன்றுதான் பார்த்தேன். ஒரு தள்ளு; பெரிய பெரிய பெண்களெல்லாம் தூரப்போய் விழுகிறார்கள். அந்தச் சின்ன உடம்பிலிருந்து அவ்வளவு சக்தி எங்கிருந்தது தான் வந்ததோ!

அவள் வீட்டைச் சேர்ந்த ஆண் பெண்களெல்லாம் ஓடி வருவார்கள். அலாக்கத் தூக்கிக்கொண்டுதான் போக வேண்டும். வீட்டிலும் அவளை இருத்தி வைக்க முடியாது. அவர்களால் மாயம்மாவைக் கட்டுப்படுத்த முடியலை. அவளோடு எவ்வளவு தூரந்தான் ஓடுகிறது; எவ்வளவு நேரந்தான் பிடித்து வைத்திருக்க முடியும் . . . போராடி அலுத்த வீட்டாரும் ஊராரும், கடேசியில் அவள் போக்கில் விடவேண்டியதாகிவிட்டது.

அவளால் யாருக்கும் எந்தவிதச் சிரமமும் கிடையாது. ஆவேசத்தோடு ஆடி முடித்துவிட்டுச் சாந்தமாகிவிடுவாள். அதன் பிறகு அவள் இரண்டு மடங்கு வேலை செய்வாள்

குடும்பத்துக்கு. அதன்பிறகு அவளுடைய மவுனமும் பவ்யமும், அனைவரையும் அவள் பேரில் மதிப்பும் மரியாதையும் கொள்ள வைக்கும்.

அதன்பிறகு அவளுக்கு 'சாமி அருளாகும்போது' அவளை யாரும் தொடுவதில்லை. குலவையிட்டுக்கொண்டே சுடலை கோயிலுக்கு ஓடுவாள். அங்கேயே கொஞ்சம் இருந்து சாந்தமாகி வீட்டுக்கு வந்துவிடுவாள். இப்படி அவளுக்கு அருள் வருவது எந்த நேர் என்று இல்லை. சாமியின் அருளும் துணையும் அவளுக்கு இருப்பதால் சாதாரண மனிதத்துணை அவளுக்கு அவசியமில்லை என்று கருதிவிட்டார்கள்".

பெண் சாமியாடுதல் மட்டும் பண்டைய மரபில்லை. பெண் தெய்வமாதலும் ஒரு பழைய மரபுதான். கி.ரா. இவ்வாறு எழுதுகிறார்.

"இவளுடைய பால்யப் பருவம் ஓர் அமிர்தம்.

தெருவில் குழந்தை சௌந்தர்யா தனக்கு ஒட்டுதலான கூட்டாளிகளுடன் சிறுவீடு கட்டி விளையாடிக்கொண்டிருக்கிறாள். உளுத்துப் போன மண்சுவர்களிலிருந்து 'பருத்தி' சேகரிக்கிறாள். பொறுப்பு மிகுந்த குடும்பப் பெண்ணாய் அதிகாரமிட்டு உத்தரவுகளைப் பிறப்பிக்கிறாள். உட்காரும் சிறிய மனையை இரண்டு பிஞ்சுத் துடைகளுக்கு இடையில் வைத்தும் 'பிரசவம்' பார்க்கிறாள்!

காட்டிலிருந்து அம்மா வரும் வேளையில் தேன்வாயில் இருந்து சிந்தும் மழலையால் அலுப்பைத் துடைப்பாள்.

வீட்டின் முன்சாய்ப்பில் நார்க்கட்டிலில் பாட்டி சௌந்தர்யா அமர்ந்திருக்கிறாள். நரை பூத்த தலை, மூழ்கிய தியானத்தைப் போல் தலைகவிழ்ப்பு, காய்த்து, பழங்களையும் இலைகளையும் உதிர்த்துவிட்டு கிளைகளை மேல்நோக்கி உயர்த்தி இனி எதையோ வேண்டும் பழமரம் போல் அமைந்தவள். அவள் சம்மந்த உலக நிகழ்ச்சிகள் அனைத்தும் நிறைவேறின, மூட்டை கட்டிக்கொண்டு வண்டியை எதிர்பார்க்கும் பயணி போல் ஒரு குரலுக்காய்க் காத்துக் கொண்டிருக்கிறாள்.

வீட்டின் உள்ளே ஓர் சௌந்தர்யாதேவி தெய்வமாய் இருக்கிறாள். வெள்ளைக் கும்பினி யானை எதிர்த்து நடந்த வீரப்போரில் மரணம் எய்திய இவர்களின் மூதாதையர்களில் ஒருவனுடைய மனைவியாய் இருந்த அவள் வீரமரணம் எய்தியவனோடு விரும்பி உடன்கட்டை ஏறிய "பேரண்ட்டாலு".

சுமங்கலிப் பெண்களைத் தெலுங்கில் பேரண்டாலு என்பார்கள். பத்தினிகள் தெய்வமாவதும், அவள் மக்களால் வழிபடப்படுவதும் திராவிட மரபில் உள்ள வழக்கம்தான்.

பின்னுரை

இந்தியப் பெண்ணியத்தில் தென்னிந்தியப் பின்புலம் வரலாறு நெடுக தனித்துவமானது. பெண்கள் இறப்பால் தெய்வமாகின்றனர். இது ஒரு தொன்மமாகப் பேசப்படுகிறது. இது வரலாறும்கூட. தொன்மங்கள் பண்பாட்டின் ஆழ்மன நிலையை வெளிப்படுத்துவன. சுமங்கலிப் பெண்கள் தெய்வ மாக்கல் எவ்விதத்தில் நிகழ்ந்தது என்று கி.ரா. எழுதுமிடம் தாய்வழிச் சமூகத்தின் மீள் குறியீடுகள். இவ்விடத்தில் கி.ரா.வின் பல்வேறு குறிப்புகளைக் காணலாம்.

பெண்ணின் உடல் என்பது ஓர் இனத்தின், ஒரு மதத்தின், ஒரு சாதியின் அடையாளமாகவே புரிந்துகொள்ளப்படுகிறது. பேதை கதையில் வரும் பேச்சியின் அநாதையான கருத்தரித்தல் மானமிழந்த உடலாகவே கருதப்பட்டதைக் கி.ரா. பேசும் இடம் பெண் விடுதலைக்கான நியாயம் பேசுமிடமாகக் காட்சிப்படுத்தப்பட்டுள்ளது. பண்பாட்டுத் தளத்தில் பெண்மை யைப் பொருத்தி விமரிசனம் செய்யும் போக்கைக் கி.ரா. பல்வேறு கதைகளில் முன்னெடுத்துள்ளார். பாரதி தொடங்கிக் கி.ரா. வரை ஒரு காத்திரமான பெண்ணியப் பார்வை நம்மிடம் ஏற்பட்டுள்ளது. அதில் கி.ரா. ஒரு தனி தினுசு எனலாம். அவர் ஆணாக இருந்தாலும் ஆண்மையவாதியல்ல.

16

பால்சார்பும் பாலியலும்

"கோபல்ல கிராமம் என்ற கற்பனைக் கிராமத்தினுள் இருந்தபடி உலகையே அதில் அடைத்துவிட்டார். கதை கேட்கும் வியப்பும் கதை சொல்லும் உவகையும் இன்னும் அவரைவிட்டுப் போகவில்லை . . . ஏகப்பட்ட கதைகளைத் தன்னுள் வைத்திருக்கும் அவரே ஒரு கதைதான்."

– அம்பை

பண்பாடு நடத்தை முறைகளின் ஒழுங்கமைவு என்றும் சொல்லலாம். இதில் காதல், காமம் இரண்டும் அடங்கும். காதல் சாத்வீகமானது, காமம் சாத்வீகமற்றது. இரண்டும் வெவ்வேறு ஆளுமைப் பண்புகள் சார்ந்தவை. ஆளுமைகளில் ஆண்களுக்கென்று தனியாகவும், பெண்களுக்கென்று தனியாகவும் இருக்குமானால் அவை பண்பாட்டால் ஏற்படுத்திக்கொண்டவை. ஆண்கள் முரட்டுத் தன்மை பெற்றவர்கள் என்பதும், பெண்கள் மென்மைத் தன்மை பெற்றவர்கள் என்பதும் பண்பாட்டால் ஏற்பட்டவையே.

நமது சமூகத்தில் அன்பு, பாசம், காதல், காமம் இவை பற்றியெல்லாம் அறிவு பூர்வமான புரிதல்கள் கல்வித் திட்டத்தில் இல்லை என்பது வருத்தத்திற்குரியதாகும். நம்முடைய சமூகத்தில் சமூக வயமாக்கம், பண்பாட்டுவயமாக்கம் ஆகிய முறைகளின் மூலம் குழந்தைகள் வயதுக்கு வரும் சூழலில் பாலியல் சார்ந்த மனவியல்பை ரகசியமாகவே வளர்த்துக்கொள்கிறார்கள். இன்றைய இணைய சூழல் வேறுவிதமானது.

பதின் பருவத்தில் குமரப் பருவம் அடையும்போது உடல் ரீதியாகவும், உள ரீதியாகவும் எழுகின்ற உணர்வெழுச்சிகளை எதிர்கொள்வதற்குத் தகுந்த உபாயங்கள் நம்மிடமில்லை.

நம்முடைய பண்பாட்டில் வாய்மொழி வழக்காறுகள் இத்தகைய மனவெழுச்சியை எதிர்கொள்வதற்கு உதவுகின்றன. இந்த வழக்காறுகளில் பாடல், விடுகதை, கதை, சொலவம் முதலானவை நேரடியாக இதைப் பேசுகின்றன. ஆனால் நாகரிக வாழ்வில் அந்நிய வழக்காறுகளில் ஆர்வம் காட்டுகிறோம். 'ஷேம் ஷேம் பப்பி ஷேம்' என்று கூறிக் குழந்தை வளர்ப்பில் ஆடையில்லாத குழந்தையை ஆடை அணியுமாறு செய்கிறோம். இதனால் குழந்தை தன் இயல்பான பாலுணர்ச்சியை அணுகாமல் அமுக்குணர்ச்சி மனநிலைக்கு மாறுகிறது. தன் பாலியல் இன்பத்தை அணுகாமல் பாலுணர்வைத் தற்காத்து விரைந்து மறைக்க விரும்பும் சூழலையே நாம் ஊக்கப்படுத்துகிறோம்.

இந்நிலையில் கி.ரா. பாரம்பரியமான கிராமத்துச் சூழலில் பாலியல் கதைகள் மூலம் ஒரு மாறுபட்ட உலகத்தை நமக்குக் காட்டுகிறார். *வயது வந்தவர்களுக்கு மட்டும் (1992)* நூலின் முன்னுரையில், "நான் கதை எழுதுவதை தள்ளி வைத்துவிட்டு, இதைச் செய்ய யாருமில்லாததால் செய்கிறேன்" என்று குறிப்பிட்டுள்ளார். மேலும் சொல்கிறார், "மானுடவியலில் இதெல்லாம் இருக்கு. இல்லாததை நான் சொல்லவில்லை. இவை மக்களிடையே உள்ள கதைகள்தான்" என்கிறார். இந்தக் கதைகள் மூலம் "பாலியல் சம்பந்தமான விஷயஞானம் கிடைத்திருக்கிறதே தவிர, கெட்டுப்போய்விடுவோம் என்பதல்ல." கி.ரா. ஒரு தீர்க்கதரிசி. பாலியல் என்பது பண்பாட்டின் ஒரு பகுதிதான். பழங்குடி மக்களின் வாழ்வில் இது வெகு இயல்பானது. அதனை நாம் இழந்துவிட்டோம். கி.ரா. நம்மை மீள அவ்வுலகத்திற்கு அழைத்துச் செல்கிறார். *வயது வந்தவர்களுக்கு மட்டும் (1992)* நூலிலிருந்து ஐந்து கதைகளைக் காண்போம்.

கதை 1

"மனுச உறவுகள் ஒழுங்குபடுத்தப்படாத காலத்தில், அல்லது ஒழுங்குபடுத்தப்பட்ட புதிதில் நடந்த நடப்புகளைப் பற்றி பூர்வீக நாட்டுப்புறக் கதைகள் மனந்திறந்து பேசுகின்றன.

ஒருகதை கிடைத்ததுமே அது மானுட சமூகத்தின் எந்தக் காலகட்டத்தின் கதை என்று ஆய்வாளர்கள் ஆய்ந்து சொல்கிறார்கள்.

திருமணம் என்று ஒன்று ஏற்படாத காலகட்டத்தில் நிலவிய வரைமுறையற்ற பால் உறவுகள் பற்றியும், திருமணம்

எனும் உறவை ஏற்படுத்தி அதைச் சரியாக ஆரம்பத்தில் அமுல்படுத்த முடியாமல் நிகழ்ந்த நடப்புகளைப் பற்றி யெல்லாம் கதைகள் பேசும்.

சமுத்திரக்கரை ஓரங்களில் வசித்து வரும் மக்களிடையே பல்வேறு ரக நாட்டுப்புறக் கதைகள் புழங்கி வருகின்றன. சமுத்திரம் பற்றி, அதிலுள்ள மீன்களைப் பற்றி, அலைகளைப் பற்றி, இப்படி இன்னும்.

இவர்கள் தங்களை 'நாங்க பட்டினத்துக்காரங்க' என்று குறிப்பிட்டுக்கொள்கிறார்கள். அதில் பெருமையுங்கூட!

'ஆத்துல, குளத்துல மீன் பிடிக்கிறவங்களைச் சொல்றீங் களா, அய்யே, அவங்க வேறங்களெ. அவங்களுக்கு நாம பொண்ணு கொடுக்க மாட்முங்க' என்கிறார்கள். இவர்கள் வசிக்கும் இடங்கள் எல்லாம் பட்டினம் (பட்டினம் அல்லது பட்டணம்) என்று அழைக்கப்பட்டது. சென்னைப் பட்ணம், நாகப்பட்ணம், விசாகப்பட்ணம், புகார்ப்பட்ணம், காவிரிப் பட்ணம், புதுவை பட்ணம் இப்படி இப்படி.

இந்த மக்களிடம் புழங்குக் கதைகளைச் சேகரம் பண்ணும்போது கிடைத்த கதைகளில் ஒன்று இது:

அண்ணன், தங்கச்சி ரண்டுபேர், ரொம்ப ஒட்டுதல் அவர்களுக்குள்ளெ. சின்ன வயசிலிருந்தே ஒரு படுக்கையில் படுத்து, ஒரு தட்டில் சாப்பிட்டு, ஒண்ணா விளையாடி ஒண்ணாப் படுத்து, இப்படி நெருக்கமாக இருந்தார்கள்.

எப்பவும் சின்னப் பிள்ளெகளாகவே இருக்க முடியுமா?

தங்கை வயசுக்கு வந்துட்டா. அவளெ தனியா உட்கார வச்சி, அவளுக்குண்ணு சாப்பாடு, தீனி, பலகாரம் பண்டம்ன்னுட்டு ஊட்டம் கொடுத்ததுனால, பிள்ளெ பாக்க நெகு நெகுண்ணு பாக்கப் பாக்க ஆசைப்படும்படியா இருந்தா.

சடங்கு முடிஞ்சி, குச்சியில் விட்டு வெளியே வந்தா.

அவளெப் பாத்ததும் அண்ணனுக்குக் கட்டி பிடிச்சிக்கிடணும் போல ஆசை வந்தது. வேலைத் தலத்துல ஒருநா அவங்க தனியா இருக்கிறப்ப அண்ணங்காரன் அப்பிடிச் செஞ்சபோது மொதல்ல தங்கச்சிக்காரி தப்பா நெனைக்கல. அண்ணங்காரனோட ஆவேசத்தெப் பார்த்த பெறவுதாம் தெரிஞ்சது. தங்கச்சிக்காரிக்கு இவம் எடுப்பு சரியில்லேன்னுட்டு.

சொல்லிப்பாத்தா, மறுத்துப் பாத்தா, சண்டை போட்டா, ஒண்ணும் நடக்கலை. சரி, இனி இவங்கிட்டே நிக்கப்படாதுன்னுட்டு ஓட ஆரம்பிச்சா.

ஓட ஓடத் தொறத்துராம் அண்ணங்காரன். அவங் கையில ஆம்புட்டாத் தீந்ததுன்னுட்டு இவளும் ஆவேசமா ஓடுதா. இவனும் வுடாமத் தொறத்துராம்.

எவ்வளவு நேரந்தாம் ஓடுறது? எதுக்க ஒரு குளம் வந்தது. அதுல குதிச்சிட்டா தங்கச்சிக்காரி. அண்ணங்காரனும் விடல. அவனுங்குதிச்சாம்.

தங்கச்சிக்காரி இவங்கிட்டக் கெடைக்கப் படாதுன்னுட்டு ஆவேசமா நீஞ்சிப் போறா. இவம் அதெவிட ஆவேசமா அவளைப் பிடிக்க நீஞ்சிப் போறாம். கரை கிட்டத்துல வந்துட்டது. என்ன செய்ய இப்பொ. குளம் பெரிய்ய ஏரி ஆகுது. அதுலையும் அவங்க விடாம நீயிறதும் தொறத்துறதுமா போயிக்கிட்டே இருக்குறாங்க.

இப்பொ ஏரி கடலாயிட்டு.

அதுலயும் அவங்க நீயிறாங்க. அண்ணத் துறத்துராம்; தங்கெ அவங் கையில கெடைக்காமெப் போயிட்டிருக்கா, ஆவேசமான ஆவேசமில்லெ!

தங்கை கரையெ நெருங்கப் போறா. அய்யோ கரை வந்துட்டதேன்னு பதைக்கிறா. அப்பொ கடலு சமுத்தரமாப் பெருகி பெரிசாகுது. தங்கை அண்ணங் கையில கிடைக்கப்படாதுன்னுட்டு எவ்வளவு வேகமாப் போறாளோ அவ்வளவு வேகமா அண்ணங்கார விடேந்தொடேன்னுட்டு (தொடாம விடமாட்டேனுட்டு) ஆவேசமாப் பாஞ்சிப் போறான்.

சமுத்துரத்துக்கும் மேலெ எங்க போறது? அந்தக் கரையில மோதிச்சிதறி திரும்பவும் அலையாகி திரும்பவும் மோதி... இப்படியே அவ, அண்ணங்கிட்டக் கெடைக்காம காலங் காலமா இந்தத் தொறத்துற காரியம் நடந்துக்கிட்டே இருக்கு. இப்பவும் நீங்க பாக்கிற பெண்ணலை ஆணலைங்கிறது இது தாம் என்று கதையை எங்களுக்குச் சொன்ன பெண்மணி, கடைசியில முத்தாப்பு வைப்பதுபோல, இந்த அலைகள் ஒண்ணை ஒண்ணு சேராம தொறத்திக்கிட்டே இருக்கிற வரைக்கும்தான் ஒலகம். என்னைக்கு இந்த அலைகள் சேருதோ அன்னைக்கு ஒலகம் அழிஞ்சிரும் என்றாள்" (வயது வந்தவர்களுக்கு மட்டும், 1992:23–25).

கதை 2

"அனைத்து உயிரினங்களுமே பசி உணர்வும் பால் உணர்வும் கொண்டவை.

ஆதி காலத்தில் – மனித சமூகத் தொடக்க காலத்தில் – மனிதனுக்கு இந்தப் பால் உணர்வும் சரி பசியுணர்வும் சரி எந்தவிதச் சிக்கலும் இல்லாமல் இருந்து வந்தது. மனித சமுதாயம் முறையாக வளர்ச்சி அடைந்து நாகரீகத்தின் படிக்கட்டில் காலடி எடுத்து வைக்க வைக்க இந்த உணர்வு களில் சிக்கல்கள் தோன்ற ஆரம்பித்துவிட்டன.

பால் உறவில் வரைமுறையும் சட்டதிட்டங்களும் தோன்ற அவனை நெருங்கும்போது அவன் அதிலிருந்து தனிமைப்படுத்தப்பட்டு அது சம்மந்தமான ஏக்கங்களும் கனவுகளும் காணத் தொடங்குகிறான்.

வேறு புகல் இல்லாமல் ஆணும்சரி, பெண்ணும் சரி கழிப்பறைகளுக்கு போய் கதவைத் தாழ்ப்பாள் போட்டுக் கொண்டு சுய இன்பம் அனுபவிப்பதும் படங்கள் வரைவது, வசனங்கள் எழுதுவது இப்படி இப்படி நடப்பதைப் பார்க்க முடிகிறது.

பள்ளி விடுமுறை நாட்களில், ஒரு பெண்கள் பள்ளியின் விடுதிக் கழிப்பறைக்குள் சென்று நாங்கள் பார்த்தபோது அங்கேயும் படங்கள் இருந்தது; வசனங்களும் இருந்தது, வியப்பில்லை.

மக்கள் பால் உணர்விலும் பால் உறவிலும் தோன்றி வளர்ந்தவர்கள். இவை இந்த மக்களோடு பிறந்து மக்களோடு மடிபவை. ஆகவே பால் உணர்விலிருந்து மனிதன் விடுபட முடியாமல் சிக்கித் தவிக்கிறான். அவனுக்கு இந்தக் கழிப்பறைத் தனிமை இப்படி ஒரு வடிகாலாக அமைகிறது.

கழிப்பறைப் படங்களையும் வசனங்களையும் படம் எடுத்து சேகரித்துத் தொகுத்து ஆய்வுகள் நடத்திருக்கின்றன; நடைபெற்றுக் கொண்டிருக்கின்றன. இவை இப்படி இருக்க.

மேலே சொன்ன கழிப்பறை ஒன்றில் பிரம்மாண்டமான ஒரு ஆண்குறி வரையப் பட்டிருந்தது கண்டு யோசனையில் ஆழ்ந்தேன்.

இதுபற்றி நானும் நண்பர் த. பழமலய்யும், இயக்குநர் வி.எஸ். வாசனும் வளவனூரில் சந்தித்தபோது, இப்படியான இந்த விஷயங்களை பற்றிப் பேச நேர்ந்தது.

இயக்குநர் வாசன் இயக்கி எடுத்த 'எனது பாவய்யா' படத்தில் சுப்பாலு பாவய்யாவின் கோமணத்தை அவிழ்த்து விட்டுவிட்டு ஓடுகிற காட்சியைப் பற்றி அரங்கிலும் தனிமை யிலும் நாங்கள் விவாதித்தோம்.

அப்போது கவிஞர் பேராசிரியர் த. பழமலய் சொன்னார்: மனிதன் ஆதிகாலத்தில் நிர்வாணமாகவே வெகுகாலம் திரிந்து வந்தவன். அவனுடைய அடிமனக் கூறுகளில் இன்னும் அந்த எண்ணம் இருக்கவேதான் செய்கிறது. நெருக்கமான, 'முறைக்காரர்களை'க் கேலி செய்ய பெண்டுகள் வேட்டியை அவிழ்த்து விடுகிற செய்கை இப்பவும் கூட நாட்டுப்புறங்களில் இருக்கத்தான் செய்கிறது. சுப்பாலுவும் பாவய்யாவை அப்படித்தான் செய்கிறார்; அதில் நான் அதைத்தான் காணுகிறேன் என்றார்" (வயது வந்தவர்களுக்கு மட்டும், 1992:31).

கதை 3

"பசியின் அளவு வயித்துக்கு வயிறு வேறுபடும். இது உடம்பின் அமைப்பு, செய்யும் வேலை, உண்ணும் உணவு, மனசு இதையெல்லாம் பொறுத்து இருக்கிறது. இதே விடயங்கள் பாலியல் அமைப்புக்கும் பொருந்தும்.

ஒரு இடத்தில் வேலை சரியாக அமையவில்லை யென்றால் இன்னொரு இடத்துக்கு வேலைக்குப் போகலாம். ஒரு இடத்தில் உணவு சரியாக அமையவில்லையென்றால் இன்னொரு உணவு விடுதிக்குப் போகலாம்.

திருமணத்துக்குப் பிறகு இரு மனித உடம்புகளுக்குள் பாலியல் உறவு சரியாக அமையாவிட்டால் எங்கே போவது?

அவர்களில், பால் இயல்பு ஆணுக்கு அதிகமாகவும், பெண்ணுக்குக் குறைச்சலாகவும் அமைந்திருந்தால் அவ்வள வாகப் பிரச்னை இருக்காது. ஆணாதிக்க சமுதாயத்தில் அப்படி இருக்கும் என்பது என்ன நிச்சயம், பெண்ணுக்கு அதீத பாலியல்பு இருக்கும்போதுதான் இந்த சமுதாயத்தில் பிரச்னையாகத் தெரிகிறது.

ஒரு கதையில், பெண்ணுக்கு ஒரு ஆண் போதவில்லை. அவள் இன்னொரு புருசனைத் தனக்கு ஏற்பாடு செய்து கொள்கிறாள். இது அசல் புருசனுக்குப் பிடிக்கவில்லை. ஆகவே அவன் இந்த விசயத்தை ஊர்ப் பஞ்சாயத்துக்குக் கொண்டு போகிறான். பஞ்சாயத்தார் அவனுடைய பொண்டாட்டியைக் கூப்பிட்டு விசாரிக்கிறார்கள். இது உண்மைதானா என்று கேட்கிறார்கள். ஆமாம் உண்மைதான் என்கிறாள்.

ஏன், உனக்குத்தான் புருசன் இருக்கிறானே, இன்னொரு புருசன் எதுக்கு என்று கேட்கிறார்கள். அதுக்கு அவள் சொல்லுவாள்,

என்னுடைய புருசன் என்னிடம் பால் சமாச்சாரங்களில் ஒவ்வொரு தடவையும் பூரண திருப்தி அடைந்தானா என்பதைக் கேளுங்கள் என்றாள். அவர்கள் கேட்டார்கள்.

அவன் ஒப்புக்கொண்டான். அந்த விஷயத்தில் அவளிடத்தில் எனக்கு எந்த விதக் குறையும் கிடையாது. மிகுந்த நிறைவுகொள்கிறேன் என்றான்.

அதன் பிறகு அவள் பஞ்சாயத்துக்காரர்களிடம் கேட்டாளாம். இவனுக்குக் கொடுத்தது போகவும் மீதி இருக்கும் அந்த இன்பத்தை நான் என்ன செய்ய; நாய்க்குப் போடவா?

இது ஒரு அந்நிய நாட்டுக் கதை:

இதே போல் எங்கள் பகுதியில் ஒரு நடப்பை கதை போலச் சொல்லுவார்கள்.

ஒரு விவாகரத்து வழக்கு கோர்ட்டில் நடந்ததாம்.

ரத்துக் கோரி வழக்குத் தொடுத்தது பெண்.

கோர்ட்டார் அந்தப் பெண்ணிடம், இந்தப் புருசனிடம் நீ என்ன குறை கண்டாய், இவன் பார்க்கிறதுக்கும் லச்சணமாய் ஜம்மென்று இருக்கிறான். நல்ல உத்தியோகம், கை நிறைய சம்பாதிக்கிறான். இவனை வேண்டாம்ணு சொல்லக் காரணம்–உண்மையான காரணம் என்ன; சொல்லு என்று கேட்டாராம்.

அந்தப் பெண்ணால் அதை எப்படிச் சொல்ல முடியும். அதோடு அவள் தமிழ்ப் பெண் அல்லவா. கொஞ்சம் தயக்கத்துக்குப் பிறகு,

அய்யா, ஒரு கிணற்றின் ஆழம் பத்துப் பாகம் இருக்கு. அதில் தண்ணீர் சேந்த ஏழுபாகம் கொண்ட கயிறு கட்டிய வாளியால் தண்ணீர் சேந்த முடியுமா? என்று மட்டும் கேட்டு நிறுத்திக்கொண்டாளாம்” (வயது வந்தவர்களுக்கு மட்டும், 1992:36).

கதை 4

“நாட்டுப் புறத்தில் இப்பவும் சில சாதி மக்களில் திருமணத்துக்குப் பிறகு புருசன் பொண்டாட்டி இவர்களில் யாருக்கு இஷ்டம் இல்லாவிட்டாலும் பிரிந்துகொள்ளலாம்; மறுமணம் செய்துகொள்ளலாம் என்றிருக்கிறது.

இவர்கள் பாடு கவலை இல்லை.

பந்தப்பட்டு, பிரிய முடியாமல் கிடக்கும் ஆண் – பெண் வர்க்கங்களின் துயரம்தான் பெரியது.

அதிலும் மேலே சொன்ன கதைகளில் உள்ளபடி பாலியலில் "பெருவயிறு" கொண்ட பெண்ணின் பாடு சொல்லும் தரம் அல்ல.

சில புருசன்மார்கள் எப்பிடியும் நாசமாப்போ என்று விட்டுவிடுவார்கள். சிலர் வாழ்நாளெல்லாம் போராடிக் கொண்டிருப்பார்கள். நிம்மதி போய்விடும். பொண்டாட்டியை தனியாக விட்டு விட்டு அவனால் உஸ் என்று இருக்க முடியாது. சந்தேகம் எனும் பேய் பிடுங்கித் தின்றுகொண்டே இருக்கும் அவனை.

விசயம் தெரிந்த பெரியாட்களிடம் போய் சொல்லி 'அழுதால்' அவர்கள். "சர்தாம் விடப்பா. அதென்ன வைக்கப் போரா. பிடுங்குனா அருவாகிப் போகுமேங்கிறதுக்கு" என்பார்கள்.

இப்படி சந்தேகப்பட்டு அல்லலுறுகிற புருஷன்மார் களைப் பற்றி நாட்டுப்புறக் கதைகள் நிறைய்யவே கேலி செய்து பேசுகின்றன.

அதில் இப்போ ஒரு கதை.

பொண்டாட்டியின் "அடி வயித்தில்" ஆட்டுக்குட்டிப் படம் வரைந்து வைத்துட்டு, "நான் வெளியூர் போய் வருகிற வரைக்கும் இந்தப் படம் அழியாமல் அப்படியே இருக்கணும்" என்று "நாகரீகமாக" ஏற்பாடு செய்துவிட்டுப் போன புருஷன், திரும்பி வந்து கவனித்துப் பார்த்தபோது, ஆட்டுக்குட்டிக் கொம்பு இருந்தது!

என்ன விபரம் என்று கேட்ட போது அவள் சொன்னது.

நீ சீக்கிரம் வருவேன்னு சொல்லிவிட்டுப் போனெ. ரொம்ப நாளாயிட்டது. ஆடு குட்டியாகவே இருக்குமா; வளர்ந்து கொம்பு மொளச்சிட்டு; அதுக்கு நா என்ன செய்ய என்றாளாம்! சரிதான் என்று ஒப்புக் கொண்டானாம் ஆம்பிளை.

இது என்னடா 'செத்தபய கதெ' நாஞ் சொல்லுதேம் கேளு என்று தாத்தா சொன்னார்:

இப்பிடித்தாம் ஒரு பய எப்பப் பார்த்தாலும் பெண்டாட்டி மேலே சந்தேகம். அதனாலெ அவம் என்ன பண்ணுனான்... என்று தாத்தா மேலெ சொல்லாமல் சிரித்தார்!

சிரித்துவிட்டு நாம மண்ணெண்ணை பாட்டில் சிந்தாம இருக்க புளிவச்சி அடைக்கமில்ல அது போல புளிய வச்சி நல்லா அடைச்சிட்டான்!!

"ஒண்ணுக்குப் போக?" என்று கீச்சுக்குரல் கிட்டான் சந்தேகம் கேட்டவுடன்,

அட இவம் யார்ரா கோட்டிக்காரப் பயல்.

கதையில. அதெல்லாம் கேக்கப்புடுமா.

கதெக்குக் காலு கிடையாதுங்கிறது தெரியாதா என்று சொல்லிவிட்டு தொடர்ந்தார்" *(வயது வந்தவர்களுக்கு மட்டும், 1992:38).*

கதை 5

"ஒருத்தனுக்கு ஒருத்தி அல்லது ஒருத்திக்கு ஒருத்தன்னு சொல்றாங்களே; எப்பிடி? என்று தாத்தாவிடம் ஒருநாள் கேட்டோம். அது ஞாயந்தான் என்றார் தாத்தா.

வீட்டுல வயிறு நிறைஞ்சிட்டா வெளியில சாப்பிடத் தோணாதுதான். ஆனா சரியா 'இரைபாடு' தர தெரிஞ்சிருக்கணும் பொம்பளைக்கு.

வெளியில கவனம் போகாம வீட்டிலயே மடக்கிப் போட தெரிஞ்ச பொம்பளைக அபூர்வம் என்றார் தாத்தா. சரியான படிக்குப் பெறட்டி எடுத்தா ஆம்பெள மிய்யாம் மிய்யான்னு வருவாம் பாத்துக்க என்று சொல்லிச் சிரிச்சார்!

இப்பிடித்தாம் பாத்துக்கொ; ஒரு ஊர்ல ஒரு ராசா இருந்தாம். கலியாணமே வேண்டாம்னு சொல்லிக்கிட் டிருந்தாம். சரி, ஒரு வயசுல எல்லாரும் அப்பிடி சொல்லிக் கிட்டிருக்கிறதுதாம்ன்னு சொல்லி பெரிய ராசாவும் மந்திரியும் கொஞ்சநா விட்டுப் பிடிச்சாக.

அது ஏந்தாத்தா ஆம்பிளைகளும் பொம்பளைகளும் மொதல்ல.......... மொதப் பேச்சு, கலியாணமே வேணாம்ங்கி றாங்க என்று கேட்டான் கீச்சுக்குரல் கிட்டான்.

அது ஒரு கிரித்திரியந்தாண்டேய்! என்று சிரித்தார்.

அதான் ஏன்னு கேக்கிறேன் என்று மடக்கிப் பிடித்தான்.

அதுக்கு ரொம்பக் காரணம் இருக்கு டேய். முதல்ல ஒருவகை பயந்தான் அப்பிடிச் சொல்லக் காரணம். நீச்சல் பழகுறதுக்கு முன்னாடி தண்ணியில இறங்க பயப்படுத மாதிரி ஒரு பயம்தான் என்றார்.

சரி; சொல்லுங்க.

கலியாணம் வேண்டாம் கலியாணம் வேண்டாம்ன்னு சொல்லிக்கிட்டிருக்கிற சின்ன ராசாகிட்ட மந்திரிய அனுப்பிச்சி, என்ன வெவரம்ன்னு கேட்டுட்டுவான்னாரு பெரிய ராசா.

மந்திரி கொஞ்சம் வயசானவரு. ஊரு ஒலகம் தெரிஞ்சவரு. பழந்தின்னு கொட்ட போட்டவரு.

ஏம்பா இப்பிடிச் சொல்லுதென்னு கேட்டாரு. அவஞ்சொன்னாம் . . . எல்லாப் பொம்பளைகளெயும் போல இருக்குத பொண்ணெ நாம் கட்ட மாட்டேம்ன்னான்.

சரி; சொல்லு. ஒனக்கு எப்படியாப்பட்ட பொண்ணு வேணும்? அம்பத்தாறு தேசத்து ராஜா வீடுகள்ளெ ஒனக்கு ஒரு பொண்ணு ஆம்பிடாமயா போயிரும் என்று கேட்டார்.

எல்லாப் பொண்ணுகளுக்கும் "ஒண்ணு" தானெ இருக்கும்; அது எனக்கு வேணாம். எனக்கு ரண்டு இருக்கதா வேணும்; ரண்டு "இது" இருந்தாத்தாம் கட்டிக்கிடுவேம்ன்னான்.

மந்திரிக்குச் சிரிப்பு வந்துட்டது.

சிரிக்க முடியுமா அவங்களுக்கு எதுக்கெ?

மந்திரி சொன்னாரு. யப்பா நீ வெவரந்தெரிஞ்ச புள்ளெ; மத்தப் பேரு மாதிரியில்லெ. கடவுள் படப்புல எதெது ரெண்டு இருக்கணுமோ அதெல்லாம் ரெண்டு ரெண்டு இருக்கு; எதெது ஒண்ணு தாம் இருக்கணுமோ அது ஒண்ணுதாம் இருக்கும். கண்ணு ரெண்டு, காது ரெண்டு இருக்கத மாதிரி அதும் ரெண்டு இருக்கணும்ன்னா எங்க போறது? 'ஒண்ணெ' வச்சிக்கிட்டே மனுசம் லோலாயப்படுதாம்; ரெண்டு இருந்தாத் தாங்குமாப்பா என்றார்.

அதெல்லாம் எனக்குத் தெரியாது. நா கலியாணம் கட்டிக்கிடணுமா; எனக்கு ரண்டு "இது" இருக்கிற பொண்ணு இருந்தாத்தாம் கட்டிக்கிடுவேம்ன்னு மொகத்துல அறைஞ்சாப்ல சொல்லிப் போட்டாம். மந்திரி போயி பெரிய ராசாகிட்ட வெசயத்தெச் சொன்னாரு. ராசாவுக்கு சிரிப்புத் தாங்கல. பையன் கெட்டிக்காரந்தான்னு நெனைச்சி, அவம் ஆசெயத் தான் கெடுப்பானேன்; உள்ளது போல இருக்குன்னு சொல்லி மந்திரிகிட்டெ, சரி; அதுபடியே பாத்து ஏற்பாடு பண்ணும்ன்னு உத்தரவு போட்டாரு.

என்ன மகராசா ஒங்களுக்குத் தெரியாததா. ரெண்டு, இருக்கிற பொம்பளையும் உண்டுமா உலகத்துல என்று கேட்டாரு.

வே மொதல்ல இருக்கான்னுட்டுப் பாப்பம்; இல்லேன்னு தெரிஞ்சா அதும் பெறவு என்ன செய்யனுட்டு ரோசிப்பம். மொதக் காரியமா தண்டோராப் போட்டு ஊரு உலக மெல்லாம் அறிவிச்சிரும். மத்தநாட்டு ராசாக்களுக்கும் ஓலெ எழுதி அனுப்பிச்சிரும். போரும்; ஆக வேண்டிய காரியத்தெப் பாரும். மசமசன்னு நிக்காதீரும்ன்னு சொல்லீட்டாரு.

அதுபடியே செஞ்சாச்சி.

ஆத்தங்கரையில, கொளத்தங்கரையில, கொல்லைக்குப் போற இடத்துல எல்லாம் பொம்பளை கூடிக்கூடிப் பேசி சிரிக்கிறாளுவெ.

மூக்குமேலெ வெரலெ வச்சிக்கிட்டு அப்பவும் இப்பிடி உண்டுமா; சின்ன ராசா காரியத்தெப் பாத்தியளான்னு ஒருத்தி கேக்க, காலக் கொடும அம்மான்னு ஒருத்தி சொல்ல, அப்பவும் பொம்பளைக்கு ரெண்டு இத இருக்குமாம்ம ஒலகத்துலென்னு ஒருத்தி கேக்க, யாரு கண்டா, ஆறு வெரலு இருக்கத மாரி எங்கயும் எவளுக்கும்கூட ஒன்னு இருந்தா வேண்டாம்ன்னா இருக்குன்னு ஒருத்தி எடக்காப் பேச,

இப்படி நாடே பேசிச் சிரிச்சது.

ரொம்ப நாளாச்சி.

எங்கெயிருந்தும் யாரிட்ட இருந்தும் பதில் தெரியல.

கடோசியில, ஒரு ஊர்லயிருந்து ஒரு பொம்பளைகிட்ட யிருந்து பதில் வந்தது; ஏங்கிட்டெ ரண்டு இருக்கு. நாங் கட்டிக்கிடுதேம்ன்னுட்டு!

தகவல் கெடச்சதும், வயசாளியான மந்திரி அந்த ஊருக்குப் போயி அவெளப் பாத்தாரு.

ஏத்தா, இது வெளையாட்டுக் காரியமில்லெ; அரமணெக் காரியம். பொய் ஏச்சிக் கலியாணம் முடிக்கிறதெல்லாம் இங்க நடக்காது; தலையச் சீவிருவானுவ. நல்லா ரோசிச்சுச் சொல்லாத்தான்னு கேட்டாரு.

தலெ போனாப் போவட்டும்; ஏந்தலெ தான போவும், ஒங்களுக்கென்ன? ரெண்டு இருக்கான்னுட்டு கேக்கீக; இருக்குன்னு செல்லுதேம். மறுபேச்சு என்னத்துக்குன்னுட்டா.

மந்திரி அவளைப் பாத்தாரு. நல்ல அளகுலேயும் வெடி சுட்டிப் பொண்ணா இருந்தா. கொஞ்சம் வெளையாட்டுப் புத்தியும் இருக்கும் போல. பெறவு எல்லாம் சரியாப் போவும்ன்னு நெனைச்சி, பெரிய ராசாகிட்ட வந்து சொல்லி கலியாணத்துக்கு ஏற்பாடு பண்ணியாச்சி, கலியாணமும் முடிஞ்சது.

மொத நா ராத்திரி கூடுனாக, புதுசாக் கலியாணம் பண்ணிக்கிட்டவங்க. இவனுக் கானாறாரே ஆத்திரம்; எங்க இருக்கு காட்டு காட்டு நாம் பாக்கணுங்கான்!

அட பொறுங்க ராசா; காமிக்கெம். ஒங்களுக்கக் காமிக்காமயா, கிணத்து தண்ணிய வெள்ளமா கொண்டுக்கிட்டுப் போயிறப் போவுது. மொதல்ல இது ஒண்ணுக்கு பதில் சொல்லுங்க. முடிச்சதும் அடுத்ததெக் காட்டுதென்னா! சும்மா சொல்லப்படாது; அவனும் ஒரு ராசாவீட்டுப் பிள்ளெதானெ. எத்தன பாத்துருப்பாம். இவளும் லேசுப்பட்ட ஆளாத் தெரியல. சரிசமத்துக்கும் மேலா எதுத்து விவகாரம் பண்ணுனா.

ருசியா வகை வகையா வயிறு பொங்கத் தின்னுட்டு அப்பாடின்னு சரிஞ்சவனெ திரும்ப சாப்புடு, வான்னு கூப்புட்டா எப்பிடி இருக்கும்? இப்பொ அவனைப் பாத்துக் கேட்டாளாம், ரெண்டாவதும் பாக்கியா?ன்னு.

வேண்டா ஆத்தா இந்த ஒண்ணே போதும்னுட்டானாம்!

கதை கேட்டு முடிந்ததும் கிட்டான் தயக்கத்தோடு சிரித்தான்.

தாத்தாவிடம் நான் கேட்டேன். நாலு ஸ்தனங்க உள்ள பொண்ணைக் கட்டிக்கொள்ள விரும்பிய ராஜகுமாரன் கதை தெரியுமா தாத்தா உங்களுக்கு என்று.

தெரியாதப்பா சொல்லு கேப்பம் என்றார்.

எனது நண்பன் ராஜா சொல்லிய அந்தக் கதையை அவர்களுக்கு சொல்ல ஆரம்பித்தேன்" (*வயது வந்தவர்களுக்கு மட்டும்*, 1992: 100–103).

பின்னுரை

நனவிலி மனதில் ஊறிக் கிடக்கின்ற நிறைவேறாத காம இச்சை உணர்ச்சிகளே பாலியல் கதைகளாகவும் கனவுகளாக வும் வெளிப்படுகின்றன என்கிறார் சிக்மண்ட் ஃபிராய்ட். அத்தகைய கதைகளும் கனவுகளும் தமிழ்ச் சூழலில் எவ்வாறு வெளிப்படுகின்றன என்று அறிவதற்கு நம்மிடம் போதிய

சான்றுகள் இல்லை. கி.ரா. வை எவ்வளவு பாராட்டினாலும் தகும். அப்படிப்பட்ட கதைகளை நமக்குச் சேகரித்துக் கொடுத்திருக்கிறார். இவ்வாறான கதைகளை எழுதி வெளி யிட்டால் தமக்குக் கெட்ட பெயர் வந்துவிடுமோ என்று அவர் பயப்படவில்லை. இலக்கியத்துக்கும் தைரியம் வேண்டு மென்பது இச்சூழலில்தான் தெரிகிறது. கி.ரா. மதிக்கத்தக்க தைரியசாலி.

படைப்பு என்பது பகற்கனவு என்பார்கள். ஒரு படைப்பாளி தன் மனவெளியில் சஞ்சரிக்கும் விடயங்களை வாசகனுக்குக் கொண்டு சேர்க்கிறான். இந்தப் பகற்கனவு மூலம் மக்கள் இளமைக் காலத்தில் காண்கின்ற காம இச்சை களை மறைத்து வைத்து, அந்த மறைந்து கிடக்கும் மறை பொருளை முதிர் பருவத்தில் வெளிப்படுத்துகின்றனர். இத்தகைய உணர்வார்ந்த வெளிப்பாடுகள் கதைகளாக மாறிவிடுகின்றன.

கரிசல் காட்டுச் சூழலில், பிற தமிழ்ச் சூழல்களில் தான் சேகரித்த எண்ணற்ற பாலியல் கதைகளைத் தொகுத்துக் கொடுத்துள்ளார். முதல் கதை தகாப்புணர்ச்சி சார்ந்தது. மனித குலத்தில் ஒவ்வொரு சமூகமும் உலகம் பிறந்த கதையையும் தகாப்புணர்ச்சி பற்றிய கதையையும் கொண்டிருக்கும்.

உலகம் எவ்வாறு பிறந்தது என்கிற தமிழ்த் தொன்மத்தை நாமறிவோம். தமிழ் மக்கள் தகாப்புணர்ச்சியை எவ்வாறு உணர்கிறார்கள் என்பதற்குக் கி.ரா. சொல்லும் கதை (தரவு) தனித்துவமானது. வயது வந்தவர்களுக்கு மட்டும் நூலின் மிகவும் பெறுமதியான கதை இது என்பேன். தகாப்புணர்ச்சி குறித்த சிந்தனை மனித குலத்தில் எப்போது தோன்றியதோ அப்போதுதான் பண்பாடும் தோன்றியது என்பார் பிரெஞ்சு அமைப்பியல்வாதி குளோத் லெவிஸ்ட்ராஸ். தமிழ்ச் சூழலில் பண்பாடு எப்போது கால்கோள் கொண்டது என்பதை இப்போது நம்மால் உணர முடிகிறதல்லவா!

17

விவசாயம், வாழ்வாதாரம்

"கி.ரா.வின் வாழ்க்கை வரலாறு என்பது அவரது வாழ்க்கைத் துணைவியரான கணவதி அம்மா அவர்களின் வாழ்க்கை வரலாறும் சேர்ந்ததுதான். கி.ரா.வின் சாதனைகளுக்குப் பின்னால் அவரது துணைநலமான கணவதி அம்மா அவர்களின் உழைப்பும், தியாகமும், அன்பும் உள்ளது".

– கழனியூரன்

கிராமப் பொருளாதாரம் விவசாயத்தை மையமிட்டது. ஆனால் விவசாயத்தைச் சார்ந்து பல்வேறு தொழில்கள் நடைபெறுகின்றன. கம்மியர், தச்சர், தட்டார், குயவர், அம்பட்டர், வண்ணார், வாணியர், மரமேறி, மருத்துவர், பூசாரி என இந்தப் பட்டியல் நீளுகிறது. சங்க காலத்திலேயே தமிழகத்தில் 35க்கும் மேற்பட்ட வெவ்வேறு தொழில்கள் நடைபெற்றுள்ளன.

கி.ரா. சித்தரிக்கும் கரிசல் காட்டு விவசாயம் உடல் உழைப்பு சார்ந்தது. பெரும்பாலும் வசதிகள் குறைந்த உழைப்பாளிகள் இங்கு அதிகம். இவர்கள் வாழ்க்கை நடத்துவதே பெரும்பாடு. கரிசல் காட்டுச் சம்சாரிகள் அனைவரும் தங்களின் உழைப்பைக் கொண்டுதான் வாழ்க்கை நடத்த வேண்டியுள்ளது. இங்குப் படிக்காதவர்களின் எண்ணிக்கை அதிகம் என்பதால் அனைவரும் உடலுழைப்பில் ஈடுபடுகின்றனர். குறைந்த அளவு படித்தவர்கள் மூளை உழைப்பால் வெளியிடங்களில் சம்பாதிக்கின்றனர். கி.ரா. விவரிக்கும் விவசாய வாழ்வியல் வெகு நேர்த்தியானது. ஒவ்வொரு

சாதியாரும் குடும்பத்தாரும் எவ்விதம் உழைக்கின்றனர், எவ்விதம் பிழைக்கின்றனர் என்பதைத் துல்லியமாகக் காட்டு கிறார். வசதி படைத்தவர்கள் கஞ்சத்தனமாய் இருப்பதும், ஏழைகள் பரந்த மனப்பான்மையுடன் இருப்பதும் கிராமியப் பொருளாதாரத்தில் தவிர்க்க முடியாத வியப்பு என்பதைக் கி.ரா. அவருக்கே உரிய அலாதியான பாணியில் விவரிக்கிறார்.

இனிவரும் பகுதிகளில் கி.ரா.வின் பதிவுகளைக் காண்போம்.

கி.ரா. இனவரைவியல்

கி.ரா. கிராமப் பொருளாதாரம் பற்றி எழுதியுள்ளவை ஏராளம். அவற்றிலிருந்து மிகச் சில பதிவுகளை மட்டும் இங்கு தேர்ந்தெடுத்துக் கொடுத்துள்ளேன். இவற்றை வைத்துக்கொண்டு கி.ரா.வை முழுதும் மதிப்பிட முடியாது.

கரிசல் காடு மானம் பார்த்த பூமி. மழையிருக்காது, வறட்சிதான். இந்தச் சூழ்நிலையைப் பல்வேறு பரிமாணங் களுடன் விவரிக்கிறார் கி.ரா. அவருடைய புகழ்பெற்ற முதல் கதையான ‘மாயமான்’ (1958) இன்றைக்கும் ஒரு கண்திறப்பு எனலாம்.

“பயிர் பொதிவுக்கு வந்த சமயத்தில் கிணற்றில் தண்ணீர் இல்லை. மழை பெய்வதாகக் காணோம். ஊரிலுள்ள தோட்டப் பயிர்களும் மானாவாரி புஞ்சைப் பயிர்களும் வாடின; கருகின.

ஊரார் எல்லோரும் சேர்ந்து மழைக்கஞ்சி எடுத்தார்கள்; கொடும்பாவி கட்டி இழுத்தார்கள். ஊர் தேவதைகளுக்கும் வன தேவதைகளுக்கும் கிடாய் வெட்டிப் பொங்கலிட்டார்கள். விராட பர்வம் வாசித்தார்கள். தினப்பத்திரிகைகளில் போட்டிருக்கும் காலநிலையை ஊன்றிப் படித்தார்கள். சாதாரண ஜோஸியர்களிடம்கூட “மழை எப்பொழுது பெய்யும்?” என்று கேட்டார்கள். மழை பெய்வதாக இல்லை. வெள்ளை வெயில் அடித்தது. என்றாவது ஒருநாள் கருமேகங்கள் கூடிச் சூரியனை பலமாகப் பந்தல் போட்டு மறைக்கும். சூல்மேகங்கள் கனம் தாங்காது இப்போது பூமியில் இறங்கி விடும் போலிருக்கும். திடீரென்று எங்கிருந்தோ பெருங்காற்று வந்து மேகங்களையெல்லாம் பாய் சுருட்டுவது போல் சுருட்டிக் கொண்டு போய்விடும். ஜனங்கள் முணுமுணுப்பார்கள். முகத்தைச் சுளித்துக்கொள்வார்கள். ஒருவரிடம் ஒருவர் மாறிமாறி ஒன்றுமில்லாமல் போய்விட்டதே இப்படி என்று கேட்டுக்கொள்வார்கள். “நாம் என்னத்தைப் பிழைக்கப்

போகிறோம்" என்று சலித்துக்கொள்வார்கள். செட்டியாரின் முகத்திலிருந்து கவலை மாறிப் பீதி படர்ந்தது.

பயிர்கள் எல்லாம் கருகிச் சருகாக மாறின. விவசாயிகள் வெறும் தாளை அறுவடை செய்தார்கள். கால்நடைக்கு கொஞ்சம் தீவனம் கிடைத்துவிட்டது; மனிதனுக்கு என்ன செய்வது?".

வறட்சியையும் பஞ்சத்தையும் பற்றிய கி.ரா.வின் விவரிப்புகள் அதிகம். ஒரு பகுதியை இங்குக் காண்போம்.

"கிணறுகளில் குடிதண்ணீர் இல்லை. வாளிக்கு உழக்கு தண்ணீர் வந்தது. வயது முதிர்ந்த கிழவர்கள் தாதுவருஷ பஞ்சத்தைப் பற்றிப் பேச ஆரம்பித்தார்கள்."

விளைந்த பயிர்களைப் பாதுகாக்கப் பரண் அமைத்துக் கவண் கொண்டு நாலா திசைகளிலும் கல் எறிவார்களாம். அப்போது கவண் எறிந்த பெண் இப்படி சத்தம் போட்டு கத்தினாள் என்கிறார் கி.ரா.

"வடக்கே யாரு கழுதெ
தெற்கே யாரு கழுதெ
மேற்கே யாரு கழுதெ
கிழக்கே யாரு கழுதெ"

'விடுமுறையில்' (1982) வரும் ஒரு பதிவைக் காண்போம்.

"ஒரு தோட்டத்தில் பால் கோத்திருந்த ஒட்டுக் கம்புக் கதிர்களை மயில்கள் மேய்ந்து கொண்டிருப்பதை இவன் பார்த்தான். மனசுக்குச் சங்கடமாக இருந்தது. சம்சாரிகள் மொழிகளில் அதைச் சொல்வதென்றால் ரத்தத்தைத் தண்ணீராகப் பாய்ச்சி உண்டாக்கினது; அது அவர்களுடைய ஒரு வருஷத்திய உணவு. என்னதான் இவன் அழகின் உபாசகனாக இருந்தாலும் இவனும் ஒரு சம்சாரி வீட்டுப் பிள்ளை. அதைப் பார்த்துக்கொண்டிருக்க முடியவில்லை. கற்களைப் பொறுக்கி எடுத்து அவைகளின் மேலே படாமல் வீசிக் கலைத்து விரட்டினான். ஒரு பெரியவர் நல்ல வயசாளி, அவர் ஓடிவருவதைப் பார்க்கவே வேடிக்கையாக இருந்தது. மயில்களின் பரம்பரைக்கும் அவைகளைப் பெற்ற தாய்களுக்கும் உடன் பிறந்த சகோதரிகளுக்கும் சேர்த்துக் கிடைத்த வசவுகள் அவைகளின் ஏழு ஜென்மங்களுக்கும் காணும்!

இவன் கற்களால் முதலில் எறிந்ததை அவைகள் துளிக்கூடச் சட்டை செய்யவில்லை. அந்த வயசாளியின்

வரத்தைக் கண்டதும்தான் கூட்டமாகப் பறந்துபோய் மலை உச்சியில் உள்ள பாறைகளின்மேல் உட்கார்ந்துகொண்டன. அவைகள் பறந்து போன பிறகும் அவருடைய சீற்றம் அடங்கவில்லை. மேல் மூச்சு கீழ்மூச்சு வாங்கியது. அந்த மலையைப் பார்த்து ஒரு வசவையும் சேர்த்துக்கொண்டு சொன்னார், "இந்த மலைகதான் இதுகளுக்கு தாப்பு. வெடிமருந்து வச்சி இதைச் சுக்குச்சுக்கா ரவை ரவையா நொறுக்கி எறியணும். செத்த உக்காந்து கஞ்சி குடிக்க விடமாட்டேங்குதே... ம்"

அப்பொழுதுதான் அவர் கையைக் கவனித்தான். கம்மங்கஞ்சியின் கரைசல் ஒட்டியிருப்பது தெரிந்தது. ஓடி வந்த அலுப்புத் தாங்க மாட்டாமல் உட்கார்ந்துவிட்டார் பாவம்.

இப்போது அந்தப் பெரியவர் இருக்காரோ என்னவோ. அநேகமாய்ப் போய்ச் சேர்ந்திருப்பார். அப்பவே அவருக்கு வயசு ரொம்ப.

அந்த மும்மலைக் கிராமத்தையும் அதன் மக்களையும், அந்த மலையையும் மயில்களையும் மீண்டும் பார்க்க வேண்டும் என்று தாகமாய் இருக்கிறது.

அவன் புறப்பட்டான்."

விளைந்த கதிர்களைத் திருடும் களவாளிகள் பற்றிப் பாடும் ஒரு வசன கவிதையையும் கி.ரா. 'சிநேகம்' (1963) எனும் கதையில் பதிவு செய்துள்ளார்.

> "கதிரைப் பிடுங்காதே
> கக் கத்தி விடுக்காதே
> ஊதி ஊதித் திங்காதே
> உள்ளங்கையை நக்காதே
> மானத்தைப் பார்க்காதே
> வயிறூதிச் சாகாதே
> கழுதையோ கழுதை"

விவசாயம் செய்து சம்சாரிகள் கண்ட துன்பங்கள் அதிகம். இது பற்றிக் கி.ரா. பல இடங்களில் விரித்து எழுதியுள்ளார். 'விடிவு' (1980) கதையில் உள்ள ஒரு சிறு பகுதியை இங்குக் காண்போம்.

"ஊருக்குள் விவசாயக்கூலி என்று இருந்தவர்கள் எல்லோரும் அனேகமாய்த் தீப்பெட்டி போட ஆரம்பித்து

விட்டார்கள். அவர்கள் வீட்டுக் குழந்தைகளைக்கூட விடிய முன்னே மோட்டார்க்கார்கள் வந்து கூட்டிக்கொண்டு போய்விடுகிறது. தீப்பெட்டி ஆபீஸ்களுக்குக் களையெடுக்கவோ தொழுவேலைக்கோ இதர விவசாய வேலைக்கோ ஆட்கள் கிடைப்பது குதிரைக்கொம்பாகிவிட்டது.

மூணாவது வருஷமும் போனவருஷமும் காட்டில் களையெடுக்க முடியாமல் மாசூல் பெருத்த நஷ்டம். இப்போ தெல்லாம் புஞ்சைக் காடுகள் விதைக்காமலேயே தரிசுகள் விழுந்துபோகிறது. வருஷா வருஷம் இந்த தரிசுகள் அதிகமாகிக் கொண்டே வருகிறது. லட்சக்கணக்கான கரிசல்க்காட்டு விவசாயிகளும் அவர்களது குடும்பமும் போண்டியாகிக் கொண்டு வருகிறார்கள். இந்த நெருக்கடி எந்த அரசியல் காரனின் கண்ணிலேயும் பட்டதாகத் தெரியலையே. அவன்களுக்கு வேண்டியதெல்லாம் ஓட்டு; சுபீட்சமல்ல என்று வருத்தத்தோடு நினைத்தார்.

"அந்த நேரத்தில் அங்கே வெங்கடாசலக் கவுண்டர் வந்தார். வாங்க வாங்க" என்றார் நாயுண்டு.

"வாங்க வாங்கக் கடன்தான்" என்று சொல்லிக்கொண்டே வந்தார் கவுண்டர். எப்பவும் கிரித்திரியம் பேசுவதில் கொஞ்சம் விருப்பம் அவருக்கு. பக்கத்து ஊர்க்காரர். இது தாய் கிராமம் ஆனதால் அப்படியே இவரையும் பார்த்துவிட்டுப் போவார்.

"என்ன – உங்க விவசாயங்களெல்லாம் எப்படி இருக்கு?" என்று கேட்டார் நாயுண்டு.

"விவசாயம் பன்னி நாயேண்ணு இருக்கு"

பன்னியையும் நாயையும் அழுத்திச் சொன்னார் கவுண்டர்; அவ்வளவுக்கு மனம் நொந்து பேச்சு".

விவசாயப் பொருட்களுக்கு விலையில்லை என்பது காலங்காலமாய் இருந்து வரும் பிரச்சனை. கி.ரா. இந்தப் பிரச்சனையைப் பற்றி 'அவுரி' (1982) கதையில் இவ்வாறு பேசுகிறார்.

"பருத்தியாவும் போட முடியல்லை. அதோட பருத்தி எடுக்க எங்கெ ஆள் கிடைக்கி? பருத்திக்கும் விலை இல்லை. அதும் ஒரு வருசம் விளையுது. மறு வருசம் போயிருது...

மூணாம் வருசத்தைவிட போனவருசம் கரிசல்காட்டிலெ தரிசு போடுற நிலங்கள் அதிகமாச்சி, இந்த வருசம் அதை விட ஜாஸ்தி நிலங்கள் தரிசுபோட ஆரம்பிச்சிட்டாங்க சம்சாரிக.

விவசாயங்கிற தொழில், அதிலும் கரிசல்காட்டு விவசாயங்கிற ஒரு தொழில் அழிஞ்சிக்கிட்டு வருது வேகமா. இது யார் கண்ணுலேயும் பட்டதாகத் தெரியலையே? ஒரு தச்சாசாரி ஒரு நாக்காலி செய்தா, மரம் வாங்கின விலை, அவனோட உடல் உழைப்புக்கான கூலி இதை வச்சி ஒரு விலை சொல்வான். விலையைக் குறைச்சிக் கேட்டா கட்டாதுண்ணு சொல்லிவிடுவான். சம்சாரியாலெ ஏன் அப்படிச் சொல்லமுடியலெ? செஞ்ச செலவுகளுக்கும் குறைச்சில்லெ பொருளை விக்க வேண்டியதிருக்கு. இந்த அநியாயத்துக்கு எப்பொ ஒரு முடிவு வரும்."

அந்தக் காலத்தில் கிராமங்களில் இப்போது உள்ளது போன்ற எடை போடும் முறை இல்லை. கால மாற்றத்தைக் கி.ரா. காட்டும் அழகியல் ஓர் இனவரைவியல் அழகாகும். 'தாவைப் பார்த்து' (1984) கதையில் இந்த அழகைக் காணலாம்.

"ஊர்தரகனார் வந்து திராசைத் தொங்கவிட்டார் தட்டு வாட்டம் பார்த்தார். பருத்தியை அள்ளி நாயுண்டு தட்டில் வைத்துக்கொண்டேயிருந்தார். உடம்பெல்லாம் வியர்வை யாய் ஒழுகியது. தரகனார் கணீரென்ற குரலில் ராகம் போட்டு எண்ணிக்கையைச் சொல்லிப் பருத்தியை நிறுத்துப் போட்டுக்கொண்டேயிருந்தார். ஒரு மருகை நிறைந்தவுடன் அடுத்த மருகைக்கான நிறுவை ஆரம்பமாகும்.

"வெங்கடாசலபதி முன்னிற்க... லாபம்"
"லா...பம். லா...பம். ரெண்டு"
"ரெண்...டு. ரெண்...டு. மூணு"

நேரம் மதியத்துக்கு மேலாகிவிட்டது. வீட்டுக்குள்ளிருந்து பருத்தி மருகைகள் உருண்டு உருண்டு தெருவுக்கு வந்து கொண்டேயிருந்தன."

பருத்தி விலை போகவில்லை. சம்சாரி என்ன செய்வான்? கேள்விக்கான சூழலைக் கி.ரா. 'தாவைப் பார்த்து' (1984) கதையில் விவரிக்கும் பாணி தனித்துவமானது. கரிசனமும் கலையும் ஒரு சேர மிளிர்கின்றன.

"சுப்பா நாயுண்டுவின் வீட்டுக்குப் பருத்தி நிறுக்க வந்தார், யேவாரி செல்லைய நாயக்கர். சம்சாரிகளின்

பருத்தியை விலைக்கு வாங்கிக்கொண்டுபோய் மில்களுக்கு விற்பது இவருடைய தொழில். கிராமத்தில் கொஞ்சம் வெள்ளையும் சொள்ளையுமாக இருப்பவர். தினந்தவறாமல் தெக்கே வடக்கே போறவர். நாலெழுத்துப் படிச்சவர்.

"அநியாயம்; யேவாரிகளெல்லாஞ் சேந்து சம்சாரிகளெக் கொள்ளைதானெ அடிக்கீக" என்றார் நாயுண்டு சத்தம் போட்டு, கோபத்துக்கு பதிலாக கொந்தளிப்பான ஒரு சிரிப்பே பதிலாக வந்தது.

"முன்னெல்லாம் ஒரு பவுன் என்ன வெலையோ அதே வெலைதான் ஒரு பொதி பருத்தியின் வெலையும்" என்றாள் அசோதையம்மா தலையை முடிந்துகொண்டே. "அதுபடி பாத்தா இப்பொப் பருத்தி வெலை குண்டாலுக்கு ஆயிரத்தி ஐநூறு ரூபா இருக்கணும்" என்றார் நாயுண்டு.

"ஆமா ஆமா, அதிலென்ன சந்தேகம்" என்று ஒப்புக் கொண்ட யேவாரி,

"பருத்தி வெலையை நாமளா வெக்கிறோம்; அது மில்லுக்காரனில்லா வெக்கான்; வெலையை ஏத்துறதும் எறக்குறதும், அவம்பாடு தான்" என்றார்.

போனவருசம் பருத்தி யேவாரி செல்லைய நாயக்கருக்கு பலத்த அடி;

மீண்டதே பெரிய காரியம் என்று பேசிக்கொண்டார்கள் என்பது நாயுண்டுவின் நினைவுக்கு வந்தது.

நூலு விலைக்கும் துணி விக்கிற விலைக்கும் இப்போதைய பருத்தி விலைக்கும் சம்மந்தமே இல்லை என்பதை ஒப்புக்கொண்டார் பருத்தி யேவாரி".

பருத்தி விலை பற்றிக் கி.ரா. இன்னும் இரண்டு வித்தியாசமான பதிவுகளைச் செய்திருக்கிறார்.

பதிவு 1

"வெங்கடாசலபதி முன்னிற்க . . . லாபம் முன்னிற்க என்பதில் விழுந்த அழுத்தம் நாயுண்டுவுக்கு ரொம்பத்தான் எரிச்சலைக் கிளப்பி விட்டுவிட்டது!

"முன்னிற்க; என்னத்தெ முன்னிற்க?"

வெங்கடாசலபதியும் வெங்கடாசலபதியின் மில்லுந்தான் முன்னிற்கி! தா அவனுக்கு மாசம் அம்பது லச்சம் அறுபது

லட்சம் உண்டியல்லெ வந்து விழுது; இவனுகளுக்கு வருசம் அம்பது கோடி அறுபது கோடிண்ணு லாபம் வருது.

'முன்னிற்கங்கிறது அவனுக்கு; லாபம்ங்கிறது இவனுக்கு'

முக்குத் திரும்பி ஐயிநாயக்கர் வீட்டுக்கு முன்னாலெகூடி வந்தபோது, அங்கெ ஐயிநாயக்கர் குத்துக்கால் வைத்து உட்கார்ந்து கொண்டு எண்ணெய் படாத தலையை பறட் பறட் என்று சொறிந்துகொள்வதும் கோமணத்தை இழுத்து சரிசெய்து கொள்வதும் இவருடைய கண்ணில் பட்டது.

ஒரு வினாடி அதை நின்று பார்த்துக்கொண்டிருந்த நாயுண்டுவுக்கு பளிச்சென்று சில விஷயங்கள் புலப்பட்டது போலத் தெரிந்தது."

பதிவு 2

'விடிவு' (1980) கதையில் பருத்தி விவசாயியின் அவலத்தைப் பேசுகிறார்.

"துணிவிக்கிற இப்போதய விலைக்கணக்குப்படி பருத்திக்கு விலை போட்டுக் கொடுத்தா சம்சாரிகளுக்குக் கட்டுபடியாகும். ஆனா, அரசியல்காரன்தான் மில்லுக் காரனுக்கு அடிமை ஆகிவிட்டானே; அந்த விலையைக் கொடுத்து பருத்தியை வாங்குண்ணு மில்லுக்காரனைப் பாத்துப் பல்லுமேலே நாக்குப் போட்டுச் சொல்ல இவனுக்கு ஆயுசுக் காணுமாண்ணேன்?

விலை கிடைக்காத சணல் விவசாயிகள் வயத்தெரிச்ச லோடு நடுத்தெருவிலெ சணலைப் போட்டு தீயை வச்சிக் கொளுத்தின மாதரி பருத்தியையும் போட்டுக் கொளுத்த வேண்டியது வந்துருமோ என்று பயந்தார்.

கரிசல்காட்டில் பருத்தி வெடித்து வாரதுக்கும் "கரண்ட் கட் வாரதுக்கும் சரிய்யா இருக்கும். அப்படி ஒரு அற்புதமான மின்சார அமைப்பு நம்ம நாட்டிலெ.

ஒரு நாள் போத்தி நாயுண்டு தாலுகா ஆபீஸுக்குப் போகும் போது சுவரில் எவனோ ஒரு விஷமி கரியினால் இப்படி எழுதியிருந்தான். "மின்சார இலாகா திட்ட அதிகாரி களே எங்கேயாவது கழுதை மேய்க்கப் போங்களேன்" சிரிப்பு வந்துவிட்டது இவருக்கு. எம்புட்டு வயத்தெரிச்சல் இருந்தா இப்படி எழுதத்தோணும்?

“கரண்ட் கட்”டைச் சொல்லியே பருத்தியை தவிடு ரேட்டுக்கு வாங்குவான்கள் – தவிடுகூட விலை ஓசந்து போச்சி – பருத்தி இவ்வளவு மலிவா இருக்கே இந்த சமயத்திலெ கொஞ்சம் மாட்டுக்கு பருத்திவிதை வாங்கிவச்சி கிடுவோம்ண்ணு போனா ... அதே பருத்தி விலையையே பருத்தி விதைக்கும் சொல்லுவான் யாவாரி.

“என்னய்யா பருத்திவிலை குறைஞ்சிருக்கே”ண்ணு கேட்டா “என்னா பண்றது; கரண்டுக் கட்டு; சரியா அறவை இல்லை. அதனாலெ விதைவிலை கூடிப் போச்சி”ம்பான். ஒரு கல்லுலெ ரெண்டு மாங்கா என்ன நாலு மாங்காயைக்கூட விழுத்தட்ட முடியும் யாவாரிகளால்.

கரண்ட் கட் நீங்கின பிறகும்கூடப் பருத்தி விலை கூடப் போகாமலிருக்க தந்திரம் அவர்களுக்குத் தெரியும். “வெளிநாட்டிலிருந்து பஞ்சு இறக்குமதி” என்று ஒரு செய்தியை அவர்களால் அவர்களுடைய பத்திரிகைகளில் வெளியிடச் செய்ய முடியாதா! என்று நினைத்தார். ஆக மிளகாய் அறைக்க அம்மி என்னத்துக்கு சம்சாரி தலையே போதும்.”

கரிசல் சம்சாரிகள் பட்ட கடன் வலிகளைக் கி.ரா. வெகுவாகவே விவரித்திருக்கிறார். அவர் எழுதிய ‘கதவு’, ‘மாயமான்’ (1958, 1959) இரண்டும் இந்த விடயத்தில் கண் திறப்புகள் எனலாம். மாயமான் கதையிலிருந்து ஒரு பகுதியைக் காண்போம்.

“அமரக்கிரியைகள் எல்லாம் முடிந்த சில நாட்கள் கழித்து செட்டியாரை வரச்சொல்லி ஆள் அனுப்பினார் நாயக்கர். செட்டியார் போனார். தாயார் இறந்த விஷயங்களை யெல்லாம் துக்கம் விசரித்துவிட்டு “ஏதோ ரொம்பவும் கஷ்டப்பட்டு விட்டீர்கள் ரூபாயில் கொஞ்சமாவது கொடுக்க முடியவில்லை என்றாலும் இந்த வருஷ வட்டியாவது கொடுத்தால் நன்றாக இருக்கும்” என்றார். செட்டியார் ஒன்றும் பேசவில்லை.

“நல்லது, மாமா உங்களுக்கு நான் வட்டி கொடுத்து விடுகிறேன்” என்று மட்டும் சொன்னார். நேராக வீட்டுக்கு வந்து தன்னுடைய குழந்தை கைலாசத்தின் நகைகளை விற்று மூன்றாவது மனுஷனுக்குத் தெரியாமல் வட்டியைக் கட்டி விட்டார்.

ஊரிலிருந்து ஏழை விவசாயிகள் எல்லாம் தஞ்சாவூர் என்றும் ஆந்திரதேசம் என்றும் பஞ்சம் பிழைக்கச் சென்றார்கள்.

இந்த நிலைமை ஒரு வருஷம் பூராவும் நீடித்தது. அடுத்த வருஷமாவது பஞ்சம் தெளியும் என்று எதிர்பார்த்தார்கள். அந்த ஜனங்களுடைய துரதிருஷ்டம் அடுத்த வருஷமும் அப்படியேதான் இருந்தது. ஆடுமாடுகளை விற்றார்கள். பண்டபாத்திரங்களை விற்றார்கள். தங்களிடம் உள்ள எதெ யெல்லாம் விற்று ஜீவிக்க முடியுமோ அதையெல்லாம் விற்றார்கள்.

செட்டியாரால் மறுவருஷம் வட்டி கட்ட முடியவில்லை. நாயக்கர் ஆள்மேல் ஆள் அனுப்பி நெருக்கினார். என்ன செய்வார்கள். பாவம்! வீட்டையும் நிலத்தையும் தவிர அவர்களிடம் என்ன இருக்கிறது? இரண்டையுமே நாயக்கருக்குத் தாரை வார்த்துவிட்டார்கள்.

நாயக்கர் தயாள குணமுள்ளவர்; அவர்கள் பஞ்சம் பிழைக்கச் செல்வதற்கு நூறு ரூபாயும் கொடுத்தார்! செட்டியார் குடும்பத்தோடு புறப்பட்டார்; தான் பிறந்து வளர்ந்த அந்தக் கிராமத்தைவிட்டு, தவழ்ந்து விளையாடிய அந்த மண்ணைவிட்டுப் புறப்பட்டார்.

அவருடைய தோட்டத்தின் வழியாகத்தான் பாதை. தன்னுடைய நிலத்தின் மேல் கால்பட்டதும் செட்டியாருக்கு உடம்பு புல்லரித்தது.

கண்களிலிருந்து கண்ணீர் தாரைதாரையாக வழிந்தது. தாயாரை அடக்கம் செய்த இடத்துக்கு வந்ததும் அப்படியே தரையில் மரம் போல் சாய்ந்தார். சாய்ந்து அந்த மண்ணின் மேல் புரண்டார். பெண்களும் குழந்தைகளும் 'குய்யோ முறையோ' என்றழுதார்கள். நல்லசிவம் செட்டியார் சமைந்த கல்லாக நின்றார்.

சிறிதுநேரம் கழித்து மகனைத் தூக்கி நிறுத்தினார் பெரியவர். எல்லோருடைய அழுகையும் நின்றுவிட்டது. ரயில்வே ஸ்டேஷனை நோக்கி நடந்தார்கள்.

ரயில் ஒவ்வொரு ஸ்டேஷனையும் தாண்டி வடக்கே போய்க்கொண்டிருந்தது. பசுமலையும் தாண்டி மதுரையை நெருங்கிவிட்டது. தூரத்தில் வரும்போதே கிழவர் கோபுரங் களைக் கண்டு கொண்டார். தலைக்குமேல் இரண்டு கைகளை யும் வைத்துக் கண்களை மூடிக்கொண்டார்" (மாயமான், 1958).

ஓரிடத்தில் அரசு, முதலாளி, சம்சாரி ஆகிய மூன்று புள்ளிகளும் எப்படி இயங்குகின்றன என்று அலசுகிறார் கி.ரா.

“ஒரு மில் முதலாளி லட்சக்கணக்கில் யூனிட்டுகளை ‘அழிக்கி’றான், நீ நூற்றுக்கணக்கில் அல்லது ஆயிரக்கணக்கில் தான் ‘அழிக்கி’றாய் என்பது.

பல லட்சக்கணக்கான யூனிட்டுகளை ‘அழி’க்கும் சக்தியுடையவனிடம் இருந்தல்லவா நீ அதிகப்படி தொகையை வாங்க வேண்டும்? நிறைய பால் கறக்க வேண்டிய ‘ஜெர்ஸி’ மாட்டில் கறக்காமல் உழக்குப் பால் கறக்கிற உதைக்கும் ‘நாட்டு மாட்டோடு’ மல்லுக்கட்டுவார்களா யாரும்?

ஜனநாயகம் பேசும் அரசு. பெரும்பான்மையான விவசாய மின் உபயோகிப்பாளர் பக்கமல்லவா இருக்க வேண்டும்; வோட்டு இவனல்லவா போடுகிறான்வே உனக்கு.

யார் யூனிட்டுகளை அதிகப்படி வாங்குகிறார்களோ அவர்களுக்குத்தான் சலுகை என்பது அசல் வியாபாரியினுடையது; லாபத்தையே குறிக்கோளாகக் கொண்டது. மக்களின் அரசு –மக்களுக்காக மக்களால் நடத்தப்படுவதாகச் சொல்லிக் கொள்ளும் ஒரு ‘ஜனநாயக’ அரசு – ஈவு இரக்கம் இல்லாத கந்துவட்டிக்காரன்போல ‘வாயில்லாத’ விவசாயிகளிடம் நடந்துகொள்வது எப்படிச் சரியாகும்?” கி.ரா.வின் பார்வை பொதுவுடைமை சார்ந்தது என்று சொன்னாலும் சரி, மனிதநேயம் சார்ந்தது என்றாலும் சரி இரண்டிலும் இனவரைவியல் கரிசனம் உள்ளது.

பின்னுரை

“கலைஞர்கள் என்பவர்கள் சமூக விஞ்ஞானிகள்” என்று சொல்லுமளவிற்குக் கி.ரா. கூரிய பார்வையும் பகுத்தறிவும் கொண்டவர். கி.ரா. அடிமனத்தில் விவசாயி. அவரது துணைவியார் கணவதி அம்மா பின்வருமாறு குறிப்பிடுகிறார்.

“கி.ரா. எப்பமும் கம்யூனிஸ்ட் கட்சியின் வேலைகளைப் பார்ப்பாரு. அதுக்காகப் பல நாட்கள் கட்சி ஆபீஸிலேயே தங்கிடுவாரு. விவசாயிகள் சம்பந்தப்பட்ட போராட்டங்கள்ல கலந்துக்கிட்டு ரெண்டுதடவை ஜெயிலுக்குப் போயிருக்காரு. இத்தனைக்கும் அவருக்கு டி.பி. என்ற காசநோய் உண்டு. ஏற்கனவே அவருக்கு மெலிந்த தேகம். அதோட இந்த நோய் வேற அவரை ரொம்ப கஸ்டப்படுத்தும். ரெண்டு தடவை டைபாய்டு காய்ச்சல் வந்து ரொம்ப உடம்புக்கு முடியாம கிடந்தாரு. பிறகு எப்படியோ பிழைச்சிக்கிட்டாரு”.

அவர் பிழைத்தது நாம் செய்த நற்பயன். 20–ஆம் நூற்றாண்டுத் தமிழ்ச் சமூகத்தின் மிகச் சிறந்த கதை சொல்லி

அவர். ‘கரண்டு’ (1962), ‘மாயமான்’ (1958), ‘ஒரு வெண்மைப் புரட்சி’ (1960), ‘தாவைப் பார்த்து’ (1984) முதலான கதைகள் சிதிலம் அடைந்து கொண்டிருக்கும் விவசாயிகளின் வாழ்வை நக்கலோடும் துக்கங்களோடும் சித்தரித்துள்ளார்.

கிராமியப் பொருளாதாரத்தைக் கி.ரா. சமூகவியலாகக் காட்சிப்படுத்தி இருக்கும் ஓர் இடம் அவரை எவரஸ்ட் சிகரத்தை விடவும் மிகுந்த உயரத்துக்குக் கொண்டு செல்கிறது. ஒரு வர்ணனையை மட்டும் காண்போம். மாசாணம் அனாதையாக அயலூர் விவசாயக் கூலியாகக் கரிசல் காட்டில் குடியேறுகிறான். மாசாணத்தியை மணந்துகொண்டு அவளையும் அழைத்து வருகிறான். உழைப்பை மூலதனமாக்கி உழைத்து வருகிறான். ஒரு காலகட்டத்தில் கிராமத்தின் கடுமையான வறட்சியை எதிர்கொள்ளும் பொருட்டு மழைக்காக உண்ணா நோன்பிருக்கிறான். மழை பெய்யத் தொடங்கியதும் அந்த நோன்பை முடிக்கிறான். அதுவரை அந்தக் கூலித் தொழிலாளியை அடிமையென்றும், கீழானவன் என்றும் எண்ணியிருந்த அந்த கிராம மக்கள் அனைவரும் அவனுக்குக் கஞ்சியூட்ட முன் வந்தனர். தமிழக வரலாற்றின் நிலப்பிரபுத்துவ காலகட்டத்தில் விவசாயக் கூலிகளின் பெறுமதியைக் காட்டும் கி.ரா.வின் கதைகள் உன்னதங்களாக விளங்குகின்றன.

18

தொழில்களும் குடிமையும்

"கி.ரா. தனி ரகம். எந்த ஒரு எழுத்தாளருடனும் ஒப்பிட முடியாத தனி எழுத்து கி.ரா.வுடையது... மழைக்குக்கூடப் பள்ளிக்கூடம் பக்கம் ஒதுங்காதவர்தான். ஆனால் இன்று ஒவ்வொரு பல்கலைக்கழகமும் கி.ரா.வின் எழுத்துக்களை ஆய்விற்கு உட்படுத்துகிறது".

– பா. இரவிக்குமார்

தமிழ்ச் சமூகம் ஒரு பழமைச் சமூகம். அது இரும்பின் பயன்பாட்டைக் கண்டறிந்தது முதல் வளர்ச்சி பெற்று வந்துள்ளது. அதன் சிறப்பான உச்சம் நீர்ப்பாசன வேளாண்மை நாகரிகத்தைக் கண்டடைந்தது. இந்த வளர்ச்சி ஏற்பட்ட காலகட்டத்தில் பணப் பொருளாதாரம் இல்லை. அப்போது குடிகள் தாங்கள் செய்து வந்த குலத்தொழிலை மற்றவர்களுடன் பரிமாறிக் கொண்டார்கள்.

அம்பட்டர் மற்றவர்களுக்குச் சவரம் செய்தார், முடிவெட்டினார். வண்ணார் சலவை செய்தார். குயவர் மண்பாண்டங்கள் செய்தார். இப்படியாக ஒவ்வொரு குடியும் ஒரு தொழிலைச் செய்து, அதனை மற்றவர்களுடன் பகிர்ந்துகொண்டனர். விவசாயிகள் மற்றவர்களுக்குத் தானியங்களைக் கொடுத்துப் பரிவர்த்தனை செய்துகொண்டார்கள். இதுவே குடிஊழியமாகப் பரிணமித்தது. பணம் இல்லாத அந்தக் காலத்தில் ஏற்பட்ட இந்தக் குடிஊழிய முறை *(Jajmani system)* பின்னாளில் பணப் பொருளாதாரம் ஏற்பட்ட பிறகு மெல்ல தேயத் தொடங்கியது.

குடிஊழிய முறை முற்றிலும் பழமைச் சமூகத்துக்குரியது. அதனை இன்றைய சூழலில் வைத்துப் பொருள் காண முடியாது. தமிழ்ச் சமூகம் நீண்ட, நெடிய, அறுபடாத தொடர்ச்சி கொண்ட சமூகம் என்பதால் அந்தக் குடிஊழிய முறை அற்றுப்போகாமல் தொடர்ந்து வந்துகொண்டிருக்கிறது. இன்றைய நவீன சூழலில் அது தன்னைப் புதிய வடிவில் புணரமைத்துக் கொள்ள வேண்டிய சூழலில் பல இடர்ப்பாடு களை எதிர்கொண்டு வருகிறது. சாதியத்தின் கொடூர முகத்துடன் இன்று அது பயணித்து வருகிறது. இது ஒருபுற மிருக்கட்டும்.

கி.ரா. தன் கரிசல் வாழ்வில் கண்ட குடிஊழிய முறையின் சில கூறுகளை இங்குக் காண்போம்.

கி.ரா. இனவரைவியல்

கரிசல் காட்டில் அம்பட்டரைக் குடிமகன் என்று குறிப்பிடுகிறார் கி.ரா. குடிஊழிய முறையில் அம்பட்டரின் பங்கு முதன்மையானது.

"வாரத்தில் இருநாள், 'மதியும் புதனும் மயிர் களை' என்ற முதுமொழிக்கு ஏற்பத் திங்கள் புதன்கிழமையில் குடிமகனைக் கூப்பிட்டனுப்பித் தலை மார்பு முதலிய உடம்பில் ரோமம் முளைத்துள்ள சகல பகுதிகளிலும் மழுங்கச் சிரைத்துத் தள்ளிவிடுவார். உடம்பில் எங்காவது ஒரு சிறிய ரோமம் தட்டுப்பட்டாலும் சகித்துக்கொள்ள மாட்டார். கால் கைகளெல்லாம் மழித்து சுரைக்காய் மாதிரி சுத்தமாய் இருக்க வேண்டும் அவருக்கு."

கிராமங்களில் பேறு காலத்தில் மருத்துவச்சிகள் பங்காற்றிய முறை பழங்கதையாய்ப் போனது. ஏகாலிகளும், குடி மகளும் செய்த பணிகளைக் கி.ரா. குறிப்பிடும்போது குடி ஊழிய முறை ஞாபகத்திற்கு வருகிறது.

"வடிதண்ணி கொடுக்கிறது உண்டு. திட்டி வைதவர்களும், இளக்காரமாய் பேசினவர்களுங்கூட இப்போ பேச்சியின் பெரிய சரிந்த வயத்தைப் பார்த்து இரக்கப்பட்டு உதவினார்கள்."

ஒரு கிராமத்தின் வேளாண் பொருளாதாரத்தில் உழைக்கும் மக்களின் பெறுமதியானது பல நாவலாசிரியர்களால் வர்ணிக்கப்பட்டுள்ளது. ஆனால், கி.ரா. அதனை வேறொரு கோணத்தில் விவரிக்கிறார். 'கறிவேப்பிலைகள்' (1969) கதையி லிருந்து ஒரு பகுதியை இங்குக் காண்போம்.

“அந்தத் தம்பதியர் பஞ்சம் பிழைப்பதற்காகக் கீகாட்டி லிருந்து இந்த ஊருக்கு வந்தவர்கள். அப்படியே இங்கேயே இருந்துவிட்டார்கள்.

அவர்களைப் பொறுத்தமட்டில் அவர்கள் எங்கிருந்தாலும் ஒண்ணுதான். அவர்கள் கூலி வேலை செய்யும் விவசாயக் கூலிகள். எந்த உடமையும் அவர்களுக்குக் கிடையாது. கைகள் ஒன்றுதான் அவர்களுடைய உடமை. அவைகள்தான் அவர்களுடைய மூலதனம்.

தலைக்கோழி கூப்பிட எழுந்திருக்கணும். எதாவது ஒரு ‘மகராஜன்’ வீட்டில் போய், பருத்திமாரால் தொழுவத்தைத் தூத்துப் பெரிய கூடைக்கு ஒரு நாலைந்து கூடை குப்பையைக் கொண்டு போய்க் குப்பைக் குழியில் தட்டணும். கடேசிக் கூடையைக் குப்பைக்குழியில் அப்படியே தட்டியமானைக்குக் கூடையை வைத்துவிட்டு, கோமணத்தை அவிழ்த்து அங்கேயே வெளிக்கு இருந்துவிட்டு, முதல் துப்புரவாக ஒரு கல்லை எடுத்துத் துடைத்துக் கோமணத்தைக் கொஞ்சம் தொய்வாகப் பாய்ச்சிக் கொள்ள வேண்டியது. கூடையை எடுத்துக்கொண்டு நேரே கம்மாய்க்கரைக்குப் போய், போகும்போதே பல் குச்சி நீளத்துக்கு ஒரு கம்மந்தட்டையை எடுத்து அதன் கணுவுக்கு மேலாக ஒரு விரல்விட்டு ஒடித்து அதை மென்று பல்லைத் தேய்த்துக் கொண்டே போய், கம்மாய்க்கரைக்குப் போய், கம்மாய்க்குள் அரை முழங்கால் அளவு தண்ணீரில் நின்று கொண்டு முதல் காரியமாய் ‘கால்’ கழுவிவிட்டு; பிறகு வாய், மூஞ்சி, கைகால் கழுவிக்கொர்டு கூடையையும் சும்மாட்டுக்குப் பதிலாக மடித்துப் போட்டுக் கொண்ட சாக்கையும் எடுத்துக்கொண்டு தொழுவுக்கு வருவார்”.

கிராமங்களில் அந்தக் காலத்தில் முக்கிய இடம் வகித்த குடி ஊழிய முறையில் கிடை மடக்குதலும் ஒன்று. விவசாயத் தொழிலில் இந்தக் கிடை போடுதல் இயற்கை உரமிடுதலாக இருந்தது. இது பற்றிக் ‘கிடை’ (1968) கதையில் கி.ரா.வின் பதிவுகள் வருமாறு:

“கிடை என்பது ஒரு தனி ராஜ்யம். அதற்கு தேர்ந்தெடுக்கப் பட்ட ஒரு தலைவன் உண்டு. அந்த தலைமை ஸ்தானாதிபதி யின் பெயர் தான் ‘கீதாரி’ என்பது. கிடைக்கு என்று ஏற்பட்ட பூர்வீக வழிவந்த சில சட்ட திட்டங்கள் உண்டு. அதை யாருமே கொஞ்சங்கூட மீறக்கூடாது. ஆட்டுக்குட்டிகளின் கூடுகளை வரிசைப்படுத்தி வைப்பதற்குக்கூட ஒரு முறை உண்டு. அதற்கு ‘வட்டம்’ என்று பெயர். நிலச் சொந்தக்காரர்கள் கொடுக்கும்

கிடைக் கூலியான தானியத்தைக் கிடைக்காரர்கள் இந்த வரிசை முறைப்படிதான் வாங்கிக்கொள்ள வேண்டும்.

கிடைக்காரர்களுக்கு என்று ஒரு தனி சொற்கள் போட்டுப் பேசப்படும் 'மொழி'யே உண்டு. அந்தத் துறையில் ஈடுபட்டவர்களுக்குத்தான் அது புரியும்!

செம்மறி ஆடுகளை சாதாரணமாக வெளியார்கள் யாரும் பார்க்கும்போது, பார்ப்பதற்கு ஒன்று போலத்தான் தெரியும். ஆனால், அவைகளின் கணக்கற்ற நிறமாற்றங்க களுக்குத் தகுந்தபடி கிடையில் ஒவ்வொரு ஆட்டுக்கும் என்று ஒவ்வொரு நிறப்பெயர் உண்டு. அதன் உடம்பில் ஏதாவது ஒரு வச்சம் ஏற்பட்டுவிட்டால், அந்த வச்சமே அதனுடைய பெயராகிவிடுவதும் உண்டு. நிறப்பெயரைச் சொன்னாலே போதும்; அது இன்ன துண்டத்தைச் சேர்ந்த ஆடு, இன்னாருடையது அது என்று சொல்லிவிடுவார்கள். தப்பிதமாகப் பாங்கு பிரிக்கப்படுவதைக் கண்ட கீதாரி ராமசுப்பா நாயக்கர், தொலைவில் இருந்தவாறே சத்தம் போட்டார்.

கீதாரி அங்கு விரைந்து வந்து ஒழுங்குபடுத்தினார்.

இப்பொழுது பாங்கு ஒழுங்காகப் பிரிந்துகொண்டு இருந்தது. முதலில் கிட்ணக் கோனாருடையது; ஈசான் மூலை. அவருடைய துண்டம் அவ்வளவும் செம்மறி ஆடுகள், அதை அவர் கிடை வழக்குப்படி செம்மறி என்றே சொல்லுவார்; செம்பிலி என்று சொல்லுகிறது முண்டு.

ஒன்றன்பின் ஒன்றாக வரிசையாக அந்த மூலையில் அவருடைய துண்டத்தில் செம்மறி ஆடுகள் வந்து சேர்ந்த வண்ணமாக இருந்தன. ஒவ்வொரு ஆடு வந்து சேர்ந்ததும், அதன் பெயரை மனசுக்குள் சொல்லிக்கொண்டார் கிட்ணக்கோனார்.

செவ்வாடு,

அரியாடு,

கருங்காத்து வெள்ளை,

செங்காத்து வெள்ளை,

வெங்காலாடு,

மறை,

போர்,

கரும்போர்,

செம்போர்,

வெள்ளைப் போர்,

தவிட்டுப் போர்,

மூளி,

தாலி,

கூளி,

கறுவி,

ராயாடு,

சென்றாயாடு,

கரிசையாடு,

கரிசைப்போர்,

கண்ணாடிப் போர்,

கம்பளியாடு,

சுட்டி,

வெண்தலை,

கொப்பாடு,

கிடா.

வேளாண் தொழிலில் உழவு செய்து, நடவு நட்டு, களை எடுத்து, மகசூல் காண்பது தொடர் ஓட்டத்திற்குச் சமமானது. மண்வாசம் மிகுந்த மரபு அறிவு மூலம் இதனைச் செய்த முறைகள் பற்றி நாமறிய வேண்டுமல்லவா? பல இடங்களில் கி.ரா. ஒரு சம்சாரியாக மாறிவிடுகிறார். எத்தனையோ நுணுக்கங்களையும் மரபு அறிவையும் தன் கதைகளில் சொல்லிச் செல்கிறார். 'கிடை' கதையில் இன்னுமொரு பகுதியைக் காண்போம்.

"ராக்கம்மாவின் புஞ்சையில் வந்து நின்ற மூவரும் திகைத்தார்கள். அழிமானம் அவ்வளவுக்கு அதிகமாக இருந்தது. இவ்வளவுக்கு எதிர் பார்க்கவில்லை அவர்கள். இப்படிப் புஞ்சையில் ஆட்டை விட்டுவிட்டு இந்த ஆட்டுக்காரர்கள் என்னதான் செய்துகொண்டிருந்தார்கள்?

மேய்ப்பாளர்களின் கால்த்தடங்களை கவனித்தார்கள். நிச்சயமாக மூணு பேரில்லை, இளம் தடங்கள் இரண்டு மட்டுமே நிச்சயமாயின. திம்மயநாயக்கர் தம்முடன் வந்த இருவர்களையும் புஞ்சையை நன்றாகச் சுற்றிப் பார்க்கச் சொல்லிவிட்டு, அவர் தம்முடைய ஆராய்ச்சியைத் தனிமையாக நடத்தினார்.

மனிதன் சாதாரணமாக நடக்கும்போது பதியும் காலடி களின் தடங்களுக்கும் ஓடும்போது விழும் காலடிகளின் தடங்களுக்குமுள்ள வித்தியாசத்தை அவர் அறிந்தார். காலடி களின் பக்கத்தில் தொறட்டிக்கம்பு ஊன்றிய தடம், ஏதாவது வருகிறதா என்று கவனித்தார்; இல்லை. ஆகவே, ஆடுகள் தவறி விழுந்து வெகுநேரம் சுயேச்சையாக அலைந்து மேய்ந்திருக் கின்றன. ஓடிவந்து, ஒரு கால்த் தடம் ஆடுகளைத் திருப்பியிருக் கிறது. பக்கத்திலுள்ள ஓடைக்குள் அவர் பதனமாக இறங்கிக் கவனித்தார். ஓடை மண்ணின் தேறல்களில் விழுந்த அதே காலடிகள் இரண்டு ஜதைகளும், அவைகளில் ஒரு ஜதையில் நடுவிரலில் அணிந்திருந்த மிஞ்சுவின் பதிவையும் கவனித்து அது ஒரு பெண்ணின் இளம் காலடி என்று தெரிந்துகொண்டார். சற்றுத் தொலைவில் மொச்சிச் செடியின் ஒரு புதர் அருகே குறு மணலில் இரண்டு தொறட்டிக் கம்புகள் கிடந்த தடங்களும், மனித பிர்ஷ்டம் பதிந்த தடமும், மணலில் கால்கள் உளம்பலாடிய இடங்களையும் பார்த்தார். அதன் பக்கத்தில் உடைந்த வளையல் ஒன்று கிடந்தது.

நாயக்கர் அந்த உடைந்த வளையலின் நொறுங்கல்களை எடுத்துத் பொருத்திப் பார்த்துத் தமக்குள் சிரித்தார். அவை களைக் கவனமாக அடையாளம் பார்த்துவிட்டு, எடுத்து மடியில் வைத்துக் கொண்டார். இன்னும் கூர்ந்து பார்த்துக் கொண்டே வந்த நாயக்கருக்கு மேலும் ஒரு தடயம் அகப் பட்டது; மணலில் புதைந்து கயிறு மட்டிலும் வெளி நீட்டிக் கொண்டிருந்த ஒரு இரும்பு முள்வாங்கியும் காது குடுமியும், அதில் திரித்து மாட்டியிருந்த துணிக்கயிறும் திம்மய நாயக்கருக்கு நன்றாக அடையாளம் தெரியும். இப்பொழுது, விஷயம் எங்கே ஆரம்பித்து, அது எப்படி 'முடிந்திருக்கிறது' என்ற கதை அவருக்கு விளங்கிவிட்டது!

தடயங்களை மடியிலும் தடங்களை மனசிலும் பந்தொபஸ்து பண்ணிக் கொண்டு நாயக்கர் ஒன்றும் தெரியாதவர் போல ஓடைக்குள் 'ஒண்ணுக்கு' இருந்து விட்டு வருபவர் போல் இருந்துவிட்டு மற்ற இருவர்களோடும் வந்து சேர்ந்துகொண்டார்".

பின்னுரை

கரிசல் விவசாயம் தனிவகையாகும். மொத்த உணவுப் பொருள்களும் கிராம விவசாயிகள் தயாரித்தார்கள். வானம் பார்த்த பூமி கரிசல்காடு. பருத்தியும் தானியப் பயிர்களும் இங்குப் பிரதானம். உலகத்திலேயே, சிந்து சமவெளியில்தான் பருத்தி முதன் முதலாகப் பயிரிடப்பட்டது. கரிசலிலும் பருத்தியே பிரதானம்.

கரிசல் வாழ்வில் பருத்தி பல்வேறு நிலைகளில் பரிணமித்துவிட்டது. கூலி வேலை செய்பவர்கள் மடிப்பருத்தி, பிள்ளைப் பருத்தி, போடு பருத்தி என முதலாளியம்மாவிட மிருந்து பெற்றுச் செல்வார்களாம் (கன்னிமை, 1974).

விவசாயத்தின் புதிய போக்குகளைக் கி.ரா. கணித்துக் காட்டினார். மாயமான் கதை வழியாக கிணறு வெட்ட வாங்கிய கடனுக்கு வட்டி கட்ட முடியாத நிலையை விவரிக்கிறார். ஏழை விவசாயிகள் பஞ்சம் பிழைக்க தம் மண்ணை விட்டு வெளியூருக்குச் சென்றார்கள். கி.ரா.வின் கரிசனம் பொதுவுடைமைச் சிந்தாந்தத்தாலும் காந்தியத்தாலும் கைகோர்த்து நிற்கிறது.

கரிசல் காட்டில் ஒடுக்கப்பட்ட மக்களின் விளிம்பு நிலையைக் கி.ரா. சுட்டிக்காட்டுகிறார். கிராமிய நிலவுடைமைப் பொருளாதாரத்தில் காரை வீட்டுக்காரர்களுக்கும் எளியவர் களுக்கும் உள்ள சலனமற்ற தோற்றங்களைக் கதைகளின் ஊடாக விவாதிக்கிறார். சாதிக் கட்டுமானத்தில் கிராமியப் பொருளாதாரம் வடிவமைக்கப்பட்ட விதத்தைப் போராட்ட வாழ்வாக முன்னிறுத்துகிறார். ஆனால் கதைகளில் வாழ்வியல் அவநம்பிக்கையை விதைக்காமல், நம்பிக்கையோடு பாடுபடும் உழைப்பை முன்னிலைப்படுத்துகிறார். அதுவே கி.ரா.வின் தனித்துவமாகும்.

19

உணவும், உணவு மரபும்

"முதன்முதலாகக் கொடுந்தமிழ் என்பதை 'மக்கள் தமிழ்' என மாற்றிப் பொருள் கண்டவர் கி.ரா. அவர் பள்ளிக்கூடங்களில் படிக்கவில்லையே தவிர மக்கள் தமிழைப் படித்தவர். எனவேதான் புதுவைப் பல்கலைக்கழகத்தில் வெற்றிகரமான பேராசிரியராகவும், புதுச்சேரி மொழியியல் பண்பாட்டு ஆராய்ச்சி நிறுவனத்தில் ஆய்வுத் தகைஞராகவும் விளங்க முடிந்தது".

– சிலம்பு நா. செல்வராசு

கி.ரா. தம்பதியர் விருந்து உபசரிப்பில் பெயர் பெற்றவர்கள். கூடவே அன்பையும் பரிவையும் பரிமாறியிருக்கிறார்கள். எண்ணற்ற எழுத்தாளர்கள் இச்செய்தியைப் பதிவு செய்துள்ளனர்.

உணவு, உடல் சார்ந்த தேவைக்காக இருந்தாலும் தமிழ்ச் சமூகத்தில் அது உள்ளத் தோடும் உணர்வோடும் கலந்திருக்கிறது. சமைத்துண்பது / சமைக்காமல் உண்பது, சைவம் / அசைவம், சாதாரண உணவு / விருந்து உணவு, விரும்புவது / விலக்குவது, சடங்காசாரப் படையல் உணவு / ஆசாரமற்ற இயல்பு உணவு எனப் பலவகையான பண்புகளால் உணவு பண்பாட்டு வயப்படுகின்றது.

பொதுவாக, எல்லாப் பொருட்களும் பயன் பாட்டுக்குரியவை. கூடவே அவை 'சிந்தனையின் ஊடகம்' என்பதையும் கவனத்தில் கொள்ள

வேண்டும். மக்கள் தம் சிந்தனைகளையும் அர்த்தங்களையும் வெளிப்படையாகவோ குறியீட்டு நிலையிலோ பொருட்களின் வழி வெளிப்படுத்துவார்கள். இவை அந்தந்தப் பண்பாட்டிற்குத் தனித்துவ அடையாளங்களை உருவாக்குகின்றன.

தமிழ்ச் சமூகம் நீண்ட நெடும் மரபைக் கொண்டிருப்பதால் உணவு முறையை உணவைத் தாண்டிய கூறுகளுடன் இணைத்துள்ளனர். மேலும், இதனைத் தம் வாழ்வியல் முறையுடன் ஒருங்கிணைத்து விட்டனர். பங்குனி உத்திரத்தின்போது கொங்கு நாட்டின் அஞ்சு சாதியினர் கொடுமுடியில் தீர்த்தம் எடுத்துக் காவடி தூக்கிப் பழனி முருகனுக்கு நீர் (தீர்த்தம்) வார்க்கின்றனர். தைப்பூசத்தின்போது நாட்டுக்கோட்டை நகரத்தார் முருகனுக்குப் பெரு விருப்பத்துடன் வெல்லத்தை அமுதாக ஏந்திப் பழனி முருகனுக்குப் படையலிடுகின்றனர். இந்த எதிரிணையான படையல் தமிழ் மனத்தின் உணவியல் கோட்பாட்டைக் காட்டுகிறது. கொங்கு மக்கள் பங்குனி வெய்யிலில் வாடும் முருகனுக்குத் தீர்த்தம் அளிக்கின்றனர். நாட்டுக் கோட்டை மக்கள் தைக் குளிரில் நடுங்கும் முருகனுக்கு வெல்லம் படைக்கின்றனர். வெய்யிலில் 'குளிர்ச்சி'யையும், குளிரில் 'சூட்'டை'யும் கொடுக்கும் உணவு முறையானது 'உணவே மருந்து' என்ற கோட்பாட்டின் நீட்சியாகும்.

தமிழ்ச் சமூகத்தில் உணவானது 'சமூக மொழி'யாகப் பரிணமிக்கிறது. பண்பாட்டில் மொழி தவிர மற்ற எல்லாக் கூறுகளும் பேசா ஊடகங்கள். உணவு, உடை, புழங்கு பொருட்கள், கட்டடங்கள், கலை வடிவங்கள், நிகழ்த்துக் கலைகள், செய்பொருட்கள் போன்ற அனைத்தும் பேசா ஊடகங்களே. குங்குமத்தை நெற்றியில் இட்டால் பொட்டு. அதையே எலுமிச்சம் பழத்தை அல்லது நீர்த்துப் பூசணியை (கல்யாணப் பூசணி) வெட்டித் தடவினால் வேறு அர்த்தம். தமிழர் உணவில் சடங்கியல் உணவு எண்ணற்ற குறியீட்டு அர்த்தங்களை வெளிப்படுத்துகின்றன.

தமிழ்ச் சமூகத்திற்கென்று மொழி மரபு, இலக்கிய மரபு, சமய மரபு, தத்துவ மரபு, மருத்துவ மரபு, கலை மரபு, இசை மரபு என இருப்பது போல் உணவு மரபு என்ற ஒன்றும் உண்டு. அது 'உணவே மருந்து, மருந்தே உணவு' என்பதாக அர்த்தப்பட்டுள்ளது. உணவின் ஊடாகவும் நமது சிந்தனை மரபு வளர்ந்து வந்திருக்கிறது. ஆதியில் குறிஞ்சியில் உணவைச் சுடுவதும், முல்லையில் வேகவைத்தலும், நெய்தல், மருதத்தில் பொறித்தல், சமைத்தல் எனும் வகையில் உணவு தயாரித்தல் படிமலர்ச்சி பெற்று வந்திருக்கிறது.

தமிழ்ச் சமூகம் உலகச் சமூகத்துடன் நீண்ட காலமாகவே உறவாடி வந்துள்ளது, கொண்டு கொடுத்து வந்துள்ளது. இதன் மூலம் காப்பி, தேயிலை, உருளைக் கிழங்கு, மிளகாய், ஐரோப்பிய வகை காய்கறிகள் எனப் பல உணவுப் பொருட்களை ஏற்றுக்கொண்டது. இப்படி உணவு பற்றிய சொல்லாடலை நாம் விவாதிக் கொள்வது ஒருபுறம் இருந்தாலும், கரிசல் மண்ணில் அறுபது ஆண்டுகளுக்கு முன்பிருந்த உணவுகள், உணவு முறைகள் பற்றி அறிவது நமது வட்டார உணவு முறைகளை அறிவதாகும். கி.ரா. இவை பற்றி ஏராளமான பதிவுகளைச் செய்துள்ளார்.

எவ்வளவோ இனவரைவியல் நூல்களைப் படித்திருந்தாலும், கி.ரா.வின் பதிவுகள் சுவாரஸ்யமானவை. மண்ணும் மக்களும் இணைந்த மண்மணத்துடன் சொல்லும் பாங்கு இனவரைவியலுக்கு அடிப்படை. அதனைக் கி.ரா. தன் பதிவுகளில் விரிவும் ஆழமும் கண்டிருக்கிறார்.

கி.ரா. இனவரைவியல்

கி.ரா. நல்ல உணவுப் பிரியர். உணவு பற்றிய ஞானம் கொண்டவர். விருந்தோம்பலில் பெயர் பெற்றவர். உணவு பற்றி ஏராளமான பதிவுகளைத் தன் கதைகளில் எழுதியிருக்கிறார். அவற்றில் மிகச் சிலவற்றைக் காண்போம்.

பதிவு 1

'கரிசல்க் காட்டில் ஒரு சம்சாரி' கதையில் வரும் ஒரு சிறு பகுதி இது.

"அந்த ஊர்க்காரர்களுக்கு, அதிசயத்திலெல்லாம் அதிசயம் அவர்கள் எண்ணெய் தேய்த்துத் தலைமுழுகுவதில்லை என்பதுதான். கிராமத்தில் ஒரு பலமான நம்பிக்கை, எண்ணெய் தேய்த்துத் தலையை முழுகவில்லையென்றால் உடம்பு சூடாகிவிடும், கண்கள் பாதிக்கும், கண்ணே கெட்டுப் போனாலும் போகும் என்பது. இந்த நம்பிக்கையைத் தகர்த்தவர் நம்முடைய துரைசாமி நாயக்கர்.

அவருக்கும் அவர்கள் வீட்டு ஆட்களுக்கும் சூடு பிடிக்கவில்லை; கண்கள் சிவந்து கெட்டுப்போகவும் இல்லை; தலையிலும் உடம்பிலும் சொளுசொளுவென்று வடிய வடிய எண்ணெய் தேய்த்து சீயக்காயாலும் அரப்பாலும் தேய்த்து பாழாக்குகிறதை திங்கிற சோத்திலெ கொஞ்சங்கொஞ்சமாக விட்டுத் திண்ணாலும் பிரசணம் உண்டு என்பார் அவர்.

சுத்தமான நல்லெண்ணெயை ரெண்டு மண்குடம் வாங்கி விளைஞ்ச கருப்பட்டி வட்டுகளைப் பொடி செய்து

போட்டு துணியால் வண்டுகட்டி வைத்துக்கொள்ளுவார்கள். நல்லெண்ணெயில் கருப்பட்டி போட்டு வைத்துக்கொண்டால் எண்ணெய் மணமாக இருக்கும்; காரல் ஏறிக் கெட்டுப் போகாது.

வெறும் கம்மஞ்சோற்றில் தனீ நல்லெண்ணெயை விட்டு தொட்டுச் சாப்பிடுவார்கள். அதோடு கொஞ்சம் கருப்பட்டியை யும் நுணிக்கிப் போடுவார்கள்.”

பதிவு 2

‘கன்னிமை’ கதையில் வரும் வண்ணனை இது.

“சொன்னால் நம்பமுடியாதுதான்! நாச்சியாரம்மாவும் இப்படி மாறுவாள் என்று நினைக்கவேயில்லை.

அவள் எனக்கு ஒன்றுவிட்ட சகோதரி. நாங்கள் எட்டுப் பேர் அண்ணன் தம்பிகள். ‘பெண்ணடி’யில்லை என்று என் தாய் அவளைத் தத்து எடுத்துத் தன் மகளாக்கிக் கொண்டாள்.

அம்மாவைவிட எங்களுக்குத்தான் சந்தோஷம் ரொம்ப. இப்படி ஒரு அருமைச் சகோதரி யாருக்குக் கிடைப்பாள்? அழகிலும் சரி, புத்திசாலித் தனத்திலும் சரி அவளுக்கு நிகர் அவளேதான்.

அவள் ‘மனுஷி’யாகி எங்கள் வீட்டில் கன்னிகாத்த அந்த நாட்கள் எங்கள் குடும்பத்துக்கே பொன் நாட்கள்.

வேலைக்காரர்களுக்குக்கூட அவளுடைய கையினால் கஞ்சி ஊற்றினால்தான் திருப்தி. நிறைய்ய மோர்விட்டுக் கம்மஞ்சோற்றைப் பிசைந்து கரைத்து மோர் மிளகு வத்தலைப் பக்குவமாக எண்ணெயில் வறுத்துக் கொண்டுவந்து வைத்து விடுவாள். சருவச சட்டியிலிருந்து வெங்கலச் செம்பில் கடகட வென்று ஊற்ற, அந்த மிளகு வத்தலை எடுத்து வாயில் போட்டு நொறு நொறுவென்று மென்றுகொண்டே, அண்ணாந்து கஞ்சியை விட்டுக்கொண்டு அவர்கள் ஆனந்தமாய்க் குடிக்கும் போது பார்த்தால், ‘நாமும் அப்படிக் குடித்தால் நன்றாக இருக்கும் போலிருக்கிறதே!’ என்று தோன்றும்.

ஒரு நாளைக்கு உரித்த பச்சை வெங்காயம் கொண்டு வந்து ‘கடித்துக்’கொள்ள கொடுப்பாள். ஒரு நாளைக்குப் பச்சை மிளகாயும், உப்பும். பச்சை மிளகாயின் காம்பைப் பறித்து விட்டு அந்த இடத்தில் சிறிது கம்மங்கஞ்சியைத் தொட்டு அதை உப்பில் தோய்ப்பார்கள். உப்பு அதில் தாராளமாய் ஒட்டிக்கொள்ளும். அப்படியே வாயில் போட்டுக் கொண்டு கசமுச என்று மெல்லுவார்கள். அது, கஞ்சியைக் கொண்டா

கொண்டா' என்று சொல்லுமாம்! இரவில் அவர்களுக்கு வெதுவெதுப்பாகக் குதிரைவாலிச் சோறுபோட்டு தாராள மாக பருப்புக்கறி விட்டு நல்லெண்ணெயும் ஊற்றுவாள். இதுக்குப் புளி ஊற்றி அவித்த சீனியவரைக்காய் வெஞ்சன மாகக் கொண்டுவந்து வைப்பாள். இரண்டாந்தரம் சோற்றுக்குக் கும்பா நிறைய ரஸம். ரஸத்தில் ஊறிய உருண்டை உருண்டையான குதிரைவாலிப் பருக்கைகளை அவர்கள் கை நிறைய எடுத்துப் பிழிந்து உண்பார்கள்.

வேலைக்காரர்களுக்கு மட்டுமில்லை, பிச்சைக்காரர் களுக்குக்கூட நாச்சியாரம்மா என்றால் 'குலதெய்வம்'தான்."

பதிவு 3

'ஜெயில்' (1963) கதையில் கி.ரா. இவ்வாறு எழுதுகிறார்.

"பையன்கள் எல்லோரும் கம்மாய்க்குள்ளிருந்து எருமை மாடுகளை ஒன்றுசேர வெளியே பத்தினார்கள். நிலத்தில் ஈர நீர் சொட்ட 'கன்னங்கரேல்' என்று மந்தையாய் எருமைகள் அந்தக் கிராமங்களின் தெருக்களை அடைத்துக்கொண்டு சென்றன. ராமசாமி, தொழுவில் மாட்டைக் கட்டினான். செங்கமுட்டியை உரசிப் பல் தேய்த்துவிட்டு, கம்மஞ்சோற்றில் மோர்விட்டுக் கரைத்துச் சாப்பிட்டான். தாயார் தூக்குச் சட்டியில் சோறு வைத்துக் கொடுத்தாள். மத்தியானத்துக்கு வாங்கித்திங்க ஒரு கூறு பருத்தியும் கொடுத்தனுப்பினாள்".

பதிவு 4

லீலை (2016) நாவலில் கி.ரா.வின் உணவு ஞானம் தெரிகிறது.

"இந்த காட்டுக் கீரைகளுக்கு ஒரு காலத்தில் இருந்த பெயர் களைகள். இவற்றைப் பறித்துப் பறித்துத் தூரத்தூர எறிந்து கொண்டிருந்தார்கள். யாரோ ஒரு புண்ணியவாட்டி எடுத்துச் சமைத்துப் பார்த்து ருசி கண்டு உலகத்துக்குச் சொல்லி இருக்கிறாள்.

பச்சிலைகள் என்று இப்போது கொண்டாடப்படும் செடி, இலை, வேர்களெல்லாம்கூட முன்பு ஒரு காலத்தில் விருதாச் செடிகள் என்று ஒதுக்கப்பட்டவைதான்.

நேரடியாகத் தூய மழைநீர் விழுந்து முளைத்துப் பயிராகி வரும் அந்தப் பலனை அனுபவித்தவர்களுக்குத்தான் அதன் ருசி அருமை தெரியும்.

ஒரு சிறந்த எடுத்துக்காட்டு சாத்தூர் வெள்ளெரிப்பிஞ்சு. மனுசப்பய பிள்ளைகள் அதில் உப்பைத்தடவி, காரம் சேர்த்து,

இப்படியெல்லாம் வம்பு பண்ண ஆரம்பித்தால் ஒன்றும் செய்ய முடியாது!

ஒரு காலத்தில் எங்கள் வீடுகளுக்கு வந்த விருந்தாளிகளுக்கு வாழைப் பழங்களையும், ஜீனி (சர்க்கரை)யும் கொடுப்பார்கள். அந்தப் பாவிகள் வாழைப்பழத்தை உரித்து சீனியில் தொட்டுத் தொட்டுத் தின்பார்கள்!

எப்படியோ, அந்தப் பழக்கம் நின்றுபோனது. அது நினைவுக்கு வந்தபோது ஒருநாள் பாட்டியிடம் ஞாபகமூட்டி, அது ஏன் என்று கேட்டேன்.

கதலி என்று ஒரு ஜாதி வாழைப்பழம். சற்று புளிப்பு கலந்திருக்கும். அதனால் அதைப்பிட்டு ஜீனியில் தொட்டுத் தின்கிறது வழக்கம் என்று சொன்னாள் பாட்டி.

இந்த ஜாதியில் தேன் கதலி என்றெல்லாம் உண்டு.

எல்லாம் தண்ணீரும் மண்ணும் செய்கிற 'ஜாலக்' தான்.

நேரடியாக மழைத் தண்ணீரிலேயே விளைந்துவரும் மகசூல்கள் ஒரு காலத்தில் கரிசல்க்காடுகளில் இருந்தன."

பதிவு 5

லீலை (2016) நாவலில் மேலும் உணவு பற்றிக் குறிப்பிடுகிறார்.

"நீண்ட நாட்களாய் இருந்த சந்தேகம். காட்டுக் கீரையின் ருசி ஏன் நாட்டுக் கீரைக்கு இல்லாமல்ப் போனது?

காட்டுச் செடிகள் என்பது நாம் விதைக்காமலே, நடாமலே முளைப்பவை. வெண்டைக்காய், கத்தரிக்காய் மட்டு மல்ல. ராகி (கேப்பை), வரகு, இப்படியான தானியங்களும், முளைத்துப் பலன் தருகின்றன காட்டிலும்.

எங்களுடைய தோட்ட நிலத்தில் (கிணற்றுப் பாசனத்தில்) விளையும் காய்கறிகள் ருசி இல்லாமல் போனதற்குக் காரணம் கிணற்று நீரே என்று அறிய கொஞ்ச நாட்கள் ஆனது.

ருசியில்லாமல் 'சப்'பென்று இருக்கும் காய்களை நம்ம வீட்டுப் பெண்கள் உப்பு, உரப்பு, புளிப்பு போன்றவைகளை வைத்து ஒரு 'ரசவாதம்' செய்து மணம் ஏற்றி ருசிக்க வைத்து விடுகிறார்கள்.

காட்டுக் காய்களைக் கொண்டுவந்து சமைத்து உண்டவர்கள் பாசனக்காய் வகைகளை உண்ணும்போது முகம் சுளிப்பார்கள். அப்போது அவர்களின் மூஞ்சியைப் பார்க்கப் பாவமாக இருக்கும்." *(2016:152)*.

பதிவு 6

உப்பு பற்றிக் கி.ரா. குறிப்பிடும் தரவுகள் *லீலை* (2016) நாவலில் இடம்பெறுகின்றன.

“உப்பை உப்பு என்று சொன்னால் அது கோபித்துக் கொள்ளுமாம்; சரியாகவே அமையாதாம்! அதனால்தான் ருசிக்கல்லு என்று சொல்லுகிறதாம்.

பானக்கரமும் நீர்மோரும் இல்லாத சிறீராமநவமியே கிடையாது. பானக்கரம் இல்லாத நைனார் நோம்பும் கிடையாது.

கோடையில் பிறந்தான் ராமன்; ஆடையில் பிறந்தான் கண்ணன் என்பது சொலவடை (ஆடை என்பது மழை).

கோடையில் தாகத்துக்கு தண்ணீர் தருவதைவிடப் பானங்கள் தருவது ரொம்ப விசேடம் என்று சொல்லியிருக்கிறார்கள். அதன்படி, ‘மோரு தந்தா மூணு ஜென்மத்துக்கு அடிமை, இளநீர் தந்தா ஏழு ஜென்மத்துக்கு அடிமை’ என்று சொல்லப்பட்டு இருக்காம்.

இதில், குடித்தவர் அடிமையா கொடுத்தவர் அடிமையா என்பது பக்கத்திலுள்ள பெரியாட்களைக் கேட்டுத் தெரிந்து கொள்ள வேண்டியது” (2016:142).

பதிவு 7

லீலை (2016) நாவலில் கி.ரா. மேலும் எழுதுகிறார்.

“டொரியான் பழ வாசனை குமட்டும்; தின்று ருசித்த பிறகு மறக்கவே முடியாது. கருவாட்டின், மாமிசத்தின் கவிச்சிவாடையை ருசி கண்டவர்களால் மறக்க முடிகிறதா!

“அவம் புளிப்பையும்தான் பாத்துறலாமெ” என்று ஒரு சொற்கட்டு (பிரயோகம்) நாட்டுப்புறத்தில் உண்டு.

புளிப்பு ருசியின் மணம், நெடி வகைகளில் எத்தனையோ தினுசுகள். நீத்துப்பாகமும் அதில் ஒன்று. மோர் புளிக்காமல் சாந்தமாக இருக்கும்போது ஒரு ருசியும் மணமுமாக இருக்கும். இது அப்போதுதான் தயிரிலிருந்து கடைந்து எடுத்ததாக இருக்க வேண்டும். சற்றே புளித்ததும் ஒரு ருசியும் மணமும் இருக்கும். கொஞ்சம் கோபம் ஏற்பட்டுப் புளித்தால் இன்னொரு ருசி, மணம் அசல் ருசியோடு அனுபவிப்பவர்களுக்குத்தான் இதெல்லாம். சற்றே உப்பிட்டு நீர் சேர்த்துவிட்டால் சாந்தமாகிவிடும்; ருசியும் மாறிவிடும்.

பாலையும் – இனிப்பு சேர்க்காமல் – அசல் ருசியுடன் அனுபவித்தவர்கள் அதையேதான் விரும்புவார்கள்; சிறிதும் நீர் சேர்க்காத பால்! பாலைக் காய்ச்சாமல் பச்சையாக உண்டவர்கள் அதையேதான் விரும்புவார்கள்; அப்படி ஒரு அமிர்த ருசி கொண்டது பச்சைப்பால். 'பச்சைப்பால் உண்டவரும், பகலில் 'இருந்து' ருசி கண்டவரும்' என்பது சொலவடை (மாடுகள் படு ஆரோக்யமாக இருந்த காலம் அது).

குழந்தைகள் காலையில் கண்விழித்ததும், மோர் சிலுப்பும் (தயிர் கடையும்) சத்தம் கேட்கும் அடுப்பங் கூடத்துக்கு விரைவார்கள். மோர் நுரையோடு சேர்ந்து மிதக்கும் வெண்ணெயை எடுத்து கவளப் பந்தாக்கி, நீட்டும் பிஞ்சுக் கைகளில் வைப்பாள் பாட்டி. அப்படி எடுத்தவுடன் தின்னும் வெண்ணெய் ருசிக்கு ஈடு இந்த உலகத்தில் எதுவும் கிடையாது. இந்த வெண்ணெயைத் தின்று தின்றுதான் கண்ணன் பலசாலி ஆனான் என்பாள் பாட்டி. பாலம்மாடு உள்ள வீட்டுச் சொந்தக்காரன் கோடை வெக்கைக்கு பயப்படவே வேண்டாம். கூரை வீட்டுக்காரனும் அந்த வீட்டு முன் முற்றத்தில் அடர்ந்த வேப்பமரத்துக் காரனும் வெயிலுக்குப் பயப்பட வேண்டாம்.

மோரின் புளிப்புக்கு உப்பு பக்கத்துணை; பஞ்சமத்துக்குக் காந்தாரம் துணை போல" (மேலது: 140–141).

பதிவு 8

"அவர் கருப்பு வெத்திலைப் பிரியர். இந்தப் புகையிலை போடுகிறவர்கள் பெரும்பாலும் கருப்பு வெற்றிலைதான் வேணும் என்பார்கள். காரணம், போடுகிற புகையிலைக்கு 'ஆசு'வாக நிக்கணுமாம். வெள்ளை வெற்றிலை என்றால் தண்ணீராய்க் கரைந்துவிடுமே என்பார்கள்.

சாப்பிட்டவுடன் ஒரு வெற்றிலை மெல்லுவது என்பது தான் ஏற்பட்டது. அதுவும் திண்ணமான சாப்பாட்டை முடித்ததும் நாக்கே–வெட்கத்தை விட்டு–கேட்டுவிடும்; ஒரு வெத்திலை இருந்தா தேவலையே என்று.

வெறும் வாயை மெல்லுகிற தாத்தாவே கேட்பார்: வாயி நம நமங்கு, ஒரு வெத்திலை போட்டா நல்லா இருக்கும்.

இந்தக் கரும் வெத்திலைத் தாத்தா களிப்பாக்கைத் தூள் பண்ணி ஒரு சிறிய டப்பா நிறைய வைத்துக்கொள்வார். அவருக்கு இந்த லொட்டு லொட்டு என்று வெத்திலை உரல் சத்தம் பிடிக்காது. டப்பாவைத் திறந்து உள்ளங்கையில் அளவாகத் தட்டி வாயில் இட்டுக் கொண்டு, நாலு வெற்றிலை களை எடுத்து அவற்றின் முதுகில் சுண்ணாம்பு தடவி, நீட்டு

வசத்தில் மடக்கி, கோழிக்குஞ்சின் கழுத்தைப் பிடித்துத் திருகுவது போலத் திருகி வாயில் அதக்கிக்கொண்டு தொடர்புவிட்டுப் போகாமல் வெள்ளைப் புகையிலையை யும் அதேபடிக்கு முறுக்கி ஒடித்து வாயில் இட்டு முத்தாய்ப்புக் கொடுத்து முடித்துவிட்டு, கித்தாய்ப்பாக ஒரு பார்வை பார்ப்பார் இந்த உலகத்தை" *(லீலை, 2016: 74).*

பதிவு 9

"பற்கள் உதிர்ந்துபோன வயசான வசதியுள்ள தாத்தாக்கள் வெற்றிலையை இடித்துப்போட என்று கையடக்க இரும்பு உரல், அதுக்குத் தக்கன உளி உலக்கை வைத்துக்கொண்டிருப் பார்கள். ராத்திரியில் வேளை கெட்ட வேளைகளிலெல்லாம் பாக்கு வெற்றிலை இடிக்கும் ஓசை கேட்கும் (இப்போ அந்தச் சத்தம் அனேகமாய்க் குறைந்தே போய்விட்டது).

மங்கலப் பொருள்களில் தலையாய ஒன்றான வெற்றிலை யின் பயன்பாடு குறைந்தாலும் அதன் மகிமை அப்படியே தான் இருக்கிறது. வரும் விருந்தினருக்கு வெற்றிலை தந்து உபசரிக்கிறது, சண்டைக்காரர்களைச் சமாதானப்படுத்தும் போது வெற்றிலை மாற்றிக்கொள்ளச் சொல்லுதல் (நாள்ப்பட்ட ஒரு சண்டையை இல்லாமல் செய்து வெற்றிகொள்ளும் ஒரு இலையை வெற்றிலை என்று சொல்லாமல் வேற எப்படிச் சொல்றது!) திருமண நிச்சயதார்த்தம், வெற்றிலைத் தட்டு மாற்றிக் கொள்கிறது. பிரியமானவர்கள் தந்து வெற்றிலை போட்டால் மிகச் சிகப்பாகப் பிடிக்கும். இப்படிச் சொல்லிக் கொண்டே போகலாம்" *(லீலை, 2016: 73).*

பதிவு 10

"இதேபோல் மாப்பிள்ளை வீட்டில் போய் மாப்பிள்ளை பார்க்கப் போனால், ஒரு மடக்கு ரசம் வாங்கி சாப்பிட்டுப் பார்த்துப் பிரமாதமாக இருந்தால் பெண்ணுக்குப் பரிசமே வேண்டாம் என்று சொல்லி மாப்பிள்ளையை நிச்சயதார்த்தம் பண்ணி விடலாம்.

ரசம்பிள்ளை என்று ஒருத்தர். பிரமாதமாக ரசம் வைப்பார்; உடனே அவரை வீட்டோடு மாப்பிள்ளை ஆக்கிக்கொண்டுவிட்டார்கள்! உண்மைகள் எப்பவும் நம்ப முடியாதவைதான். மாப்பிள்ளை ரசம் பிள்ளையாகி தவசுப்பிள்ளையாகவும் ஆகிவிட்டார்.

அது ஒரு சாப்பாட்டுக் குடும்பம். அவர்களுடைய தொழிலே சாப்பிடுகிறதுதான்.

மற்றவர்களெல்லாம் காலையில் எழுந்ததும் இன்றைக்குச் செய்ய வேண்டிய வேலைகள் என்ன என்ன என்று யோசிப்பார்கள். இவர்கள் வீட்டில் மட்டும் எழுந்தவுடன் முதலில் கேட்கும் கேள்வியே இன்றைக்கு என்ன சமையல்?

ரசம் பிள்ளை ஜாலியானவர், கலகலப்பானவர். தினம் ஒரு ரசம் வைத்து அசத்துவார்; மிளகு ரசம், பருப்பு ரசம், பூண்டு ரசம், தக்காளி ரசம், கொள்ளு ரசம், எலுமிச்சை ரசம், மைசூர் ரசம், கொட்டு ரசம், திப்பிலி ரசம், பொட்டண ரசம், பத்திய ரசம், கப்பல் ரசம், புளி ரசம் என்று.

இவர்கள் வீட்டுக்கு வரும் விருந்தாளிகள் தொன்ன தொன்னையாக ரசம் வாங்கிச் சாப்பிடுவார்கள். சமையல் ருசிகளின் புகழ் எல்லாமுமே ரசப்பிள்ளைக்கே.

உம்ம பாகத்தின் ரகசியம்தான் என்னவே? என்று கேட்டால், புளி சரியாக இருந்தால் எல்லாம் சரியாக இருக்கும் என்பார்” *(லீலை, 2016: 51).*

பதிவு 11

“கொஞ்ச நாட்களாகவே வீட்டில் ரசம் வம்பு பண்ணிக் கொண்டே இருந்தது.

ஊரில் என்றால், மரம் பார்த்து புளியம்பழமாகவே ஒரு கோட்டை அரைக்கோட்டை என்று வாங்கிக்கொண்டுவந்து, வெயிலில் காயப்போட்டு தோடு உடைத்து, எண்ணெய்க் கிண்ணத்தை பக்கத்தில் வைத்துக்கொண்டு – நரம்பு வாத்தியத்தை வாசிக்கும் சங்கீதக்காரர்களைப் போலத் தொட்டு – அறிவாள் மனையில் தடவி, பேச்சுத் துணைக்கு ஆள் வைத்துக்கொண்டே கொட்டை நீக்கிய புளியாக்கி, இது ஒரு குடும்பவிழா போல் அலுப்புத் தெரியாமல் நிறைவேறிவிடும்.

சால்ப் பானையில் அந்தப் புளியை அடைத்து வைத்து விட்டால் ஒரு வருசத்துக்குக் கவலையே இல்லை. ருசியான ரசத்தைக் கையில் வாங்கி உறுஞ்சி சப்புக் கொட்டி சோற்றுடன் பிசைந்து உண்ணலாம்.

ஆனால் இங்கோ மளிகைக் கடைகளில் புளியை வாங்கி முகர்ந்தால் கரீரென்று மூளை வரைக்கும் கடும்புளிப்பு பாய்ந்து தாக்குகிறது.

ருசிமணம் கொண்ட புளியை முகர்ந்தால் “புளி பேசுகிறது!” என்று மகிழ்வார்கள்.

புளியையே குத்தம் சொல்லிக்கொண்டிருக்காமல் அதை வசக்குகிறது என்றும் இருக்கிறது. சமையல் பாகம் தெரிந்தவர்களுக்கு எல்லாம் முடியும்" (லீலை, 2016: 50).

பதிவு 12

"கோடைக் காலத்தைக் கிராமத்தில் எப்படிக் கழிக்கிறார்கள்?" மாநகரத்து நண்பர் ஒருவர் கேட்டார்.

இவருக்கு அதை எப்படிச் சொல்லுகிறது; ஒரு தயக்கம். "விசேடமாக அப்படி எந்த ஒரு ஏற்பாடும் அங்கே கிடையாது" என்றேன்.

"பின்னே?!! பொழுது போகணுமே?"

"ஒண்ணுஞ் செய்யலை என்றாலும் பொழுது போயிரும்" என்றேன்.

"அதெப்படி?"

"அது அப்படித்தான்!" என்றேன்.

"தப்பா நெனைச்சிக்கிடாதீங்க; தெரிஞ்சிக்கிடறதுக்காகத் தான் கேக்கிறேன்."

"என்னெல்லாம் தெரிஞ்சிக்கிடணும்; ஒவ்வொண்ணாக் கேளுங்க" கேட்கத் தொடங்கினார்.

கோடை காலத்துப் பானங்கள் என்று கிராமத்தில் என்னவெல்லாம் கிடைக்கும்?

குடிக்கிற கூழ் (கேப்பைக் கூழ், கம்பங்கூழ்) இதெல்லாங் கூட ஒரு வகையில் பானம்தான். தாராளமாக நீர்மோர் விட்டுக் கரைத்து ஒரு லோட்டா (தம்ளர்) குடிச்சாலே போதும்; வெக்கை, போறேன் என்று சொல்லிக்கொள்ளாமல் போய் விடும்.

நீத்துப்பாகம் என்று ஒன்று உண்டு. அற்புதமான ஒரு பானம். கல்சட்டியிலோ, மண்பானையிலோ அதிக அளவு தண்ணீர் விட்டு சோற்றுப் பருக்கைகளையோ சாதத்தையோ ஊறவைத்த தண்ணீர்தான் இது! (சாதத்தை வடித்த வடிநீரிலும் நீத்துப் பாகம் கிடைக்கும்) மிகைப்படுத்திச் சொல்ல வேண்டும் என்றால், இதை ஒரு 'குளுகோஸ் பானம்' என்று சொல்லலாம். கடினமான வேலையினால், போற 'உயிர்' புத்தெழுச்சி பெற்றுத் திரும்பவரும். இதைக் குடித்தால்.

இதில் ஒரு சிரமம் என்னவென்றால், நெல் அரிசி தவிர மற்ற அரிசிச் சாதத்தினால் கிடைக்கும் நீத்துப்பாக நெடி (மணம்) மனசுக்குப் பிடிக்க வேண்டும்.

பிடிக்கும் – பிடிக்காது என்கிற ஜனநாயகம் ரொம்பத்தான் பிடித்து ஆட்டும் மக்களை.

புளித்த மோரின் நெடி பிடிக்காது சிலருக்கு 'ஊளை மோர்' என்பார்கள். அதையே கொண்டா கொண்டா என்று வாங்கிக் குடிப்பாரும் உண்டு.

பலாப்பழத்தின் மணம் பிடிக்காமல் மூக்கைப் பிடித்துக் கொண்டு ஓடுகிறவர்களைப் பார்த்திருக்கிறேன்.

டொரியான் பழ வாசனையைப் பற்றிப் பல வாசகர்களுக்குத் தெரியாது. "கப்பலை விற்று டொரியான் தின்றான்" என்பது மலாய் நாட்டுச் சீனப் பழமொழி" *(லீலை, 2016: 139–140).*

பதிவு 13

"ஊரில் எல்லா வீடுகளிலும் அனேகமாக ராத்திரிகளில் சாப்பாடுதான். முதல் உருண்டை நாக்கில் பட்டதுமெ, கேட்டுவிடுவார்கள், இந்த இவளுடைய சமையலா என்று. பாட்டிமார்தான் கேட்பார்கள் "பூச்சம்மா நீ கைபடாத பச்சைப் பாம்பைப் பிடித்து உருவிவிட்டாயா? என்று (அப்படி ஒரு நம்பிக்கை)" *(இந்த இவள், 2018:11).* கைமணத்திற்கு இப்படி யொரு கதையைக் கி.ரா. சொல்கிறார்.

பதிவு 14

அவள் வாழ்க்கைப்பட்டு, புருஷன் வீட்டுக்குப் போன பிறகு எங்கள் நாக்குகள் எல்லாம் இப்போது சப்பிட்டுப் போய்விட்டது. உயர்ந்த ஜாதி நெத்திலியைத் தலைகளைக் கிள்ளி நீக்கிவிட்டுக் காரம் இட்டு வறுத்துக் கொடுப்பாள். இப்போது யாருமில்லை எங்களுக்கு. அந்தப் பொன் வறுவல் பக்குவம் யாருக்கும் கைவராது. பருப்புச் சோற்றுக்கு உப்புக் கண்டம் வறுத்து வைப்பாள். ரஸ சாதத்துக்கு முட்டை அவித்துக் காரமிட்டுக் கொடுப்பாள். திரண்ட கட்டி வெண்ணெயை எடுத்துத் தின்னக் கொடுப்பாள். அம்மா வுக்குத் தெரியாமல்.

அவள் அப்பொழுது எங்கள் வீட்டிலிருந்தது வீடு நிறைந்திருந்தது. தீபம் போல் வீடு நிறைஒளி விட்டுப் பிரகாசித்துக்கொண்டிருந்தாள்" *(மாயமான், 1958).*

பதிவு 15

'வேட்டி' *(1972)* கதையில் வரும் பதிவிது.

"காலம் இப்பொ ரொம்ப நாகரிகமாகிவிட்டது. முந்திய தலைமுறை ஆட்கள் மாதிரி இருந்தால் வேட்டியே வேண்டிய

தில்லை! ஒரு அரணாக்கயிறும் ஒரு பழைய துணி கோவணம் மட்டுமே போதும். வெயிலுக்கு ஒரு கந்தல்த் துணியை தலையில் லேஞ்சியாக மட்டும் கட்டி முதுகெலும்புத்தண்டில் வெயிலின் சுள்ளாப்புத் தெரியாமல் இருக்க அந்தத் துணியில் ஒரு முழம் சுங்கு விட்டுக்கொண்டால் போதும். தூங்கா நாயக்கருடைய அய்யா அய்யலுசாமி நாயக்கர் மட்டுமென்ன, அந்தக் கிராமத்துப் பாட்டாளிகளே அப்படித்தான் அரணாக் கயிற்றில் கோவணத்தைச் சொருகிக்கொண்டு சந்தோஷமாய் வாழ்ந்தார்கள்.

எட்டு வயசுவரை ஆண் குழந்தைகள் பிறந்த மேனியாகவே அலைவார்கள். காற்றும் வெயிலுமே ஆடைகள். அரையில் அரணாக் கயிறு மட்டுமே இருக்கணும்; அது இல்லையென்றால் தான் பார்த்தவர்கள் சிரிப்பார்கள்!

தூங்காநாயக்கரின் மனைவி வேப்பமுத்து பொறுக்கிச் சேர்த்து அதை அளந்து எப்படியாவது தனக்கு ஒரு சேலை எடுத்துக்கொண்டு விடுவாள். ஊரைச் சுற்றிலும் வேப்பமரங்கள். கோடைக்காலத்தில் பறவைகள் வேப்பமரத்தில் பழங்களைத் தின்று கொட்டைகள் போடும். ஜனங்கள் ஓடிஓடிப் பொறுக்கு வார்கள். கூலிப் பருத்திக்கும் சென்று அதைச் சேர்த்து வைத்து, தங்கள் ஆடைகளின் சொல்ப்ப தேவையைப் பூர்த்தி செய்துகொண்டுவிடுவார்கள். இதனால் குழந்தைகளுக்கு நாக்குக்கு ருசியாக கடைகளில் வாங்கித் திங்கக்கூடப் பருத்தி கொடுத்தனுப்ப முடியாது. அதுகள் புளியங்கொட்டைகளைப் பொறுக்கிக் கொண்டுவந்து வரையோட்டில்ப் போட்டு வறுத்து, அதை உரலில் போட்டு இடித்து தோலை நீக்கிவிட்டு கொட்டையின் பருப்பை மட்டிலும் உப்புப் போட்ட தண்ணீரில் ஊறவைத்துத் தின்பார்கள். இதுதான் இந்தப் பாவிமக்களுக்குக் கிடைக்கும் பலகாரம்; பட்சணம்."

பதிவு 16

கரிசல் காட்டுக் கடுதாசி (1988) சொல்லும் பதிவுகள் இவை.

"அப்போதெல்லாம் காபிப்பொடி கிடையாது; காபி வில்லைதான் உண்டு" என்று சொன்னேன்.

கேட்டவர்களுக்கு ஆச்சரியமாக இருந்தது. "ஏன் வில்லை யாக வந்தது?" என்று கேட்டார்கள்.

"அது தெரியலை; ஒரு வேளை, பைசாவுக்கு ஒரு வில்லை என்று விற்பதற்கு வசதியாக இருக்கலாம். அதோடு முதல் முதல் என்பதால் மக்களுக்கு ஒரு அளவு தெரிய வேணுமே, அதுக்காக வும் இருக்கலாம்" என்றேன்.

“முதல் முதலில் உங்கள் ஊருக்குள் காபி நுழைந்த கதையைக் கொஞ்சம் சொல்லுங்களேன்” என்று கேட்டுக் கொண்டார்கள்.

காலையில் எழுந்திருச்சதும் நீத்துப்பாகம் – நீராகாரம் குடிப்பது என்கிற வழக்கம் இருந்தது அப்போதெல்லாம். இப்பவுங்கூட சிலரிட்டெ இருக்கு. நீத்துப்பாகத்துக்குப் பல பெயர்கள் – வட்டாரத்துக்கு வட்டாரம் வேறுபடும் – நீச்சுத் தண்ணி என்று சொல்லுகிறது இங்கெ.

சோற்றை வடிக்கும் போது கிடைக்கும் வடிநீரை ஒரு மண் பானையில் விட்டு, அதில் உப்பும் தண்ணீரும் சேர்த்தால் நீராகாரம். கிடைக்கிற வடிநீரையெல்லாம் பானையில் சேர்த்து வைப்பார்கள். மூன்று நான்கு நாட்கள் வரைகூட அது கெட்டுப் போகாது. நாள் அதிகமாகும்போது புளிப்பு அதிக மாகும்; அதுக்குத் தக்கபடி தண்ணீரையும் உப்பையும் சேர்த்து ருசி சமன் செய்துகொள்ளலாம். வெயிலுக்கு ஏற்ற அருமை யான பானம். காட்டில் அலைந்து திரிந்து வருகிறவர்களுக்கு உயிர் கொடுக்கும் பானம்.

வடிநீரை ஆற்றிக் குடிப்பதுண்டு சூடாக. ஒவ்வொரு வகை அரிசியின் மணமும் அதில் மணக்கும். குதிரைவாலி அரிசி, வரகரிசி, தினையரிசி, காடைக்கண்ணியரிசி இப்படி. அனைத்திலும் ருசியும் மணமும் கொண்டது நெல்லரிசியின் வடிநீர்தான் என்று சொல்ல வேண்டியதில்லை. அரிசியின் இந்த மணம் கொண்ட ருசிக்குக் ‘கம்மங்க’ என்று தெலுங்கில் சொல்லுவது. தமிழில் இந்த ருசிக்கு எப்படிப் பெயரிட என்று எனக்குத் தெரியவில்லை.

கடும்பசியினால் ஏற்படும் ஆயாசத்தைக் குறைக்க இந்த வகை நீராகாரங்கள் ரொம்ப பயன்படும். செலவில்லாத பானங்கள். உடம்புக்கும் நலம் தரும். இவற்றின் இடத்தை இப்போது காபியும் டீயும் வந்து பிடித்துக்கொண்டுவிட்டன. காபி, டீ வந்த புதுசில் அவற்றைப் பாவித்தவர்கள் செல்வந்தக் குடும்பத்தைச் சேர்ந்தவர்களாகவே இருந்தார்கள். “நாமெல்லாம் காபி, டீ சாப்பிட முடியுமா; அதெல்லாங் கட்டுபடியாகிற சமாசாரமா?” என்பார்கள்.

இப்போது காபி, டீ இல்லாத வீடே கிடையாது என்றாகி விட்டது. எங்கள் ஊரில் முதல் முதலில் யார் வீட்டில் ‘காபி’ சாப்பிட்டார்கள் என்பது ஒரு ரெக்கார்டாகவே இன்னும் பேசப்படுகிறது. காபியும் டீயும் வெகுஜன பானமாக மாற ஆரம்பித்த போது நடந்த சுவையான விஷயங்கள் பற்றியும் பேச்சு வரும். திருவாளர் மேயன்னா வீட்டில் அவர் ‘காபி

குடிக்கிற லெச்சணம் இதோ, சாப்பாடு முடிந்த கையோடு அதே கும்பாவில் – கழுவக்கூடச் செய்யாமல் – அதில் காபியை ஊற்றச் சொல்லி, கும்பாவோடு எடுத்துக் குடிப்பார். அந்தக் கும்பா ரண்டு லிட்டருக்கு மேலேயே கொள்ளும்! இப்படிக் கும்பாவோடு குடித்தால்தான் நிறைவு. "எங்க வீட்லெ தெனோமும் ரண்டு தரம் காபி போட்டாகணும்!" என்கிற பெருமை வேற இதில்."

பதிவு 17

கி.ரா.வின் கரிசல் காட்டுக் கடுதாசி (1988) ஓர் இனவரைவியல் களஞ்சியம். பின்வரும் பகுதிகள் முக்கியமானவை.

"அந்த முருங்கை மரம் அப்படி சரஞ்சரமாகக் காய்த்துக் காய்கள் அப்பி இருப்பது ஒன்றும் புதுமையில்லை. சில சமயங்களில் அப்படித் தொடர்ந்து இலையே தெரியாமல் வெறும் காய்களாலான மரம் போலக் காய்கள் பீய்ச்சித் தள்ளி விடும்.

இந்தக் காய்ப்பினால் அந்த வீட்டுக்குள் ஏற்படும் சண்டைதான் சுவாரஸ்யமானது.

புருஷன் சாப்பிட உட்காருகிறான். வட்டிலில் சோறு வைக்கப்பட்டிருக்கிறது. அடுத்து, அகப்பையில் கறிவருகிறது. அதைப் பார்த்ததும் புருஷன்காரன் 'ஆகாசத்துக்கும் பூமிக்குமாக' குதிக்க ஆரம்பிக்கிறான். "என்ன எளவு கறி, தினோமும் சவம் முருங்கைக் காய்தானா; நாசமாப்போக. இப்போ அந்தச் சட்டியோட ஓந்தலையிலே போட்டு ஒடைக்கப் போறென் பாரு" என்று பல்லைக் கடிக்கிறான்.

"தினோம் ஒரு கறிவகைக்கு நா எங்கே போறது . . . இருக்கத வச்சித்தான் ஒப்பேத்தணும்."

அதே பல் கடியுடன் "உம் ஒப்பேத்தணும்; நீ திண்ணு இத" என்று வட்டிலை அவள் பக்கம் தள்ளுகிறான்.

நண்பருக்கு முருங்கைக்காய் என்றால் பிராணன் என்று தெரிந்தது. அதை வேண்டாம் என்று சொன்னவனை நினைத்து "ஐயோ, தினமும் முருங்கைக்காய் என்றாலும் நான் பிரியமாகச் சாப்பிடுவேன்" என்றார்! அப்புறம்; மேற்கொண்டு நடந்தது என்ன என்று தெரிந்துகொள்ள ஆர்வம் காட்டினார். அதை அப்படியே அந்த இடத்தில் நிறுத்திவிட்டு நான் ஒரு கதை சொன்னேன் அவருக்கு.

இப்படித்தான் ஒருத்தனுக்கு, அவன் பெண்டாட்டி தினமும் கீரையையே கடைந்து வைத்தாள். காட்டுக் கீரை

ரொம்ப ருசியாக இருக்கும். அதைத் தொட்டுக்கொண்டு கம்மஞ்சோற்றை விழுங்குவதே அலாதியான ருசி, அனுபவம். ஆனாலும் – தேவாமிர்தமானாலும் – எத்தனை நாளைக்குத்தா தான் அதையே மூணு வேளையும் சாப்பிட முடியும்?

ஒரு நாள் அவனுக்குக் கெட்ட எரிச்சல் வந்துவிட்டது. கம்மஞ்சோற்றின் மேலிருந்த கீரையை வழித்து வீசி எறிந்தான். அது அவள் மூஞ்சியின் மேல் போய் விழுவதற்குப் பதில் சுவரில் போய் விழுந்து ஒட்டிக்கொண்டு, இனி என்ன நடக்கப் போகிறது என்று கவனித்துக்கொண்டிருந்தது."

பின்னுரை

கரிசல்காட்டில் ஒரு தற்சார்புடைய உணவு முறையைக் கி.ரா. காட்டுகிறார். 'கரும்பு தின்பவனுக்குக் கரும்பு ருசி, வேம்பு தின்பவனுக்கு வேம்புதான் ருசி' என்கிறார் கி.ரா. ஒரு பிரதேசத்தில் மக்கள் காண்கின்ற, பின்பற்றுகின்ற தகவமைப்பு இது.

'உணவு உடலுக்கானது மட்டுமல்ல, சிந்தனைக்குமானது' என்பது பொது நியதி. இதனைக் கி.ரா பல சந்தர்ப்பங்களில் தொட்டுக் காட்டுகிறார். கூடவே, கரிசல் வாழ்வின் விழுமியங்கள், மதிப்பீடுகள், பால் வேறுபாடு, சாதி வேறுபாடு முதலான கருத்தினங்கள் உணவு வழி வெளிப்படுவதைக் காண்கிறோம். உணவு ஒரு குறியீடாகவும் காட்சி பெறுகிறது. கி.ரா.வின் உணவு பற்றிய பதிவுகள் பண்பாட்டின் அர்த்தங்களைச் சொல்கின்றன.

உணவு உடல் சார்ந்தது மட்டுமல்ல, சமூகஞ் சார்ந்தது என்பதையும் கி.ரா. வெளிச்சமிடுகிறார். குழந்தைகளுக்கு முதல் சோறு கொடுத்தல் தொடங்கி இதனைச் சாவு வரை நீட்டித்துக் காட்டுகிறார். இதன் மூலம் உணவைச் சமூகத்தின் பேசா மொழியாகவும் காட்டுகிறார்.

கரிசல் காட்டு உணவு முறையில் அச்சமூகத்தின் அறிதிறன் பார்வை, உள்ளார்ந்த உணர்வு நிலை, பண்பாட்டின் அர்த்தங்கள் யாவற்றையும் உணவு ஊடாகவும் கண்டறியலாம் என்பதைக் கி.ரா. தன் கதைகளில் வெளிப்படுத்தியுள்ளார்.

20

பொருட்கள், புழங்கு பொருட்கள்

"கி.ரா.வின் கரிசல் கிராமம் மனிதர்களால் மட்டும் ஆனதல்ல. அது பலநூறு உயிர்களால் பொங்கிப் பிரவகிக்கும் ஜீவப் பிரபஞ்சம். அவரது சுவாரஸ்ய நடையில், கவித்துவத்தில், சித்திரிப்பில், சொல்லும் சொகத்தில் என எங்கும் வாழ்வின் ருசி".

– சபரிநாதன்

நாம் பயன்படுத்துகின்ற புழங்கு பொருள்கள் யாவும் பண்பாட்டின் அர்த்தங்களைக் கொண்டுள் ளன. அவை வெறும் ஜடப் பொருட்கள் அல்ல. மேலும், பொருள்கள் காலப் பரிமாணம் சார்ந்தவை. அதனால் அவற்றுக்கு வரலாறு உண்டு. வரலாறாக வும் பொருள்கள் உண்டு. மணவறைப் பானை களும், சாவுச் சடங்கில் பயன்படுத்தப்படும் பானை களும் எதிரிணை அர்த்தங்களோடு சடங்குகளில் பயன்படுத்தப்படுகின்றன.

இதனால் புழங்கு பொருள் பண்பாட்டில் 'பொருள் உருவாக்கும் பண்பாடு' என்றும், 'பண்பாடு உருவாக்கிய பொருள்' என்றும் இனம் பிரிக்கலாம். பண்பாடே பொருள், பொருளே பண்பாடு எனும் வகையில் இவையிரண்டும் நாணயத்தின் இரண்டு பக்கங்கள் போன்றவை.

கி.ரா. தன் படைப்புகளில் எண்ணற்ற புழங்கு பொருட்களை விவரித்திருக்கிறார். பல கதாசிரியர்கள் கதைமாந்தர்களை மையமிட்டே கதைப் பின்னலை உருவாக்குகின்றனர். கி.ரா.

அவர்களைத் தாண்டி இடம், காலம், பொருள்கள், விலங்குகள், தாவரங்கள் என மானுடச் சூழலை கதைகளோடு இணைக்கிறார். இதனால்தான் கி.ரா. வைச் 'சுதேசி இனவரைவியலர்' என நான் குறிப்பிட விரும்புகிறேன்.

கி.ரா. வின் படைப்புகளில் சித்திரிக்கப்படும் பல்வேறு பொருட்கள் புழங்கு பொருட்களாக உள்ளன. இவை பல தருணங்களில் பொருளாகவும் இருக்கிறது, கலையாகவும் இருக்கிறது. இவை சமூக ஞானத்துக்குரியவை; கூட்டு ஓர்மைக்குரியவை. எல்லாப் புழங்கு பொருட்களும் சூழலுக்குரியவை. பயன்பாடே அவற்றின் அர்த்தத்தை முழுமையாக்குகின்றன.

பொருட்களுக்கும் கரிசல் வாழ்க்கைக்கும் இடையே உள்ள உறவில் பொருட்களின் பரிமாணங்கள் எவ்வளவு மகத்தானவை எனத் தன் படைப்புகளில் உயிர்ப்பித்துக் காட்டுகிறார். பொருட்களில் வரலாறும், வரலாற்றில் பொருட்களும் விரவி நிற்பதைக் கி.ரா.வை விடவும் இனவரைவியல் குறிப்புகளுடன் வேறு எவரும் பதிவு செய்யவில்லை.

கி.ரா. இனவரைவியல்

கி.ரா.வை நான் நேரில் சந்தித்து வருகிறேன். மிகவும் எளிமையானவர். பொருள் மீது கி.ரா.வுக்கு ஆசை இருக்கிறதா இல்லையா என்பது தெரியாது. ஆனால் பொருட்கள் பற்றி நிறைய எழுதியிருக்கிறார். பின்வரும் பதிவில் விளக்கின் ஒளிக்கும் அந்த வெளிச்சத்தில் படிக்கும் பெண்ணின் அழகுக்கும் தொடர்பிருக்குமா? கி.ரா. பின்வருமாறு கதைப் பரப்பை விரித்துச் செல்கிறார். 'கன்னிமை' கதையில் வரும் ஒரு பதிவைக் காண்போம்.

"அப்பொழுது எங்கள் வீட்டில், மரத் திருவிளக்கு என்று ஒன்று இருந்தது. அது அவ்வளவும் மரத்தினாலேயே ஆனது. தச்சன் அதில் பல இடங்களில் உளிகளைப் பதித்து நேர்கோடுகளால் ஆன கோலங்களைப் போட்டிருந்தான். மொங்காங் கட்டையின் வடிவத்தில் நிற்கும் அந்தத் திருவிளக்கின் தண்டில் ரம்பத்தின் பற்களைப் போல் பெரிது பெரிதான பற்கள் இருக்கும். அதில் உயரத்துக்குத் தகுந்தபடி ஏற்றவும் இறக்கவும் வசதியாக இருக்கும் படியாக 'ட' வடிவத்தில் ஒரு துளையிட்ட சக்கையில் 'சல்ல முத்த' என்று சொல்லப்படும் மாட்டுச் சாண உருண்டையின் மீது மண் அகல்விளக்கு வைக்கப்பட்டு எரியும். சாணி உருண்டை தினமும் விளக்கு இடும்போதெல்லாம் மாற்றி விட்டுப் புதிதாக வைக்கப்படும். அப்புறம் x மாதிரி ஒரு போர்வைப் பலகை ஒன்று. அதில் கனமான கம்பராமாயண வசனப் புஸ்தகத்தை வைத்துக்கொண்டு இரவு வெகு நேரம் வரைக்கும் பெண்கள் புடைசூழ இவள் உரக்க ராகமிட்டு

வாசிப்பாள். வாசித்துக்கொண்டே வரும்போது இவளும் மற்ற பெண்களும் கண்ணீர் விடுவார்கள். கண்ணீரைத் துடைத்துக் கொண்டே தொண்டை கம்மத் திரும்பவும் ராகமிட்டு வசனத்தைப் பாடுவாள். அவர்கள் கண்ணீர் விடுவதையும் மூக்கைச் சிந்துவதையும் நான் படுக்கையில் படுத்துக்கொண்டு பேசாமல் இந்தக் காட்சிகளையெல்லாம் பார்த்துக்கொண்டே யிருப்பேன்.

அவள் வாசிப்பதை என் காதுகள் வாங்கிக்கொள்ளாது. என் கண்களே பார்க்கவும் செய்யும்; 'கேட்கவும்' செய்யும்.

விளக்கின் ஒளியில்தான் அவள் எவ்வளவு அழகாகப் பிரகாசிக்கிறாள். அழகுக்கும் விளக்கின் ஒளிக்கும் ஏதோ சம்பந்தம் இருக்கிறது. கறிக்கு உப்பைப் போல் அழகுக்கும் அதி ருசி கூட்டுகிறது போலும் விளக்கு".

கரிசல்காட்டில் உட்காரும் நாற்காலி உருவான கதை படு சுவாரசியமானது. முதன்முதலில் கிராமங்களுக்கு மின்சாரம் வந்த கதை, ஒளிப்படம் எடுக்கும் அனுபவம் பற்றிய கதை போன்று இந்த நாற்காலி கதை உள்ளது. 1969ல் வந்த கதையிது. 50 வருடங்களுக்கு முந்தைய அனுபவமிது. இன்றைய இளைஞர்கள் பிறந்திராத காலத்துக் கதை என்பதால் இது பற்றிய பதிவு பெறுமதியானது. 'நாற்காலி' (1969) கதையின் ஒரு சிறு பகுதியைக் காண்போம்.

"ஒருநாள் ராத்திரி இருக்கும். யாரோ கதவைத் தட்டி னார்கள். உள்திண்ணையில் படுத்திருந்த பெத்தண்ணா போய்க் கதவைத் திறந்தான். ஊருக்குள் யாரோ ஒரு முக்கிய மான பிரமுகர் இப்பொழுதுதான் இறந்துபோய்விட்டா ரென்றும் நாற்காலி வேண்டுமென்றும் கேட்டு எடுத்துக் கொண்டு போனார்கள்.

இறந்துபோன ஆசாமி எங்களுக்கும் வேண்டியவர் ஆனதால் நாங்கள் யாவரும் குடும்பத்தோடு போய்த் துட்டியில் கலந்து கொண்டோம். துட்டி வீட்டில் போய்ப் பார்த்தால்... எங்கள் வீட்டு நாற்காலியில்தான் இறந்துபோன அந்தப் 'பிரமுகரை' உட்கார்த்தி வைத்திருந்தார்கள்!

இதற்குமுன் எங்கள் ஊரில் இறந்து போனவர்களைத் தரையில் தான் உட்கார்த்தி வைப்பார்கள். உரலைப் படுக்க வைத்து அது உருண்டு விடாமல் அண்டை கொடுத்து, ஒரு கோணிச் சாக்கில் வரகு வைக்கோலைத் திணித்து அதைப் பாட்டு வசத்தில் உரலின்மேல் சாத்தி அந்தச் சாய்மானத் திண்டுவில் இறந்து போனவரை, சாய்ந்து உட்கார்ந்திருப்பது போல் வைப்பார்கள்.

இந்த நாற்காலியில் உட்கார வைக்கும் புது மோஸ்தரை எங்கள் ஊர்க்காரர்கள் எந்த ஊரில் போய்ப் பார்த்துவிட்டு வந்தார்களோ, எங்கள் வீட்டு நாற்காலிக்குப் பிடித்தது வினை. (தரை டிக்கட்டிலிருந்து நாற்காலிக்கு வந்துவிட்டார்கள்!)

அந்த வீட்டு 'விசேஷம்' முடிந்து நாற்காலியை எங்கள் வீட்டு முன் தொழுவில் கொண்டுவந்து போட்டுவிட்டுப் போனார்கள். அந்த நாற்காலியைப் பார்க்கவே எங்கள் வீட்டுக் குழந்தைகள் பயப்பட்டன. வேலைக்காரனைக் கூப்பிட்டு அதை கிணற்றடிக்குக் கொண்டு போய் வைக்கோலால் தேய்த்துப் பெரிய வாளிக்கு ஒரு பதினைந்து வாளி தண்ணீர் விட்டுக் கழுவித் திரும்பவும் கொண்டுவந்து முன் தொழுவத்தில் போட்டோம். பலநாள் ஆகியும் அதில் உட்கார ஒருவருக்கும் தைரியம் இல்லை. அதை எப்படித் திரும்பவும் பழக்கத்துக்குக் கொண்டு வருவது என்றும் தெரியவில்லை.

ஒருநாள் நல்ல வேளையாக எங்கள் வீட்டுக்கு ஒரு விருந்தாளி வந்தார். அந்த நாற்காலியை எடுத்துக்கொண்டு வந்து அவருக்குப் போடச் சொன்னோம். அவரோ 'பரவா யில்லை' நான் சும்மா இப்படி உட்கார்ந்துகொள்கிறேன் என்று ஜமக்காளத்தைப் பார்த்துப் போனார். எங்களுக்கு ஒரே பயம்; அவர் எங்கே கீழே உட்கார்ந்துவிடுவாரோ என்று. குடும்பத்தோடு அவரை வற்புறுத்தி நாற்காலியில் உட்கார வைத்தோம். அவர் உட்கார்ந்த உடனே சின்ன தம்பியும் குட்டித் தங்கையும் புழக்கடைத் தோட்டத்தைப் பார்த்து ஓடினார்கள். மத்தியில் மத்தியில் வந்து நாற்காலியில் உட்கார்ந்தவருக்கு என்ன ஆச்சு என்று எட்டியும் பார்த்துக்கொள்வார்கள்!

மறுநாள் எங்கள் வீட்டுக்கு வந்த ஒரு உள்ளூர்க் கிழவனார் தற்செயலாகவே வந்து நாற்காலியில் உட்கார்ந்து எங்களுக்கு மேலும் ஆறுதல் தந்தார். இப்பொழுதே அவர் அந்த நாற்காலி யில் உட்கார்ந்து பார்த்துக்கொள்கிறார்! என்று பெத்தண்ணா என் காதில் மட்டும் படும்படியாகச் சொன்னான்."

வீடு ஒரு முக்கியமான புழங்கு பொருள். பப்பு தாத்தாவும் அவருடைய மனைவியும் கட்டிய வீடு பற்றிய பதிவு 'கறிவேப்பிலைகள்' (1969) எனும் கதையில் கிடைக்கிறது. இந்தத் தம்பதியர் பஞ்சம் பிழைப்பதற்காகக் கீக்காட்டிலிருந்து இந்த ஊருக்கு வந்தவர்கள். அப்படியே இங்கேயே தங்கிவிட்டார்கள். இருவரும் கூலி வேலை செய்யும் விவசாயக் கூலிகள். வந்தாரை வாழ வைக்கும் பூமியாகக் கரிசல்காடு இருந்திருக்கிறது. இத்தம்பதியர் சேர்ந்து கட்டிய வீடு எப்படிப்பட்டது என்பதைக் கி.ரா. பின்வருமாறு சொல்கிறார்.

“தங்களுடைய நாளில் அந்தத் தம்பதியர் தங்களுக்காக செய்து கொண்ட ஒரே ஒரு காரியம் தங்களுக்கு என்று அவர்கள் ஒரு வீட்டைக் கட்டிக்கொண்டதுதான். அந்த ஊருக்கு மத்தியில் ஒதுக்குப்புறத்தில் ஓர் இடத்தில் கேட்பாரற்று ஒரு சிறிய காலியிடம் இருந்தது. அந்த இடத்தை அவர்கள் தேர்ந்தெடுத்தபோது யாரும் ஆட்சேபணை செய்ய வில்லை; உதவிகள் செய்தார்கள். இரண்டு நல்ல பாட்டாளிகள் தங்களோடு இருப்பதை யாவருமே விரும்பினார்.

பப்பு தாத்தாவுக்கும் அவருடைய மனைவிக்கும் அப்பொழுது நல்ல பிராயம். நத்தத்து மண்ணை கூடைகளில் இருவருமே தலைச்சுமையாகவே கொண்டுவந்தார்கள். வேலைக்குப் போய்வந்த மிச்ச நேரத்தில் இந்த வேலை.

குளத்திலிருந்து தண்ணீரைக் கொண்டுவந்து குடம் குடமாக கொட்டி மண்ணை ஊறவைத்தார்கள். அப்புறம் மிதி. பப்பு தாத்தா பாடிக்கொண்டே மண்ணை மிதிப்பார். அவருடைய மனைவி மண்ணை உருட்டி உருட்டிக் கொடுக்க அவரே படை வைத்தார். பத்தடி நீளம் எட்டடி அகலம். இப்படியாக தினம் தினம் கொஞ்சமாக மண் ஆற ஆற வைத்துக்கொண்டே வந்து, நெஞ்சு உயரம் வந்தவுடன் நிறுத்திவிட்டார்கள். அப்புறம் கூரை; பனை ஓலைகளால். இடுப்பு உயரமுள்ள வாசல். குனிந்துதான் போய்வரணும். ஜன்னல் கிடையாது. எதுக்காக வேணும் ஜன்னல்? காற்று வசதி இல்லாதவர்களுக்கல்லவா அது வேணும்? பதினாறு மணிநேரம் திறந்தவெளியிலும் காற்றிலேயும் லோலாயப்பட்டு வருகிறவர்களுக்குக் காற்றே இல்லாமல் இப்படி ஒரு அமுக்க மாக முடக்கி எழுந்திருக்க ஒரு இடம் மட்டும் இருந்தாலே போதும்தானே?

கதவு மண்ணெண்ணெய்ப் பலகைகளால் ஆனது. அவர்கள் இருவராகவே சேர்ந்து அந்த ‘வீட்டை’க் கட்டி முடித்துவிட்டார்கள். இது அவர்களுடைய நீண்ட நாளையக் கனவு, நான்கு கைகளின் உழைப்பின் பலன். பப்பு தாத்தா தன்னுடைய இரண்டு கைகளையும் சந்தனத்தில் முக்கி எடுத்து அப்படியே கதவில் பதித்தார். அதில் இரண்டு மனிதக் கைகளின் முத்திரை பத்து விரல்களோடு விழுந்தது. சந்தனம் காயக்காய அந்தக் கைகளின் பதிவு, ரேகைகள் முதல் கொண்டு மிகவும் தெளிவாகத் தெரிந்தன. அவைகள் இந்த உலகத்துக்கு ஒரு செய்தியை வற்புறுத்திக் கூற விரும்புவதுபோல் தோன்றிக் கொண்டே இருந்தது.”

அணிகலன்கள் ஒரு தனி வகையான புழங்கு பொருட்கள் தான். இவற்றில் எல்லாருக்கும் எல்லாமும் கிடைப்பதில்லை.

ஒரு வசதி படைத்த குடும்பத்தின் நடப்புகளைப் பற்றிப் பேசும் 'கீரியும் பாம்பும்' (1975) கதையில் கி.ரா. குறிப்பிடும் நகைகள் நமக்கு ஆச்சரியத்தைத் தரக்கூடும். நகைகளின் வண்ணனயை இவ்வாறு எழுதுகிறார்.

"கல்யாணமாகி வந்த புதுசில் அவள் சீதனமாகக் கொண்டுவந்த நகைகளையெல்லாம் அவளுக்குப் பூட்டி அழகு பார்ப்பாள் தனம்மாள். எத்தனை வகை நகைகள் அவள் கொண்டுவந்திருந்தாள்! அந்தக் கிராமத்திலேயே யாருக்கும் அத்தனை வகை நகைகள் கிடையாது.

பூடி

அலுக்கு

தாழம்பூ

ஒன்னப்பு

முருகு

குருத்தட்டு

பச்சைக்கல்

வெத்திலைச் சுருட்டு

மூண்டுக்கு மணி

குவலை

பீங்காந்தட்டு

பவளம்

புடைதாங்கி

நெத்திச் சுட்டி

பெருவிரல் முடிச்சு

பீலி

பில்லணை

இப்படிச் சொல்லிக்கொண்டே போகலாம்." உடல் உறுப்புகளுக்கும் அழகுக்கும் பிரகடனம் செய்யாத ஒரு போர் நடந்து கொண்டே இருக்கும், இந்த நகைகளால்.

புழங்கு பொருட்கள் பலவிதம். ஒவ்வொன்றும் ஒரு பயன்பாட்டுக்குரியது. ஒரு பொருளின் பழமையால் அதன் தன்மை எவ்வாறு மாறுகிறது என்பதைக் கி.ரா. சொல்லும் முறை அவருடைய விசாலமான அறிதிறனைக் காட்டுகிறது. 'ஒரு காதல் கதை' (1966) யில் இவ்வாறு எழுதுகிறார்.

"பட்டகசாலையிலுள்ள பெஞ்சில் உட்கார்ந்தேன். மஞ்சக் கடம்பையில் அகலமான ஒரே பலகையில் செய்யப் பட்டிருந்தது. அந்தப் பெஞ்சின் மேல்பாகம். சுண்டுவிரல் தண்டி கருங்காலிச் சில்லுகளால் நாலு புறமும் விளிம்பு கட்டி யிருந்தார்கள். உபயோகித்த தேய்மானத்தினாலேயே அந்தப் பலகைக்கு ஒரு மினுமினுப்பு உண்டாகியிருந்தது."

செருப்பு பற்றி நாம் அறிந்திருப்பவை ஏராளம். ஆனால் ஐம்பது ஆண்டுகளுக்கு முந்தைய கரிசல்காட்டில் அதன் பொருள்சாரா கருத்தொன்றை நாம் அறிய வேண்டுமல்லவா? ஒவ்வொரு பொருளுக்குப் பின்னால் ஒரு பொருள்சார் பண்பாடு உள்ளது. இது பற்றிக் கி.ரா. சொல்வதைக் காண்போம்.

"செட்டியார் காலில் செருப்புப் போடமாட்டார். தோல் மீது அப்படி ஒரு வெறுப்பு. (மாமிச உணவு தின்பவனே தோல் செருப்பு போட்டுக் கொண்டு அலைய வேண்டும் என்பார் அவர்). மழைக் காலத்தில் மட்டும் சகதி காலில் ஒட்டாமல் இருக்க மஞ்சனத்தி மரக்கட்டையில் செய்யப்பட்ட பாதுகை அணிந்துகொண்டு நடப்பார்."

பின்னுரை

புழங்கு பொருட்கள் பயன்பாட்டுக்குரியவை. இருப்பி னும் அவையனைத்தும் உள்ளார்ந்த, கருத்துருவான பொருண்மை யைக் கொண்டுள்ளன. 'நாற்காலி' கதையில் கி.ரா. காட்டும் உள்ளார்ந்த பொருண்மை பண்பாடு சார்ந்தது. புதிதாகச் செய்த நாற்காலியில் இறந்தவர் அமர்த்தப்பட்டார் என்பதற்காக அதனை 35 வாளி தண்ணீர் கொண்டு கழுவி சுத்தம் செய்தார்களாம். சாவு, நாற்காலியில் ஒட்டிக்கொள்ளுமா? ஐம்பது ஆண்டுகளுக்கு முன்பு ஒட்டிக்கொண்டுள்ளது. இப்படி எத்தனையோ கருத்தினங்களைக் கி.ரா. சொல்லிச் செல்கிறார்.

கி.ரா. சொல்லும் கதவு, வீடு, செருப்பு, உட்காரும் மனை முதலான புழங்கு பொருட்கள் ஒவ்வொன்றும் கரிசல் சமூகத்தின் எண்ணற்ற மனவடிவங்களைப் பிரதிபலிக்கின்றன. நாற்காலி யில் இறந்தவர் ஆவி ஒட்டிக் கொள்ளும் என்ற மனநிலை ஆதியும் அந்தமும் சார்ந்தது. தொன்மை மனிதன் தர்க்கச் சிந்தனைக்கு முந்தைய மனத்தின் மூலம் அவனைச் சுற்றியுள்ள பிரபஞ்சம், பூவுலகம், மீவியல் நிகழ்வுகள் முதலானவற்றோடு இணைத்துக் கொள்கிறான். அத்தகைய ஆதி மனநிலையின் ஒரு போக்கினைக் கி.ரா. 'நாற்காலி' (1969) கதையில் சொல்கிறார். தமிழ்ச் சமூகம் ஐம்பது ஆண்டுகளுக்கு முன்பு வரை ஒரு பழமைச் சமூகமாகவே தொடர்ந்து வந்து கொண்டிருந்தது என்பதைக் கி.ரா. வின் பதிவுகள் பட்டவர்த்தனமாகச் சொல்கின்றன.

21

சிறார்கள், விளையாட்டுகள்

"கடிதம் எழுதுவதற்கு என்றே பிறந்தவர் நீங்கள் என்று சொல்ல வேண்டும். ராஜநாராயணன் கடிதம் என்றால் அதுவே ஒரு இலக்கிய அனுபவமாக அமைந்து விடுகிறது."

– கவிஞர் நகுலன்

கி.ரா.வின் கதையுலகம் மிகவும் விசால மானது; பிரபஞ்சம் போன்றது. ஆழ அகலம் சென்றுகொண்டே இருக்கிறது. இதில் அவர் சிறுவர்களையும் அவர்களின் விளையாட்டுகளை யும் எவ்வளவு அழகாகப் படம்பிடித்திருக்கிறார் தெரியுமா? பிஞ்சுகள் எழுதிய விரல்கள் அல்லவா! சிறார் உலகத்தில் லயித்திருக்கிறார். கூடு விட்டுக்கூடு பாய்ந்து குழந்தைகள் உலகத் திற்குச் சென்றிருக்கிறார்.

தமிழ்ச் சமூகச் சிறார்களின் விளையாட்டு உலகத்தையே படம்பிடித்துக் காட்டுகிறார். குழு விளையாட்டைச் சித்திரமாக்கியிருக்கிறார். சிறார்கள் கதவில் ஏறிக்கொண்டு திருநெல்வேலி செல்லும் பஸ் பயணம் எத்தனை முறை படித்தாலும் சலிக்கவில்லை. சிறுவர்-சிறுமியர் சேர்ந்து விளையாடும் பாண்டி விளையாட்டு படிக்கும் போதெல்லாம் தெவிட்டுவதில்லை. சிறுவர் விளையாட்டு, சிறுமியர் விளையாட்டு, ஆண்கள் விளையாட்டு, பெண்கள் விளையாட்டு, இருபாலர் விளையாட்டு, உடல்திறன் விளையாட்டு,

மனத்திறன் விளையாட்டு, பாட்டுடன் விளையாட்டு, பாட்டில்லா விளையாட்டு எனப் பல வகையான விளையாட்டு களைப் பற்றி எழுதியிருக்கிறார்.

விளையாட்டுகள் ஒரு பரந்த பயில் களம். இவை மிகச் சிறந்த சமூகவயமாக்கும் நிறுவனமாகும். குடும்பம் மட்டுமே பயில்களம் அல்ல. குழந்தைகள் சிறு வயதில் பேரார்வத்துடன் விளையாடும் 'அப்பா-அம்மா' விளையாட்டு ஒரு தன் முனைப்புடைய விளையாட்டு. ஐந்து வயதிலிருக்கும் போதே ஐம்பதைத் தாண்ட வேண்டும் என்ற சிகரம் தொடுகின்ற தன்முனைப்பு.

கி.ரா. காட்டும் விளையாட்டுகள் கரிசல் சார்ந்தவை. பொதுவாக, விளையாட்டுகள் உவகை தருவன என்று கருது கிறோம். உண்மையில் அவை ஆழ்ந்த நினைவு, சிந்தனைத் திறன், நுண்ணியல் சிந்தனை போன்ற உளத் திறன்களை இந்த விளையாட்டுகள் தருகின்றன. கி.ரா.வின் விளையாட்டுகள் பற்றிய சிறந்த சித்திரங்கள் இன்னும் பிற கூறுகளை நமக்குக் காட்டுகின்றன.

விளையாட்டுகள் அடிப்படையில் பால், வயது, இடம், காலம் ஆகிய நான்கு முக்கியமான கூறுகளைச் சார்ந்திருக் கின்றன. இக்கூறுகளை முன்னிறுத்தியே விளையாட்டுகள் சிறு சிறு வகையினங்களாகப் பாகுபடுகின்றன. நம்முடைய தமிழ்ச் சமூகம் பழமைச் சமூகம் என்பதால் அதன் மரபு நீண்ட, நெடிய, அறுபடாத மரபாகத் தொடர்ந்துகொண்டிருக்கிறது. அதனால்தான் வீரயுக மரபாக விளங்கிய காலகட்டத்தின் போர்த் தந்திர உள்ளீடுகள் விளையாட்டுகளில் மட்டுமின்றி, இன்றைய பெண்கள் விளையாட்டிலும் வலுவுடன் வேரூன்றி யுள்ளன.

பெண்கள் விளையாடும் தாயம், ஆடுபுலி ஆட்டம் முதலானவற்றில் காய்களை மலைகட்டுதல், தெருவில் நீண்ட நேரம் வைத்திருக்க பயப்படுதல், எதிரியின் காய்களை வெட்ட விரும்புதல், பழம் எடுக்க விரும்புதல் முதலான பல கருத்தாக்கங்கள் பண்டைய வீரயுகச் சமூகத்தில் பெண்களும் போர்ப் பின்னணியில் செயல்பட்டதன் தொடர்ச்சியாக இன்றும் விளையாட்டில் காணப்படுகின்றன. பாண்டி ஆட்டத்திலும் தேசத்தின் பரப்பை விரிவாக்கும் முறை காணப்படுகிறது. கி.ரா. தன் படைப்புகள் சித்திரமாக்கி யுள்ள பல காட்சிகளை நாம் மீள எண்ணிப் பார்த்தால் தமிழ் மரபின் மேலும் பல கூறுகளை விளங்கிக்கொள்ள முடியும்.

கி.ரா. இனவரைவியல்

அறுபது ஆண்டுகளுக்கு முன்னர் 1959இல் தாமரை இதழில் சனவரி 1ஆம் நாள் 'கதவு' வெளியானது. தமிழ்ச் சிறுகதை வரலாற்றில் முத்திரை பதித்த கதையிது. சிறார் உலகத்தின் ஊடாகப் பெரியவர் உலகத்தைக் காட்டும் கதையிது. ஒரு விவசாயக் குடும்பத்தின் கடன் தொல்லையை, ஜப்தி செய்யப்பட்ட கதையை விளக்குவது. இந்தத் துயரத்தைச் சிறார்களின் விளையாட்டிலிருந்து தொடங்குகிறார் கி.ரா.

"கதவு ஆட்டம் ஆரம்பமாகியது.

பக்கத்து வீட்டுக் குழந்தைகளும் ஆரவாரத்தோடு கலந்து கொண்டார்கள்.

"எல்லோரும் டிக்கட்டு வாங்கிக்கிடுங்க" என்றான் சீனிவாசன். உடனே "எனக்கொரு டிக்கட், உனக்கொரு டிக்கட்" என்று சத்தம் போட்டார்கள்.

"எந்த ஊருக்கு வேணும்? ஏய் இந்த மாதிரி இடிச்சித் தள்ளினா என்ன அர்த்தம். அப்பறம் நான் விளையாட்டுக்கு வரமாட்டேன்".

"இல்லை, இல்லை, இடிச்சித் தள்ளலெ."

"சரி எந்த ஊருக்கு டிக்கட் வேணும்?"

குழந்தைகள் ஒருவருக்கொருவர் முகத்தைப் பார்த்துக் கொண்டார்கள். ஒருவன் "திருநெல்வேலிக்கு" என்று சொன்னான். "திருநெல்வேலி, திருநெவேலிக்கு" என்று கூப்பாடு போட்டுச் சொன்னார்கள் எல்லோரும்.

லட்சுமி ஒரு துணியால் கதவைத் துடைத்துக் கொண்டிருந்தாள். சீனிவாசன் வெறுங்கையால் டிக்கட் கிழித்துக் கொடுத்து முடித்ததும், கதவில் பிடித்துத் தொத்திக் கொண்டார்கள். சிலர் கதவை முன்னும் பின்னுமாக ஆட்டினார்கள். தன்மீது ஏறி நிற்கும் அக்குழந்தைகளை, அந்த பாரமான பெரிய கதவு பொங்கிப் பூரித்துப்போய் இருக்கும் அக்குழந்தைகளை, வேகமாக ஆடி மகிழ்வித்தது. "திருநெவேலி வந்தாச்சி" என்றான் சீனிவாசன். எல்லாரும் இறங்கினார்கள். கதவைத் தள்ளியவர்கள் டிக்கட் வாங்கிக்கொண்டார்கள். ஏறினவர்கள் தள்ளினார்கள். மீண்டும் கதவாட்டம் தொடங்கியது" (கதவு, 1959).

பாண்டி, ஆடுபுலியாட்டம், தாயம் முதலான விளையாட்டுகள் போர் விளையாட்டுகள். ஆதிகாலப்

போர்த் தந்திரங்களுடன் விளையாடும் இந்த விளையாட்டு இன்றுவரை பெண்களால் விளையாடப்படுகிறது. பண்டைத் தமிழர் போர் மரபைப் போற்றும் இந்த விளையாட்டு நீண்ட நெடிய அறுபடாத மரபின் ஊடாக இன்றுவரை தொடர்கிறது. கி.ரா.வின் கதைகளில் இத்தகைய விளையாட்டுகளை வெகு இயல்பாகக் காணமுடிகிறது. 'ஒரு காதல் கதை' (1966)யில் வரும் ஒரு பகுதியை மட்டும் காண்போம்.

"அனேகமாக எங்கள் கல்யாணம் நடப்பதற்கு முன்னால் என்று நினைக்கிறேன். அப்பொழுதுதான் மழை பெய்து வெறித்திருந்தது. ஒரு ஓட்டுச் சில்லின் மூக்கால் ஈரத்தரையில் லட்சுமியும், நானும் ரைட்டாப் பாண்டிக்குக் கோடு கிழித்து விளையாடிக்கொண்டிருந்தோம்.

ஆட்டையில் அவளே மெத்திக் கொண்டு போனாள். எல்லாக் கட்டங்களும் பழம் ஆகிவிடும்போல் தோன்றியது. முகத்தைச் சுளித்தேன். 'சரி, நீ ஆடு' என்றாள். அப்படி விட்டுக் கொடுத்தது எனக்கு எரிச்சலை உண்டு பண்ணியது. அடக்கிக்கொண்டு ஆடினேன். ஓட்டை வீசி ஆடி முடிந்ததும், கண்களைப் பொத்திக் கொண்டு ஒவ்வொரு எட்டுக்கும் 'ரைட்டா?' என்று கேட்டேன், 'ரைட்டு; ரைட்டு' என்று சொல்லிக் கொண்டு வந்தாள். நடுக்கட்டத்தில் காலெடுத்து வைத்து 'ரைட்டா?' என்று கேட்டேன். முதலில் தயங்கிப் பின் வேகமாக 'ரைட்டு' என்றாள். என் கைகளால் நான் என் கண்களைப் பொத்திக் கொண்டிருந்தாலும், கால்விரல்களின் நுகர்ச்சியால் கோட்டில் மிதித்துக்கொண்டிருப்பது தெரிந்தது. தெளிவுக்காகத் திரும்பவும் 'ரைட்டா?' என்று கேட்டேன். 'ரைட்டு' என்று சொன்னாள்! சந்தோஷம் வந்துவிட்டது எனக்கு. கட்டத்துக்கு வெளியே குதித்துக் 'குடையா; பூவா?' என்றேன். 'குடையுந்தான்; பூவுந்தான்' என்றாளே பார்க்கலாம்!"

சிறார் விளையாட்டுகளிலேயே தனிச் சிறப்புடையது 'அப்பா–அம்மா' விளையாட்டு. இளம் வயதிலேயே பெரியவர்களாகப் பங்காற்றுவது மெச்சத் தகுந்ததுதான். ஓரிடத்தில் கி.ரா. இந்த விளையாட்டைக் குறிப்பிடுகிறார்.

"இவளுடைய பால்யப் பருவம் ஓர் அமிர்தம். தெருவில் குழந்தை சௌந்தர்யா தனக்கு ஒட்டுதலான கூட்டாளிகளுடன் சிறுவீடு கட்டி விளையாடிக்கொண்டிருக்கிறாள். உளுத்துப் போன மண்சுவர்களிலிருந்து பருத்தி சேகரிக்கிறாள். பொறுப்பு மிகுந்த குடும்பப் பெண்ணாய் அதிகாரமிட்டு உத்தரவுகளைப் பிறப்பிக்கிறாள். உட்காரும் சிறிய மணையை இரண்டு பிஞ்சுத் துடைகளுக்கு இடையில் வைத்துப் பிரசவம் பார்க்கிறாள்."

உவகை தருவது விளையாட்டு என்பது பொது வரையறை. ஆனால் சங்க காலத்திலிருந்தே ஏறுதழுவுதல் தொடங்கிப் பல்வேறு வீரதீர செயல்பாடுகளுடன் விரிவுபெற்றது.

கி.ரா. ஓரிடத்தில் உவகை தரும் விளையாட்டான 'உப்புக்கட்டி' பற்றி எழுதுகிறார்.

இத்தகைய குழு விளையாட்டுகள் மூலம் சிறார்களிடம் போட்டி, வெற்றி, களிப்பு, ஏமாற்றம், கொந்தளிப்பு, குழு கூட்டுணர்வு முதலான உணர்வுகள் எழுகின்றன. இவற்றைச் சிறார் பருவத்தில் உணர்ந்து செயல்படும் சூழல்களும் ஏற்படுகின்றன. 'இவர்களைப் பிரித்தது' (1984) கதையில் பின்வரும் இனவரைவியலைத் தருகிறார்.

"ஒருநாள் சின்னவனுடைய கடைக்குட்டியும் மூத்தவ னுடைய கடைக்குட்டியும் உப்புக்கட்டி விளையாட்டு விளையாண்டு கொண்டிருந்தார்கள். விளையாட்டில் இப்பொ மூத்தவனுடைய பிள்ளையை இளையவனுடைய பிள்ளை சுமந்து செல்ல வேண்டிய முறை. மூத்தவனுடைய பிள்ளை அவனுடைய அய்ஸ்வர்யத்தைப் போல புஷ்டியாக இருந்தான். இளையவனுடைய பிள்ளை அவனுடைய ஏழ்மையைப் போல நோஞ்சானாக இருந்தான். அவன் முதலில் இவனை தூக்கிச் சுமந்தபோது சந்தோஷமாக இருந்தது இவனுக்கு.

இப்பொ இவனால் அவனைத் தூக்கிச் சுமக்க முடியாமல் திணறித் திண்டாடினான். தூக்கிச் சுமக்கும் "குதிரை"யை மேலே உட்கார்ந்துகொண்டிருப்பவன் சந்தோஷ ஆரவார அதிகாரம் பண்ணுவது வழக்கம். முதலில் இவன் செய்வதைப் போலவே அவனும் இப்பொ முதுகில் ஏறிக் கொண்டு அட்டகாசம் பண்ணுகிறான்.

இளையவன் பிள்ளைக்கு எல்லையைப் போய் மிதித்து விட்டு வருவதற்கு முன்னால் திணறிப் போய்விட்டது. இப்படி 'முக்கா முக்கா மூணு தரம்' போய் வரணும்.

என்ன கஷ்டப்பட்டாலும் சின்னவன் பிள்ளைக்கு சந்தோஷம்தான்! முக்கித்தக்கிச் சுமந்துகொண்டு ஓட முடியாமல் ஓடினான், எங்கே தடமாடி விழுந்துவிடுவானோ என்று பார்க்கிறவர்களுக்குத் தோன்றும்.

மற்றப் பிள்ளைகள், இவன் திணறுகிறதைப் பார்த்து சிரிக்கிறார்கள். அவர்கள் சிரிக்கச் சிரிக்க இவனுக்கு வீம்பு அதிகமாகிறது. இந்தச் சமயம் பார்த்து கால்ச்சட்டை வேறு அவிழ்ந்து போய்விட்டது! "அய் அய்" என்று மற்ற பிள்ளைகள் குதித்துக் குதித்துக் குதித்துக் கைதட்டுகிறார்கள்."

பின்னுரை

கிராமிய வாழ்வில் சிறார் விளையாட்டுகள் சமூகவயமாக்கலை ஊக்கப்படுத்துகின்றன. பண்டைய கால விளையாட்டுகள் மாற்றத்தையும் தொடர்ச்சியையும் காட்டுகின்றன. ஏறக்குறைய ஒரு நூற்றாண்டுக்கும் முந்தைய கிராமிய விளையாட்டுகளைக் கி.ரா. பதிவிடுகிறார்.

கி.ரா. சொல்லும் விளையாட்டுகள் தமிழகத்தின் பிற பகுதிகளிலும்கூடக் காணமுடியும். அது பண்பாட்டுப் பொதுமையைக் காட்டுகிறது. பண்பாட்டுப் பரவலியத்தையும் காட்டக் கூடும். விளையாட்டுகளை ஒரு பனுவலாகக் காட்டும் கி.ரா. வின் முயற்சி படைப்பியக்கம் சார்ந்தது.

படைப்புகள் பயில்வதற்கானது போலவே, விளையாட்டுகளும் ஒரு பரந்த பயில்களமாகும். இவையிரண்டுமே மிகச் சிறந்த சமூகவயமாக்கும் நிறுவனங்களாகும். குழந்தைகள் சிறு வயதில் பேரார்வத்துடன் விளையாடும் 'அப்பா-அம்மா' விளையாட்டு 'தன்னளவிலான சமூகவயமாகம்' நிகழ்வாகிறது. கி.ரா. தன் படைப்புகளை மௌனமாக வாசிக்க வேண்டும் என்கிறார். குடும்பம் குழந்தைகளைச் சமூகவயமாக்குகிறது என்பது போலக் கி.ரா.வின் பனுவல்கள் கிராமிய வயமாகவும், கரிசல்வயமாகவும் நம்மை மாற்றுகிறது. அதிலிருந்து ஓர் இயல்பூக்கமான சிறார் உலகத்தை நமக்குக் காட்டுகிறார். கி.ரா. வுக்குள் ஒரு குழந்தை மனம் இழையோடுகிறது.

22

வாழ்வியல் நடப்புகள்

"உலகின் வேறு எந்த நாட்டு எழுத்தாளரோடும் ஒப்பு நோக்க முடியாத சுயம்பு கி.ரா."

– **கவிஞர் மீரா**

கி.ரா.வின் மானுட தரிசனம் ஒப்பற்றது. அவருக்கென்று ஒரு கலைக் கோட்பாடு உள்ளது என்று அத்தியாயம் 2இல் கண்டோம். 'எளிமையில் இருந்து சிக்கலை நோக்கிச் செல்லுதல்', 'தெரிந்ததிலிருந்து தெரியாததற்குச் செல்லுதல்' இவையிரண்டும் கி.ரா.வின் படைப்பியக்கக் கோட்பாட்டின் அம்சங்களில் முக்கியமானவை.

கதை சொல்லி கி.ரா. கரிசல்காட்டுக் கதைகளின் ஊடாக மானுட வாழ்வியலைத் தரிசிக்கிறார். ஒரு சமூக விளைபொருளாக அவருடைய கதைகள் காட்சி பெறுகின்றன. ஒரு காலகட்டத்தின் சமூக மனநிலையை அந்தக் காலகட்டத்தின் சமூக உறவுகள் வரையறுக்கின்றன. இந்தத் திட்டவட்டமான சமூக உறவுகளின் விளைபொருளே அதன் சித்தாந்தமாக உருமாறுகிறது. கி.ரா.வின் கதைகளும் அப்படித்தான்.

இந்தச் சித்தாந்தத்தின் வழியில்தான் கரிசல் காட்டுச் சம்சாரிகளின் சாதிய உறவுகள் வாழ்வியலாகின்றன, அனுபவமாகின்றன, சட்டபூர்வமாகின்றன, நிலைபெறுகின்றன. இவையனைத்தையும் வாழ்வியல் நடப்புகளாகச் சித்தரிக்கிறார் கி.ரா. தெரிந்ததிலிருந்து தெரியாததற்குச் செல்வதுபோல், வாழ்வியல் நடப்புகளிலிருந்து வாழ்வியல் தத்துவங்களைக் காட்டுகிறார்.

எளிமையிலிருந்து சிக்கலுக்குச் செல்வது போல், நடைமுறை வாழ்விலிருந்து, சிக்கல்களுக்குத் தீர்வு காண்பவராகத் தன்னுடைய விமரிசனத்தையும் முடிவுகளையும் எடுத்துரைக்கிறார்.

கி.ரா.வின் கதைகளில் ஆயிரமாயிரம் நிகழ்வுகள் வண்ணனை பெற்றிருக்கின்றன. இந்த வர்ணனைகள் தமிழ் வாழ்வியலின் பெறுமதியான கணங்கள் ஆகும். இவற்றில் மிகச் சில பகுதிகளை அவர் எழுதியவாறே இங்குக் காண்போம்.

‘நாற்காலி’ (1969) கதையில் இவ்வாறு எழுதுகிறார்.

“நான் அவருடைய வீட்டுக்குள் நுழைந்தபோது மாமனார் நாற்காலியில் அமர்க்களமாய் உட்கார்ந்து வெற்றிலை போட்டுக்கொண்டிருந்தார். அவர் வெற்றிலை போடுவதைப் பார்த்துக்கொண்டிருப்பதே ஒரு சுவாரஸ்யமான பொழுது போக்கு. தினமும் தேய்த்துத் துடைத்த தங்க நிறத்தில் பளபள வென்றிருக்கும் சாண் அகலம், முழ நீளம், நாலு விரல் உயரம் கொண்ட வெற்றிலைச் செல்லத்தை நோகுமோ நோகாதோ என்று அவ்வளவு மெல்லப் பக்குவமாகத் திறந்து, பூஜைப் பெட்டியிலிருந்து சாமான்களை எடுத்து வைக்கிற பதனத்தில் ஒவ்வொன்றாக எடுத்து வெளியில் வைப்பார். வெற்றிலையை நன்றாகத் துடைப்பாரே தவிரக் காம்புகளைக் கிள்ளும் வழக்கம் அவரிடம் கிடையாது. (அவ்வளவு சிக்கனம்!) சில சமயம் மொறசல் வெற்றிலை அகப்பட்டுவிட்டால் மட்டும் இலையில் முதுகிலுள்ள நரம்புகளை உரிப்பார். அப்பொழுது நமக்கு, ‘முத்தப்பனைப் பிடிச்சு முதுகுத்தோலை உறிச்சி பச்சை வெண்ணெயைத் தடவி...’ என்ற வெற்றிலையைப் பற்றிய அழிப்பாங்கதைப் பாடல் ஞாபகத்துக்கு வரும்.

களிப்பாக்கை எடுத்து முதலில் முகர்ந்து பார்ப்பார். அப்படி முகர்ந்து பார்த்துவிட்டால் ‘சொக்கு’ ஏற்படாதாம். அடுத்து அந்தப் பாக்கை ஊதுவார்! அதிலுள்ள கண்ணுக்குத் தெரியாத பாக்குப் புழுக்கள் போகவேண்டாமா, அதற்காக. ஆரம்பத்தில் மெதுவாக ஆரம்பிக்கும் இந்த முகர்ந்து பார்த்தலும் ஊதலும் வரவர வேகமாகி ஒரு நாலைந்து தடவை மூக்குக்கும் வாய்க்குமாகக் கை மேலும் கீழும் ‘உம் உஷ், உம் உஷ்’ என்ற சத்தத்துடன் சுத்தமாகி டபக்கென்று வாய்க்குள் சென்றுவிடும்!

“எந்த ஊரு?” பிள்ளையார் சுழி போட்டார் நாயுண்டு,

“கங்கரிசல்ப்பட்டி யூரு”

சொல்லும் ஒலி உச்சரிப்பிலிருந்து இது தெலுங்கு நாக்கு என்று கண்டுகொண்டார். தெலுங்கிலேயே தொயந்தார்.

வீட்டுப்பேர் என்ன என்று கேட்டார்.

“அடடே நமக்கு சம்மந்தகாரனாகத்தான் வந்திருக்கெ!”

கலியாணம் ஆகலை இன்னும், வீட்லெ கொஞ்சம் சடவா கடவாகத்தான் வந்திருக்கான், நிலம் நீச்சு கிடையாது அத்தக் கொத்துக்காரந்தான் என்கிறதை எல்லாம் ஒரு நிமிட்டில் கறந்து விட்டார். உடனே “எந்திரி எந்திரி நம்ம எனத்துக்காரன், அதுவும் நம்ம ஊரிலெ வந்து வயித்துப் பசியோட படுத்திருக் கிறதாவது; ம் . . . ம், கிளம்பு” என்று வீட்டுக்கு கொண்டுபோய் விட்டார்.

“அசோதெ; அசோதெ” என்று அவர் கொடுத்துக்கொண்டே நுழைந்த குரலில் பெருமிதமும் குதூகலமும் தூக்கியிருந்தது. வீட்டம்மாவும் வந்து அவனை ஒரு பார்வை கவனித்தாள். நாயுண்டுவின் கண்ணைவிட அது கொஞ்சம் கூர்மை.

சாப்பிட்டு முடிந்ததும் அவனால் சும்மா இருக்க முடியலை. தொழுவில் சாணி அள்ளப்படாமல்க் கிடப்பதும் போட்ட சாணியின் மேலேயே காளைமாடுகள் படுத்துக் கிடப்பதும் அவன் கண்ணை உறுத்தியது. கந்தல்த் துண்டை தலையில் வரிந்து, வேட்டியைத் தார்ப் பாய்ச்சிக்கொண்டு, யாரும் சொல்லாமலேயே கூடையில் சாணியை அள்ளி வைக்கவும் தொழுவை பருத்திமார் முடியினால் தூக்கவும் தொடங்கிவிட்டான்.

‘வேலை செய்து செய்து துருப்பிடிக்காமல் வைத்துக் கொண்டிருக்கும் கைகள்’ என்று நினைத்துக்கொண்டார் நாயுண்டு.

அன்றைய வேலையை முடித்துவிட்டு சாயந்திரம் இறவைக் கிணற்றில் போய் முங்கிக் குளித்துவிட்டு வந்தான். உடம்பும் மனசும் பெடைச் செடுத்தது போல லேசா இருந்தது. ராச்சாப்பாடு சாப்பிட்டுக்கொண்டிருந்தபோது, பாதசரம் அணிந்த இளம் பாதங்கள் அங்கிட்டும் இங்கிட்டுமாகப் போய்வந்தபோது வாசனைச் சோப்பு மணத்தது.

வேலை வேலை; சாப்பிடுகிற நேரம் தூங்குகிற நேரம் போக பாக்கி நேரமெல்லாம் வேலைதான் அந்த வீட்டிலெ அவனுக்கு. இப்படிச் செய்யிற வேலைக்கு என்ன சம்பளம் போட்டுக் கொடுப்பார்கள் என்று அவன் மனசு கணக்குப் போட்டுப் பார்த்தது. ராமய்யா ராமய்யா என்று அவனை அவர்கள் வாய் நிறையக் கூப்பிட்டார்கள். அவனும் அத்தெ, மாமா என்று அவர்களைக் கொண்டாடினான். சாப்பிடும்போது மறுசோறு வேண்டியதிருக்கும்போது சொல்லி வச்சதுபோல அந்தப் பாதசரம் அணிந்த இளம் பாதங்கள் வரும். “அது” பரிமாறும்போது குடங்கையிலுள்ள அந்த நீலநிற மச்சம் அவன் கண்ணில் படும்.

நாயக்கர் அந்த ஊர் சம்சாரிகளுக்குத் தானியத்தை வட்டிக்குக் கொடுத்தார். அவர்கள் மறுவருடம் அறுவடையின் போது தானியத்தை அசலும் வட்டியுமாக திருப்பிக் கொடுப்பார்கள். நாயக்கர், அவர்களுடைய களத்திலேயே போய் தானியத்தை அளந்துகொள்வார். அப்படித்தான் பேச்சு.

அவர் கடன் கொடுப்பதும் ஆட்களை பொறுத்துத்தான். நல்ல புள்ளிகள், தாட்சண்யம் நிறைந்தவர்கள், எதிர்த்துப் பேசாதவர்கள், சொல்லுக்குப் பணிந்து போகக் கூடியவர்கள், அப்புராணிகள் இந்தமாதிரி இந்தமாதிரி.

மற்ற ஆட்கள் யாருக்கும் “இல்லை”யென்று சொல்லாமல் வேறு ஏதாவது காரணங்கள் சொல்லி அனுப்பிவிடுவார். யாராவது அவரைத் தேடிப் போனால், அது யாராய் இருந்தாலும்–ரொம்ப சாதாரணமான ஆளாய் இருந்தாலும்கூட– ஐயா வா; என்று இனிமை பொங்க வரவேற்பார்! அவர்களிடமே பொடி வாங்கிப் போட்டுக்கொள்வார்–என்ன ஐயா; சாமீ; ஆள் மெலிஞ்சமாதரி இருக்கியே என்று–தொடக்கூடிய ஜாதியாக இருந்தால்–தடவிவிடுவார். அவனுடைய வீட்டில் எப்பவோ ஒரு கன்னுக்குட்டிக்கு உடம்பு சௌகரியம் இல்லாமல் இருந்திருக்கும். அதை இப்பொழுதுதான் கேள்விப் பட்டது போல எனக்கு அது தெரியாது சாமி; அதெ வந்து ஓங்கிட்டெ கேக்கணும் கேக்கணும்ண்ணு நினைக்கிறதுதான். இப்பொ எப்படி இருக்கு கண்ணுக்குட்டிக்கு? தேவலையா ஐயா? உன்னோட பயல் சின்னவன்; அவம் பேரு என்ன, இவன், அய்யலுசாமி என்று சொல்லுவான். ம்–ஆமாம்; அய்யலுசாமி அய்யலுசாமி. பயல்; கெட்டிக்காரன். ரொம்பக் கெட்டிக்காரனா வருவான்.

இப்படி அவனோடு ரொம்பக் குழைகிறார் என்றால் அவன் கேட்கப் போவதை ‘இல்லை’ என்று சொல்லப் போகிறார் என்று அர்த்தம்.

பிச்சைக்காரர்கள் யாராவது வந்து இவரிடம் என்ன கஜகர்ணம் கோகர்ணம் போட்டாலும் பைசா பெயராது. குடுகுடுப்பைக்காரன் வந்து வாசல்முன் நின்றுகொண்டு நல்லகாலம் வருது அதுவருது இது வருது என்று ஆர்ப்பாட்டமாக அடுக்கிக்கொண்டே இருப்பான். இவர் ஒன்றும் அறியாதவர் போல் முகத்தை வைத்துக்கொண்டு பேசாமல் இருந்துவிட்டு கொஞ்சநேரம் கழித்து, அப்பா இது தொழு என்று சுருக்கமாகச் சொல்லி நிறுத்திக்கொள்வார். அவ்வளவு தான்; அவன் பேசாமல் போய்விடுவான்.

இது தொழுவா வீடாண்ணு தெரியா பயலுக்கு நல்லகாலம் வர்ரது எப்படித் தெரியும் என்பார்.”

'கன்னிமை' கதையில் கி.ரா.வின் விவரிப்பு இப்படி அமைகிறது.

"ஒரு நாள் கோவில்பட்டியிலிருந்து ராத்திரி வந்தேன். அன்று வீட்டிற்கு நிறையச் சாமான்கள் வாங்க வேண்டிய திருந்தது. காலம் முன்னை மாதிரி இல்லை. ஒரும்பாகிவிட்டது. முன்னெல்லாம் கொஞ்ச ரூபாயில் நிறைய சாமான்கள் வாங்கிக் கொண்டு வரலாம். இப்போதோ நிறைய ரூபாய்கள் கொண்டுபோய் கொஞ்ச சாமான்களையே வாங்க முடிகிறது.

வந்ததும் வராததுமாய்ச் சாமான்களையெல்லாம் வண்டியிலிருந்து இறக்கி வைத்துவிட்டுப் பணப்பையையும் கச்சாத்துகளையும் நாச்சியாருவிடம் கொடுத்துவிட்டு அப்படியே வந்து கட்டிலில் விழுந்தேன்.

அந்த வெளிச்சத்தில் அவள் கச்சாத்துக்களிலிருந்த தொகைகளைக் கூட்டிக்கொண்டும், மீதிப்பணத்தை எண்ணிக் கணக்குப் பார்த்துக் கொண்டுமிருந்தாள்.

கணக்கில் ஒரு ஐந்து ரூபாய் சொச்சம் உதைத்தது. அந்த ரூபாய்க்கான கணக்கு என்ன என்று என்னிடம் கேட்டாள்.

எல்லாத்தையும் எடுத்துவை

கணக்கு எங்கெயும் போய்விடாது;

காலையில் பாத்துக்கலாம் எல்லாம்.'

அவள் பிடிவாதமாகக் கணக்குப் பார்த்துக்கொண்டிருந்தாள்."

'ஓட்டம்' (1980) கதையில் பின்வரும் பதிவு கிடைக்கிறது.

"இவர்கள் நுழைகிறபோது, கோவில்பட்டி திருவிழா களைகட்டியிருந்தது. ஒரே இரைச்சல், ஒலிச்சத்தம்–கூப்பாடு இப்படி எங்கே பார்த்தாலும் 'முட்டாசு'க் கடைகள்; கரையான் புத்துமாதிரி உயரமாகக் குவித்து வைக்கப்பட்ட சேவுக் குவியல்கள். கருப்பட்டி நிறத்திலும் சீனி நிறத்திலும் வட்டமாக அடுக்கி ஒழுங்கு செய்யப்பட்ட முட்டாசு அரைத் தூண்கள்.

பீடிக்கம்பனிகளின் விளம்பரங்கள்தான் ஒலி எழுப்புவதில் போட்டி போட்டு அதில் மும்மரமாய் ஈடுபட்டிருந்தன. ஒரு இடத்தில் பீடிகளைச் சூறை போட்டார்கள். வேம்புலு தனது காலடியில் வந்து விழுந்த ஒரு பீடியை எடுத்தான். அதைக் குடித்துப் பார்க்க ஆசை வந்தது. பற்றவைத்து ஒரு இழுப்பு இழுத்தவுடனே இருமலும் அருவருப்பும் வரவே தூர யெறிந்தான். இந்தக் களேபரத்தில் தன்கூட வந்தவனை எந்த இடத்தில் தப்பவிட்டானோ தெரியவில்லை.

ஒத்தையிலேயே நடந்தான். பார்க்கிற காட்சிகள் ஒன்றுமே மனசில் எட்டவில்லை. ஆனாலும் நிற்காமல் நடந்து பார்த்துக் கொண்டே போனான்.

கோவில் மேட்டில் குடை ராட்டினம்–ஊஞ்சல் ராட்டினங்கள் சுற்றுகிறதை–அதில் குழந்தைகளும், பெரியாட்களும்கூட கொந்தளிப்புடன் சுற்றுகிறதை கொஞ்சநேரம் பார்த்துக்கொண்டிருந்தான். பலூன்களின் விதங்கள், குழல் ஊதல்களின் ஓசைகள், யாவற்றையும்விட கூடியிருந்தோரின் மனங்கள் நிறைந்த ஆனந்தத்தால் துள்ளின."

இன்னுமொரு இடத்தில் பின்வருமாறு எழுதுகிறார்.

"அந்தக் காலத்தில் கிராமத்தில் சித்திரை மாதம் பூராவும் விசேஷமாக இருக்கும். 'சித்திர புத்திர நைனார்' கதைப் பாட்டு பாடுவாங்க. தெருவுக்குத் தெரு திண்ணைகளிலும் கோயில்களிலும்தான் இந்தக் கதைப்பாட்டு பாடும் நிகழ்ச்சிகள் நடக்கும். கதைப்பாட்டைக் கேட்க வாரவங்களுக்கு பாணக்காரமும் (பனங்கருப்பட்டியும் புளியும் போட்டுத் தண்ணீரில் கரைத்த ஒருவித பானம். அது சற்றே இனிப்பும், புளிப்பும் சேர்ந்த புதுவித சுவையுடன் இருக்கும்) அத்தோடு துள்ளுமாவும் கொடுப்பாங்க.

ஒரு காலத்தில் எல்லாப் பண்டிகைகளும் மனிதர்களுக்குள் பரஸ்பர அன்பையும் உறவையும் உறுதிப்படுத்தும் வாய்ப்பாக இருந்தது. ஆனால் இன்று பண்டிகைகள் என்றால், வீண் பண விரயம் என்றாகிவிட்டது."

'ஒரு காதல் கதை' *(1966)* கி.ரா.வின் இசை ஞானத்தைக் காட்டுகிறது.

"முந்தாநாள் இரவு, மொட்டைமாடிக்குச் சென்று கைப்பிடிச் சுவரைப் பிடித்துக்கொண்டு, பொருள் எதிலும் பார்வை பதியாமல் வெகுநேரம் நின்றுகொண்டிருந்தேன். மேரியும் வந்து அதேபோல் நின்றுகொண்டிருந்தாள். சிலமணி நேரம் இப்படி நின்றுகொண்டிருந்தோம். மரங்களில் ஒரு இலைகூட அசையவில்லை. சமுத்திரத்தில் பெய்யும் மழை போல் நிலவு விருதாவாய்க் காய்ந்துகொண்டிருந்தது. மேரி அப்பொழுது பாட ஆரம்பித்தாள். அழுகைக்குரல் வருவது போல அவளிடத்திலிருந்து தொனி வந்தது முதலில். உன்னைப் போல் ராக ஞானம் எனக்குக் கிடையாது. அவள் என்ன ராகம் பாடினாள் என்பதுவும் எனக்குத் தெரியாது. அது என்னவோ செய்தது என்னை. துயரத்தை வெளியிட பாஷை கிடையாத போது அதை இசையொலியில் சொல்லலாம் போலும். அவளுக்கு முதுகைக் காட்டிக்கொண்டு கைப்பிடிச் சுவரில்

சாய்ந்து, கைகளைக் கட்டிக்கொண்டு கண்ணீர் விட்டுக் கொண்டே அந்த ராக இசையைக் கேட்டுக்கொண்டிருந்தேன். கண்ணீரைத் துடைக்கக் கைகளை எடுத்தால் அந்தச் சலனத்தில் இசை நின்றுபோய்விடுமோ என அச்சம் கொண்டேன்.

அந்த இசை காதின் வழியே சென்று இதயத்தைப் போய்ப் பிசைந்தது. ரோம துவாரங்களின் வழியெல்லாம் உட்சென்று ரத்தத்தைச் சூடேற்றிக் கொதிக்க வைத்தது. மூளையின் நரம்புகளெல்லாம் விண்விண்ணென்று தெறித்தன. உடம்பு தன் அவஸ்தையைத் தானேதாளாமல் வாய் என்னை அறியாமலே 'மேரி' என்று கூவியது. கைகளை விரித்து முன்நீட்டிக்கொண்டு, ஒருவரை நோக்கி ஒருவர் மெதுவாகக் கனவினால் தூக்கத்தில் நடந்து வருவதுபோல நடந்து வந்தோம். வந்து, அப்படியே ஆவி சேர்த்துக் கட்டிப்பிடித்துக்கொண்டு வெகு நேரம் குலுங்கி அழுதோம்..."

'கரிசல்க் காட்டில் ஒரு சம்சாரி' கதையில் கி.ரா. பின்வருமாறு பதிவிடுகிறார்.

"நாயக்கருக்கு தலைக்குழந்தை பெண் பிறந்தது. அதில் அவருக்கு ரொம்பத் திருப்தி; சந்தோஷம்.

இங்கே, தலைச்சன் பெண்ணாகத்தான் பிறக்கவேணும். அவள் தலையெடுக்கும்போது பெரியவர்களுக்கு குடும்பத்தின் பாரம் கொஞ்சம் குறையும். அடுத்துப் பிறக்கும் குழந்தையை அன்போடு கவனிக்க, எடுத்து வைத்துக்கொள்ள ஒரு ஆண் குழந்தையால் முடியுமா? அவசரத்துக்கு ஒரு அடுப்பை கவனித்துக்கொள்வாள். வீட்டோடு ஒட்டிக்கொண்டு வீட்டுக்கு உதவியா இருப்பாள். அலுத்து வீட்டுக்குள் நுழையும்போது அப்படி ஒரு பெண்பிள்ளை இருந்தாலே அலுப்பெல்லாம் பறந்துபோகும்.

தன் அருமை மகளுக்கு மகாலெட்சுமி என்று பெயர் வைத்து அழைத்தார்.

மூன்று வருஷத்துக்குப் பிறகு ஒரு ஆண்குழந்தை பிறந்தது.

இந்தப் பிள்ளையை அவர் லட்சம் என்று கூப்பிட்டார். இது, ஊர்க்காரர்களுக்கு ஒரு கேலியாக இருந்தது. நாயக்கருக்கு அது உண்மையாக இருந்தது.

பையன் தனது பன்னீரெண்டாவது வயசில் தகப்பனாரைப் பார்த்து அய்யா, நம்மூரிலெ எல்லாரும் காரவீடு கட்றாகளே, நாமளும் ஒரு காரவீடு கட்னா என்ன? என்று கேட்டான். பயலின் ஆசையைப் பார்த்து அப்பரின் கண்கள் வியப்பினால் மின்னியது.

கோட்டிப் பிள்ளே, நம்ம என்னத்துக்குடா காரவீடு கட்டணும். இந்த ஊர்லே இருக்கிற காரவீடுகள்ளாம் நமக்குத் தாண்டா என்றார்.

இந்தோ அவுக வீட்லெ ஒரு இரும்புப்பெட்டி வாங்கி யிருக்காஹெ; அதுமாதிரி நாமளும் ஒண்ணும் வாங்குவமே?

கோட்டிப்பிள்ளெ, அந்த இரும்புப் பெட்டியும் நமக்குத்தான்!

பையன் அதை அப்படியே நம்பினான். குழந்தைகளுக்கு தகப்பன்தான் மாவீரன். தகப்பனாரால் முடியாததும் இந்த உலகத்தில் உண்டா அவர்களுக்கு?

ஆனால் நாயக்கர் இதை வேடிக்கையாகச் சொல்ல வில்லை; தட்டிக்கழிக்கவும் சொல்லவில்லை.

அவர் குடியிருந்தது ஒரு தகரவீடு. அதுவும் துருப்பிடித்த தகரங்கள். கிராமத்தில் அவருக்கு தகரவீட்டு துரைசாமி நாயக்கர் என்றுதான் பேர். அந்த மண்வீட்டுக்குள் நுழைந்தால் பெரிய பெரிய நாலைந்து குலுக்கைகள். அந்தக் குலுக்கைகள் கம்மங்கதிரிலுள்ள கொம்மைகள் போட்டு ஊறவைத்து மிதித்து அழுகிப்போன கரிசல் மண்ணினால் செய்யப்பட்டவைகள்.

அவைகளில் நிறைய்ய தானிய வகைகள் எப்பொழுது பார்த்தாலும் பொங்கித் ததும்பும், தானிய லட்சுமியின் நிரந்தர இருப்பிடம்.

மண்தரை. அந்தத் தரையைப் பல இடங்களில் தோண்டி னால் வெள்ளியும் தங்கமுமாக செல்வலட்சுமி துதிகொண்டு விளங்குவாள்.

வீட்டுக்கு முன்னுள்ள தொழுவில் பசுக்களும் காளை மாடுகளும் எருமைகளும் கன்று-காலிகளுமாக கண்நிறைந்து விளங்கும். கால் நடைகளின் அதிதேவதை அவர் வீட்டுக்கு முன்னால் குடியிருந்தாள்.

அங்கே வீடு, மனித வாசத்தின் சௌகரியத்துக்காக இல்லை. விவசாய சம்பந்தப்பட்ட சாமான்களின் கிட்டங்கியாகவே இருந்தது. அதனால் ஜன்னல்கள் கிடையாது. உழைப்புக்கும் சேமிப்புக்கும் முதல்படி; மனிதன் ரெண்டாம்பச்சம் தான்.

'கோமதி' (1964) கதையில் வாழ்வியலையும் உளவியலையும் இணைத்துப் பேசுகிறார்.

"கோமதி செட்டியாருக்கு வயது முப்பது. அவனது பெற்றோர்கள் அவனுக்குப் பெண்குழந்தை என்று நினைத்துத் தான் கோமதி என்று பெயர் வைத்தார்கள். அவனுக்குமுன் பிறந்த ஏழும் அசல் பெண்கள். இவனுக்கு சிறு பிராயத்தி

லிருந்தே ஜடைபோட்டு பூ வைத்துக்கொள்வதிலும், வளை அணிந்து கொள்வதிலும் கொள்ளை ஆசை. உருவம் ஆணாக இருந்தாலும், இயல்பு அச்சு அசல் பெண்ணாகவே வளர்ந்து வந்தான். நீட்டி, நீட்டி தலை அசைத்துப் பேசுவது அவனுக்கு குழந்தையாக இருக்கும்போதுதான் பொருத்தமாக இருந்தது. பெண் குழந்தைகளோடுதான் விருப்பமாக விளையாடப் போவான். ஆண்களோடு விளையாட வேண்டியது ஏற்பட்டு விட்டால் வீடுகட்டி, கல்யாணம் பண்ணி விளையாடும் விளையாட்டில்தான் பிரியம் அதிகம். அதிலும் மணப் பெண்ணாக தன்னை வைப்பதென்றால்தான், விளையாட வரச் சம்மதிப்பான்.

வயசு ஆக ஆக அவன் ஆண்களோடு சேர்ந்து பழகுவதையே விட்டுவிட்டான். பெண்கள் இருக்கும் இடங்களில்தான் சதா அவனைப் பார்க்கலாம்.

வெற்றிலை போட்டுக்கொண்டு கீழ் உதட்டைத் துருத்தி யும், நாக்கை நாக்கை நீட்டியும் சிகப்பாகப் பிடித்திருக்கிறதா என்று அடிக்கடி பார்த்துக்கொள்வான். தலைமுடியை அள்ளிச் சொருகி 'கொப்பு' வைத்து பூ வைத்துக்கொள்ளுவான். அவன் அணிந்திருக்கும் பாடி பெண்கள் அணிந்துகொள்ளும் ஜம்பரின் மாடலில் அமைந்திருக்கும். மேலே போட்டுக்கொள்ளும் துண்டை அடிக்கடி மாராப்பை சரி பண்ணுவதுபோல் இழுத்து இழுத்துவிட்டுக்கொண்டு இடுப்பை இடதும் வலதும் ஆட்டி அசல் பெண்களைப் போல் கையை ஒய்யாரமாக வீசி நடப்பான். எவ்வன புருஷர்களைக் கண்டுவிட்டால் கோமதிக்கு எங்கோ இல்லாத வெட்கம் வந்துவிடும்.

பெண்கள் இவனை வித்தியாசமாகவே நினைப்பது இல்லை. நடத்துவதும் இல்லை. இவன் எங்குச் சென்றாலும் இவனைப் பிரியமாக வைத்துக்கொள்வார்கள். ஆண் பெண் சம்பந்தமான பால் உணர்ச்சிக் கதைகளைச் சொல்லி அவர்களை மகிழ்விப்பான். மனசைத் தொடும்படியான ஒப்பாரி களைப் பாடி அவர்களின் கண்ணீரை வரவழைப்பான். ஆனால் ஒரு இடத்தில் நிலைத்து இருக்கமாட்டான். ஒரு வீட்டில் சிலநாள் இருப்பான்; திடீரென்று சொல்லாமல் கொள்ளாமல் இன்னொரு வீட்டிற்குப் போய்விடுவான்."

'ஜீவன்' (1972) கதையில் வரும் பதிவு நம் கவனத்துக்குரியது.

"ஒரு நாள் நான் மாடியில் உட்கார்ந்து எழுதிக்கொண்டிருந் தேன். கீழே ஒரே கலகலப்பு. பெண்டுகளின் கெக்கொலி அலை அலையாக வந்து துளைத்துக்கொண்டிருந்தது. அன்று எங்கள் வீட்டில் புதுமணத் தம்பதிக்கு விருந்து. ஊர் அழைத்திருந்தோம்,

இதில் ஆண்களுக்கு அவ்வளவாக உற்சாகமிராது. பெண் எப்படி இருக்கிறாள்; என்ன புடவை; என்னென்ன நகை போட்டுக் கொண்டிருக்கிறாள் என்பதிலெல்லாம் ஊர்ப் பெண்களுக் தான் அக்கறை. இந்த மாதிரிக் காரியங்களுக்கு அழையாம லேயே வந்து கூடி விடுவார்கள். ஆனால் இவ்வளவு கலகலப்புக்கு என்ன காரணம் என்றுதான் முதலில் விளங்கவில்லை எனக்கு. திடீரென்று 'ஹாமா, ஹாமா' என்ற அங்குவின் அபயக்குரல் கேட்டதும்தான், 'சரி பயல் வந்து மாட்டிக்கிட்டான் போலிருக்கு' என்று நினைத்துக் கொண்டேன்."

லீலை (2016) நாவலில் பின்வருமாறு எழுதுகிறார் கி.ரா.

"இங்கே சுத்தமாக மழை போய்விட்டது. இப்போ சீசன் அய்யப்ப பக்தர்களுடையது. ஓசை அட்டூழியம் தாங்க முடியலை. வெள்ளை ஆடைகள் உடுத்திக்கொண்டு போனால்–அதுக்கு வெள்ளைக்கலர் பிடிக்காது–யானை வழிமறிக்கும்; சரி. மக்கள் திரண்டு ஓசை (அவயம்) போட்டால் ஓடிவிடும்; அதுவும் சரி. யானைகள் இல்லாத மனுசக்காட்டில் (ஊருக்குள்) ஏன் இந்தக் கூப்பாடு? தெரியவில்லை. கூப்பாடுகூடப் போடலாம்; ஒலி பெருக்கியை வைத்து பேக்கூப்பாடுதான் வேண்டாம் என்கிறேன்."

கரிசல் காட்டுக் கடுதாசி (1988) கிராமிய வாழ்வைப் பேசும் ஓர் அகவயமான இனவரைவியல் பகுதி. அதில் வரும் ஒரு பகுதியைக் காண்போம்.

"கிராமத்தில் நடக்கும் பஞ்சாயத்துகளும் தீர்ப்புகளும் சுவாரஸ்யமானவை.

பஞ்சாயத்து பண்ணுவதற்கென்றே சில 'பெரியவர்கள்' பிறப்பெடுத்திருப்பார்கள். இவர்கள் கவுரவ நீதிபதிகள். யாராலும் நியமிக்கப்படாதவர்கள். தாங்களே தங்களை ஒரு பொழுதுபோக்குக்காக – நியமித்துக்கொண்டவர்கள்.

இப்போது இங்கே ஒரு காட்சியைப் பார்க்கலாம்.

சாவன்னாவுக்கும் சிம்மன்னாவுக்கும் சண்டை வந்து விட்டது. வாய் வார்த்தைகள் தடித்தன. பேச்சு முறை கேடாக வந்தாலே தப்பிதம் தானே. கிராமத்தில், சாதாரணமாகப் பேசிக் கொண்டிருக்கும்போதே இவர்களால் வையாமல் பேசமுடியாது. பிரியம் வந்தாலும் வசவுதான். கோபம் வந்தாலும் வசவுதான். இந்த வசவுதான், வட்டாரத்துக்கு வட்டாரம் வேறுபடும். அதோடு அந்த வசவைப் போட்டுப் பேசினால்தான் அவர்களுக்குப் பேச்சே வரும். அதோடு யாரும் அதை வசவு என்று எடுத்துக் கொள்கிறது இல்லை. இப்படிச் சாதாரணமாகப் பேசிக் கொண்டிருப்பவர்களுக்குச் சந்தோஷம் வந்துவிட்டால்,

சொல்ல வேண்டியதில்லை; அதிலும் கோபம் வந்துவிட்டாலோ சொல்லவே வேண்டியதில்லை!"

மேலும் சில பதிவுகளைச் செய்கிறார் கி.ரா.

"அதிகாரிகள் புராணத்தைச் சற்று நிறுத்திக்கொள்ளலாம் என்று நினைக்கிறேன். (அவர்களை வைத்து ஆயிரம் பக்கத்தில் ஒரு நாவல் எழுத உத்தேசம் உண்டு! முதல் முதல் 'தோன்றிய' அதிகாரியான சித்ரகுப்தனிலிருந்து இன்றைய நம்முடைய வில்லேஜ் அதிகாரிவரை சொல்லிக்கொண்டே போகலாம். அலுக்காது, சலிக்காது! அவ்வளவு கதைகள் இருக்கிறது அவர்களைப் பற்றி!)

இப்போது நாம் தரையிறங்குகிறோம். திரும்பவும் தமிழ்நாடு மின்வாரியத்தில். இந்த E.B. என்கிற மின்வாரியம், மக்களுடைய ஒரு கண்ணில் வெண்ணெயையும் ஒரு கண்ணில் சுண்ணாம்பையும் வைக்கும். மில் அதிபர்களுக்கு அது 4 பைசா, 5 பைசா என்று மின்சாரம் வழங்கும். ஒரு யூனிட்டுக்கு விவசாயிகளிடம் 15 பைசா கேட்கும். இதுக்கு ரண்டு காரணம் சொல்லப்படுகிறது. ஒன்று – விவசாயம் இன்னும் ஒரு தொழிலாக அங்கீகரிக்கப்படவில்லை என்பது!!

நீங்களும் நானும் இத்தனை காலம் மண்ணள்ளிப் போட்டோம் போங்கள். விவசாயத்தையும் ஒரு தொழில் என்றல்லவா நினைத்துக்கொண்டே இருந்திருக்கிறோம்."

பின்னுரை

கி.ரா.வின் ஆக்கங்களை மானிடவியல் சார்ந்த, இனவரைவியல் சார்ந்த நோக்குடன் கணித்திருக்கிறோமா? அது எளிதான வேலையல்ல. ஒரு சித்தாந்தத்தை உருவாக்குகிற வேலை. எழுத்தாளர் ஜெயமோகன் இதனை மிகவும் கருத்தூன்றிக் கவனித்திருக்கிறார். அவர் சொல்கிறார், "கி.ரா.வின் இந்த நிகர் உலகத்தை நவீன வாசிப்பு முறைகளின் உதவி கொண்டு முழுமையாக ஆராய்ந்து எழுதப்பட்ட கட்டுரைகளைத் தமிழில் தேடிப் பார்த்தால் ஒன்றிரண்டுகூடச் சிக்க வாய்ப்பில்லை. அவ்வாறு ஒரு விரிவான வாசிப்பை அளிப்பதற்கான பயிற்சியோ ரசனையோ நம்மிடம் இல்லை". ஜெயமோகனின் கூற்று உண்மைதான்.

திறனாய்வாளர் க.பஞ்சாங்கம் எழுதியுள்ள மறுவாசிப்பில் கி.ரா. இந்த இடத்தை இட்டு நிரப்புகிறது. கி.ரா.வின் கலைப் படைப்புகளை விரிவாகத் திறனாய்வு செய்திருக்கிறார். இலக்கியத் திறனாய்வு போலவே இனவரைவியல் திறனாய்வு செய்யலாம். இந்தக் கலை தமிழில் அறிமுகமாகவில்லை. இலக்கியத்தில் மொழியின் வகிபாகத்தை மொழியியல்

திறனாய்வு மேற்கொள்கிறது. அதுபோலவே, இலக்கியத்தில் இனவரைவியலின் வகிபாகத்தை மானிடவியல் திறனாய்வு வழி மேற்கொள்ளலாம்.

இலக்கியப் படைப்பில் கதை சித்தரிப்பு, நடை, லயம், கற்பிதம், தரம், உருவம், உள்ளடக்கம் முதலான உறவுகளைப் புரிந்து கொள்வது ஒரு நிலை. கலைகளைப் பொறுத்தவரையில், அவை உருவாகின்ற காலகட்டத்தின் சமூக வளர்ச்சியின் முக்கிய பரிமாணங்களை அது பிரதிபலிக்க வேண்டும். அக்காலத்தின் சமூக உறவுகள், உற்பத்தி சக்திகள் ஆகியவற்றின் ஊடாகவே கலைகள் பிறக்கின்றன. கலைகள் தன்னியல்பாகவே வரலாற்றின் போக்கினைக் காட்டிவிடக் கூடியது.

கி.ரா. நன்றாக எழுதுகிறார் என்பது ஒரு மதிப்பீடல்ல. நன்றாக எழுதுதல் என்பது 'எழுத்து நடை' என்பதற்கும் அப்பாற்பட்டதாகும். ஒரு காலகட்டத்தின் சமூக வரலாற்றைத் தன்னுடைய சுதேசியான, சுயமான, சொந்த நிலைப்பாட்டிலிருந்து எதிர்வினையாற்றியுள்ளார் கி.ரா. என்பதே அவரது எழுத்தின் மையமாகும். அவர் தேர்ந்தெடுத்துக் கொண்ட திட்டவட்டமான சொல்லாடல்கள் வழி எடுத்துரைத்து வந்துள்ளார் என்பதும் அவருடைய எழுத்தின் சாரமாகும்.

கி.ரா.வின் கரிசல் வாழ்வியல் காலனிய, ஏகாதிபத்திய, முதலாளித்துவ, நிலப்பிரபுத்துவ வரலாற்றில் உள்ளது. விடுதலைக்கான வேட்கையில் செயல்பட்டுக்கொண்டிருந்த காலகட்டத்தில் கி.ரா. அவநம்பிக்கை கொண்டவராக இல்லை என்பது வெளிப்படை. புலம்பெயர் சமூக வாழ்வு தொடங்கி அவரது எழுத்துக்கள் அனைத்தும் அவநம்பிக்கைவாதத்தைச் சார்ந்திருக்கவில்லை. தன் சமூக அனுபவத்தை இலக்கிய அனுபவமாகக் கொடுத்திருக்கிறார் கி.ரா. அதே நேரத்தில் எல்லா விதமான அனுபவங்களையும் எதிர்வினையின்றி அவர் கலையாக மாற்றியதில்லை. கரிசல் வாழ்வியலை அனுபவவாதத்தின் ஊடாகவே அவர் கலையாக்கியிருக்கிறார்.

23

வாய்மொழி வழக்காறுகள்

> "உரைநடை இலக்கியத்தில் 'மனுசங்க' முற்றிலும் வித்தியாசமான ஒன்றாகும். இந்தப் படைப்பு சமுதாயவியல் நோக்கிலும், உளவியல் நோக்கிலும், பண்பாட்டு மானிடவியல் நோக்கிலும், மொழியியல் நோக்கிலும் உற்றுநோக்க வேண்டிய ஒன்றாகும் . . . 'மனுசங்க' படைப்புத் தமிழ் இலக்கியத்திற்குக் கிடைத்த ஒரு பெரும் கொடை."
>
> – இரா. கோதண்டராமன்

வழக்காறுகள் இல்லாமல் வாழ்வில்லை. வாழ்வை நெறிப்படுத்துபவையே வழக்காறுகள்தான். வாய்மொழிக் கதைகளாகட்டும், பாடல்களாகட்டும் அல்லது அழிப்பாங்கதை அல்லது சொலவமாகட்டும் அவை யாவும் வழக்காறுகளின் தொகுப்பாகப் பார்க்கக் கூடாது. அவையனைத்தும் அவை உருவான சமூகத்துடன் நெருக்கமான உறவைக் கொண்டவை. ஆகவே வழக்காறுகளைச் சமூகத்துடன் இணைத்தே பொருள் புரிந்துகொள்ள வேண்டும். கி.ரா.வின் கதைகளுக்குப் பின்னால் சமூகம் இருக்கிறது. அதாவது சமூகத்தின் வரலாறு இருக்கிறது, சமூகத்தின் பண்பாடு இருக்கிறது, சமூகத்தின் ஒட்டுமொத்த வாழ்வியலே உள்ளது. வாய்மொழிக் கதைகள் பொழுதுபோக்கிற் குரியவை என்று எண்ணுவது அறியாமை. கி.ரா.வின் கதைகள் இதனை நமக்கு உணர்த்துகின்றன.

கி.ரா. ஒரு மிகச் சிறந்த கதை சொல்லி என்பதை உலகமே அறியும். ஆனால் கி.ரா. வின் கதைகள் ஊடாகச் சமூக வரலாறு, பண்பாட்டு வரலாறு,

மரபு அறிவின் வரலாறு முதலானவற்றை எழுத முடியும் என்பதை நாம் அறிய வேண்டும். மக்கள் வழக்காறுகள் கடந்த காலத்தைக் காட்டுகின்ற சான்றுகள் மட்டுமல்ல. அவை சமூக அசைவியக்கத்துடன் வளருகின்ற உயிர்த்தன்மை பெற்றவை யாகும். சமூக மாற்றத்திற்கு ஏற்ப அவை மறையலாம் அல்லது மாற்றமும் பெறலாம். சில சூழல்களில் புதியனவும் தோன்றலாம்.

கி.ரா.வின் கதைகளில் வரும் வாய்மொழி வழக்காறுகள் தமிழக நாட்டார் வழக்காற்றியல் புலத்துக்கு வளம் சேர்ப்பவை. வழக்காறுகளின் தோற்றம், வடிவம், உள்ளடக்கம், கதைக்கூறு, பரவல், திரிபுவடிவங்கள் சார்ந்த பல கேள்விகளுக்கு விடை காணலாம். அவை பற்றிய விவாதங்களுக்கு இவை புதிய சான்றுகளாக அமைகின்றன. கி.ரா. காட்சிப்படுத்தும் கம்மவார் குலத்தாரின் புலப்பெயர்வுக் கதைக்கும், தமிழகத்திற்குள்ளேயே காலவாரியாக நிகழ்ந்த இடப்பெயர்வுக் கதைகளுக்கும் உள்ள தொழிற்படுதலை விவாதிக்கலாம்.

"கரும்பு தின்னவனுக்குக் கரும்பு ருசி; வேம்பு தின்னவனுக்கு வேம்புதான் ருசி"ன்னு ஒரு சொலவடையைச் சொல்வார் கி.ரா. இப்படி எத்தனையோ சொலவடைகளைத் தன் கதை களில் எடுத்தாண்டுள்ளார். சொலவடைகள் உள்ளிட்ட எந்த ஒரு நாட்டார் வழக்காறும் அதன் பனுவலை மட்டும் அது சார்ந்ததன்று. அதன் காலவெளியில் நிகழ்கின்ற சமூக நிகழ்வு களின் பொருண்மையாக அது வெளிப்படுகின்றது. சமூக வாழ்வின் எதார்த்தங்களுக்குள் வைத்து நாட்டார் வழக்காறு களைப் புரிந்துகொள்ள வேண்டும்.

கி.ராவின் படைப்புலகம் தனியானது. முழுக்க முழுக்க நாட்டாரியல் சார்ந்தது; வாய்மொழி சார்ந்தது. செவ்விலக்கிய வாதிகள் நாட்டாரியலை அவ்வளவு உவப்பாக ஏற்றுக்கொள்ள வில்லை. அறிஞர் க. கைலாசபதியின் தமிழ் வீரநிலைக் கவிதைக்குப் பின்னர் ஓரளவு கவனம் திரும்பியது.

உண்மையைச் சொல்ல வேண்டுமானால் செம்மொழிக்குத் தாய்மொழியாளர்கள் இல்லை! பேச்சு மொழிக்கே தாய்மொழி யாளர்கள் உள்ளனர். இரட்டை வழக்கு கொண்ட எல்லா மொழிகளுக்கும் இந்நிலை பொருந்தும்.

நாட்டார் வழக்காறுகளை நிகழ்த்துதலாகக் காண வேண்டும். பாடலாகட்டும், ஒப்பாரியாகட்டும் அவற்றை நிகழ்த்து தலாகப் பாருங்கள். நிகழ்த்துதல் என்பது ஒரு தொடர்ச்சியான செயல்முறை. ஒரு குழந்தையைத் தாலாட்டுப் பாடித் தூங்க வைக்க வேண்டும் என்று யாரும் ஒரு தாய்க்குச் சொல்லிக் கொடுப்பதில்லை. ஒருவர் இறக்கும்போது ஒப்பாரி வைக்கும்படி

யாரும் சொல்லிக் கொடுப்பதில்லை. இந்த வழக்காறுகள் பண்பாட்டுச் சூழலில் தன்னிச்சையாக வெளிப்படுபவை. இவற்றைப் 'பனுவல்கள்' எனத் தனியாகப் பிரித்தறியக் கூடாது.

கி.ரா. பதிவு செய்துள்ள வழக்காறுகளை நம்முடைய காலத்தில் காண்பது அபூர்வமாக உள்ளன. வரகறைக்கும் போதும், மாவறைக்கும்போதும் பாடும் திரிகைப் பாடல்கள் இன்றில்லை. சுண்ணம் இடிப்பார் சுவைமிக்க பாட்டும், நெல் குத்தும் கோற்றொடியார் பாட்டுகளும் இன்றில்லை. மின்சார மோட்டார் வந்துவிட்டதால் ஏற்றப் பாட்டுகளும், இறவைப் பாட்டுகளும் மறைந்துவிட்டன. எந்திரப் படகுகள் அம்பாப் பாடல்களை ஒழித்துவிட்டன. கி.ரா.வின் கதைகளில் நமது வழக்காறுகள் பொக்கிஷங்களாகப் பாதுகாக்கப்பட்டுள்ளன.

கி.ரா. 'கோமதி' (1963) கதையில் பதிவிடும் ஒப்பாரி நம் கவனத்தை ஈர்க்கிறது. இந்த ஒப்பாரிக்கான சூழல் எத்தகையது என்பதைக் கி.ரா. விளக்கும்போது அவர் உண்மையிலேயே ஒரு சுதேசி இனவரைவியலராகப் பரிணமித்துவிடுகிறார்.

"ஒரு நாள் பகல் உணவுக்குப்பிறகு 'அந்தப்புர'த்தில் பெண்கள் எல்லோரும் சாவகாசமாக உட்கார்ந்திருந்தார்கள். சிலர் பதினைந்தாம் புலியும், சிலர் தாயமும் விளையாடிக் கொண்டிருந்தார்கள். கோமதி, ஒரு பெண்ணுக்குத் தலையில் பேன் பார்த்துக்கொண்டிருந்தான். அவனுக்கு திடீரென்று என்ன உற்சாகம் வந்ததோ தெரியவில்லை. தன் இனிமையான பெண்குரலில் சோகம் ததும்ப ஒரு ஒப்பாரியைப் பாடினான். உணர்ச்சியோடு பாடினான். விதவைக் கோலம் பூண்டு விட்ட ஒரு பெண் சொல்லுவதாகப் பாவம்:

கருப்பும் சிகப்புமாய்–நான்
கலந்துடுத்தும் நாளையிலே
சிகப்பும் கருப்புமாய்–நான்
சேர்ந்துடுத்தும் நாளையிலே

நீலமும் பச்சையுமாய்–நான்
நிரந்துடுத்தும் நாளையிலே
கைக்களையன் சேலையை–என்
கழுத்திலிட்டுப் போனியளே

கைக்களையன் சேலை–எந்தன்
கழுத்தை அறுக்காதோ
ஈழுவன் சேலை–எந்தன்
இடுப்பை முறிக்காதோ

அங்கிருந்த விதவைப் பெண்கள் இதைக் கேட்டவுடன் அழுதேவிட்டார்கள். சுமங்கலிகள் மௌனமாகக் கண்ணீர்

வடித்தார்கள். உடனே கோமதி கருவளையைப் பற்றிய ஒரு வேடிக்கையான நாடோடி பாடல் ஒன்றைப் பாடி அபிநயம் பிடிக்கத் தொடங்கினான்

சோளம் இடிக்கையிலே
சொன்னயடி ஒரு வார்த்தை–ஐயோ
கையைப் பிடிக்காதிங்கோ–என்
கருவளைவி சேதமாகும்...

கொல்லென்று பெண்கள் சிரித்தார்கள்; வடித்த கண்ணீரைத் துடைத்துக்கொண்டே சிரித்தார்கள்."

இன்னுமொரு இடத்தில் ஒரு சாவுப் பாட்டைக் கி.ரா. பதிவு செய்துள்ளார்.

'சாவு' கதையில் இப்பதிவு வருகிறது.

"குத்துவிளக்கின் மங்கிய வெளிச்சத்தின்முன் தனிமையாக உட்கார்ந்துகொண்டு தலைமுடி அவிழ்ந்து கிடக்க ராமானுஜ நாயக்கரின் மனைவி சொல்லி அழுகிறாள்:

"கொச்சி மலையாளம்
கொடிபடரும் குற்றாலம்
கொடி படந்து ஏது செய்ய–இப்போ
கொடி மன்னர் இல்லாமெ"

"இஞ்சி மலையாளம்
இலை படரும் குற்றாலம்
இலை படந்து ஏது செய்ய–இப்போ
இளவரசா் இல்லாமெ"

"மஞ்ச மலையாளம்
மலை படரும் குற்றாலம்
மலை படந்து ஏது செய்ய–என்
மகராசா் இல்லாமெ"

'பழமொழி என்பது கருத்துப் புலப்படுத்தும் கருவியாக மட்டுமன்றி, சிந்தனைக்குரிய கருவியாகவும் உள்ளது'. இன்று பரிசோதனைக் கூடத்தில் நீண்ட காலம் ஆய்வுகள் செய்து கண்டறியும் உண்மைகள் போல, கிராமங்களில் வாழும் மக்கள் காலங்காலமாகத் தம் வாழ்வியலின் ஊடாகக் கண்டு, ஓர்ந்து, உணர்ந்தவற்றையே பழமொழிகளாகக் கூறி வந்தனர். இவையும் நீண்டகாலப் பரிசோதனைக்குப் பின்னரே உருவாக்கப் படுகின்றன.

சமூகம் தனிமனிதனுக்குச் சில கட்டுப்பாடுகளை விதிக்கிறது. அக்கட்டுப்பாடுகளில் இருந்து விடுபடுவதற்கு நல்ல வழிமுறையாக நாட்டார் வழக்காறுகள் அமைகின்றன.

சொலவடைகள்

> "ஏழு சுத்துச் சுத்தி வந்தா
> எருமை மாடும் சொந்தந்தாம்"

இத்தகைய வாய்மொழி வழக்காறுகளை எப்படிச் சேகரிக்க வேண்டுமென்றும், வாய்மொழியின் பண்பு என்னவென்றும் கி.ரா. லீலை (2016) நாவலில் சொல்கிறார்.

"நவீனம் பரவாத, உள்தள்ளிய தமிழ்க் கிராமங்களுக்குப் போக வேண்டும். எழுதப் படிக்கத் தெரியாத கிழவர்களோடு உட்கார்ந்து பேச வேண்டும். பேசும்போதே நீங்கள் நாட்டுப்புறக் கதைகள் சொல்ல வேண்டும். உற்சாகமாகிவிடுவார்கள். பால் கறக்கும் மாடுகளுக்கு கறப்பதற்குப் பால் தரும் உணர்வு ஏற்படுவது போல அவர்களுக்கும் கதை சொல்லும் உணர்வு ஏற்பட்டு அவர்களும் கதை சொல்ல ஆரம்பித்துவிடுவார்கள். நீங்கள் சாமர்த்தியசாலி என்றால் அவர்களுக்குத் தெரியமால் ஒலிப்பதிவும் செய்து கொள்ளலாம்.

இந்த நாட்டார் சொல் கதைகளுக்கு லட்சணமே அவர்கள் சொல்லும் சொல்மொழிதான்; குழந்தைகளுக்கு அழகு அவர்கள் பேசும் மழலை மொழி என்பதுபோல.

அந்தக் கதைகளைப் பண்டித மொழியில் சொன்னால், கதைகளின் உயிர் காணாமல் போய்விடும்" (லீலை, 2016: 34).

பின்னுரை

கோபல்ல கிராமம் நாவல் ஓர் ஈடு இணையற்ற இனவரை வியல் நாவல். இனவரைவியலுக்கு இலக்கணம் கூறும் தகுதி படைத்தது இது. இந்நாவலின் தொடர்ச்சியாக எழுதப்பட்ட கோபல்ல கிராமத்து மக்கள் சாகித்ய அகாதெமி விருது பெற்றது. கோபல்ல கிராமம், கோபல்ல கிராமத்து மக்கள் இரண்டும் முதல், கரு, உரி பற்றிப் பேசுபவை. இம்மூன்றும் இனவரைவியலின் மூன்று முக்கியக் கூறுகள். இவற்றை சுதேசி இனவரைவியலாகப் படைத்திருக்கிறார் கி.ரா.

இவருடைய கதைகளில் இக்கூறுகள் இனவரைவியல் அர்த்தங்களுடன் வெளிப்படுகின்றன. கோபல்ல கிராமத்தில் இக்கூறுகள் இனக்குழு வரலாறாகப் பரிணமித்திருக்கின்றன. கி.ரா.வின் படைப்பாக்கத்தில் இந்த இனவரைவியல் கூறுகள் ஆத்மாவாகவும் ஆன்மாகவும், உடலாகவும் உயிராகவும் இழையோடுகின்றன. இனவரைவியலுக்கு இத்தன்மைகள் மிகவும் அவசியமாகும்.

நாட்டார் கதைகளெல்லாம் புராணக் கதைகள் அல்லது பழமரபுக் கதைகளின் சிதறிய வடிவங்கள் என்ற காலாவதியான கருத்துக்களைக் கி.ராவின் கதைகளும் சொல்கின்றன. கதைகளுக்குச் சமகாலத்தன்மை உண்டு என்பதே கி.ராவின் கலைக் கோட்பாடு. வழக்காறுகளை அளவுக்கு மீறி பழங்காலத்துக்கு எடுத்துச் செல்ல வேண்டிய தில்லை. அதையே கி.ராவும் பேசுகிறார்.

கதைகள் இடம்பெயர்வன. அவை திரிபு வடிவங்களைக் கொண்டுள்ளன. இத்தகைய சூழலில் மூலக்கதை எங்கிருந்தது, எப்படியிருந்தது என்பது வழக்காற்றியல் புல ஆய்வுக்கான பொருளாகும். இதற்கு நல்ல தரவுகளையும் சான்றுகளையும் அள்ளிக் கொட்டுகிறார் கி.ரா. இவர் ஒரு கதைக் களஞ்சியம். கி.ரா. கதைகளுக்கென்று ஒரு 'கதை அட்டவணை' தயாரிக்கலாம் போல தோன்றுகிறது.

கரிசல்காட்டு வழக்காறுகள் யாவும் வெகுசன அறிவாக மிளிர்கிறது. கரிசல் சமூகம் காலங்காலமாகச் சேகரித்து வைத்துள்ள மரபு, பாரம்பரியம், அனுபவங்கள், படிப்பினைகள், பழக்க வழக்கங்கள் முதலான யாவும் வெகுசன அறிவின் தொகுப்பாகும். இந்தக் கரிசல்காட்டுச் சம்சாரிகளின் 'சமூக ஞாபகங்கள்' தமிழ் மரபின் அம்சங்கள். கி.ரா.வின் வழி அது நமக்குப் பொக்கிஷமாகக் கிடைத்திருக்கிறது. 'வழக்காறுகளே வாழ்க்கைக்கு வழிகாட்டுகின்றன' என்பது ஒரு முதுமொழி. அந்த வழக்காறுகளைக் கி.ரா. நமக்கு சேகரித்துச் சேமித்துத் தந்திருக்கிறார்.

24

இறப்பும் சடங்குகளும்

"புலம் பெயர்வதற்குரிய காரணம் எதுவாக இருப்பினும், புலம்பெயர் மக்கள் நன்றிக்கடனாகப் பிறந்த மண்ணின் கலையையும் பண்பாட்டையும் புதிய பூமியில் விதைக்கிறார்கள்... புலம்பெயர்ந்தவர் வாழ்க்கையை வேடுவ வாழ்க்கையெனச் சொல்லக் கூடிய ஞானம் வேறு எவருக்கு உண்டு... தமிழ்நாடும் தமிழ் மொழியும் இந்தக் கரிசல்காட்டுக் கதை சொல்லிக்கு ஏராளமாகக் கடன்பட்டிருக்கிறது."

— நாகரத்தினம் கிருஷ்ணா

வாழ்வு முறை சடங்குகளால் ஆக்கப் பட்டுள்ளது. பிறப்பு முதல் இறப்புவரை வாழ்வியல் சடங்குகள் நம்மை ஒரு தளத்திலிருந்து அடுத்த தளத்திற்கு நகர்த்திச் சொல்கின்றன. இறந்தவர் ஆன்மா துன்பமின்றித் துயிலுறவும், இருப்பவர் துன்பமின்றி அமைதி பெறவும் இறப்புச் சடங்குகள் நிகழ்த்தப்படுகின்றன. ஈமச் சடங்குகள் செய்வதன் நோக்கம் இறந்தோரை இருப்பவரிடமிருந்து பிரித்து முன்னால் இறந்து போன மூதாதையரு டன் சேர்ப்பதாகும்.

மணிமேகலை காலத்தில் ஐந்து வகைகளில் பிணங்களைச் சேர்ப்பித்தார்கள். சுடுதல், இடுதல், தொடுகுழிப்படுத்தல், தாழ்வயினடைத்தல் (தாழ்ந்த பள்ளங்களில் அல்லது குகைகளில் பிணத்தை இட்டு அடைத்துவிடுதல்), தாழியிற்கவிழ்த்தல் ஆகிய முறைகளைக் கடைபிடித்தனர்.

சங்ககாலத்தில் இடுதல் (நற்றிணை 271), சுடுதல் (புறநானூறு 239) ஆகிய இரண்டு பழக்கங்களும் இருந்துள்ளன. ஆனால் தமிழர்கள் வேளாண் நாகரிகத்தைத் தங்களின் வாழ்வியல் முறையாக வளர்த்தெடுத்த காலகட்டத்தில் புதைத்தலை முக்கியமானதாகக் கருதினார்கள்.

இறந்தவரைப் புதைக்கும் சடங்கு வேளாண் நாகரிகத்தோடு உருவானது. புதைத்தல் என்பது விதைகளை 'மண்ணுக்குள் புதைத்தல்' என்பதற்கு இணையானது. விதை முளைப்பது போன்று இறந்தவரும் மறு உயிர் பெறுகிறார். பாட்டன் பெயரைப் பேரனுக்குச் சூட்டுவது என்பது இறந்தவர் மீண்டும் குடும்பத்தில் குழந்தையாக உருவெடுத்துள்ளார் என்பதாகும்.

எரித்தல் பழக்கம் ஆரியர்களுடையது. இது பின்னாளில் தமிழர்களிடம் பரவலாக்கம் பெற்றது. கரிசல் காட்டில் கி.ரா. தன் கதைகளில் எரித்தல் முறையைச் சொல்லியிருக்கிறார். தமிழகம் வந்த கம்மவார் சமூகத்தவர் எரித்தலையே பின்பற்றி யதைக் காண முடிகிறது. எரித்தல் எனும் சடங்கைத் தாண்டி இறப்பு சார்ந்த எண்ணற்ற விடயங்களைக் கி.ரா. பேசுகிறார்.

கி.ரா. இனவரைவியல்

வயது மூத்தவர்கள் சில வேளைகளில் சாவு வராதா என ஏங்குவார்கள். அந்தச் சூழலைக் கி.ரா. 'கறிவேப்பிலைகள்' (1969) கதையில் இவ்வாறு குறிப்பிடுகிறார்.

"சாவுக்காகத்தான் இப்பொழுது அவர்கள் காத்திருக் கிறார்கள். ஆனால் சாவு வரமாட்டேன் என்கிறதே லேசில். சித்திரபுத்ரனுடைய கணக்கில் ஏதோ கோளாறாகிவிட்டதோ என்னமோ! எப்பவாவது ஊருக்குள் சாகக்கூடாதவர்கள் திடீரென்று செத்துப் போவார்கள். அந்த வீட்டின் பக்கத்து வீட்டுக்காரர்களெல்லாம் பேசி வைத்த மாதிரி ஒருவருக் கொருவர் சொல்லிக்கொள்வார்கள்; 'இந்தச் சாவு அந்தப் பப்புப் பாட்டி கிழடுகளுக்கு வரக்கூடாதா."

சாவில் நல்ல சாவு, அகால மரணம் இரண்டும் உண்டு. பெரும் கிழடுகள் இறப்பது நல்ல சாவு. இதனால் துக்கம் மேலெழாது. இது பற்றிய கி.ரா.வின் ஒரு சித்தரிப்பு இனவரை வியல் மதிப்புக்குரியது. 'புறப்பாடு' (1973) கதையில் பின்வரு மாறு எழுதுகிறார்.

"'தெரியுமா உங்களுக்கு சமாச்சாரம்? நம்ம அண்ணாரப்பக் கவுண்டர்; ஆள் தீந்துபோயிட்டார்!"

சொன்னவனும் சந்தோஷமாகச் சொன்னான், கேட்டவர்களும் சந்தோஷமாகக் கேட்டார்கள்.

கிராமத்து ஜனங்கள் இப்படி ஆனந்தமாகச் சொல்லவும் கேட்கவும் போதுமான காரணம் இருந்தது.

புஞ்சை மண்ணைக் கரைத்து புகட்டியதும் அவர் இறந்து போனது சிலருக்கு அதிசயமாகப்பட்டது. சாவு வீட்டில் நிறைந்திருந்த கூட்டத்தில் ஒரு விவசாயிக் கிழவர் சொன்னார், 'பரமபதத்திலிருந்து தேர் ஒன்று வந்தது; ஒருத்தரை உடம்போடு கூட்டிக்கொண்டு போக வந்து இருந்த தேவதூதர்களிடம் அவர் கேட்டாராம், உடம்போடு நான் அங்கே வர ஆட்சேபணை இல்லை; ஆனால் எனக்கு அங்கே கரிசல் நிலம் எத்தனை ஏக்கர் கிடைக்கும்?' சொன்ன கிழவர் கரிசல் நிலம் என்பதை அழுத்திச் சொன்னார்! கேட்டவர்கள் எல்லோரும் சிரித்துக் கொண்டார்கள்.

ரொம்ப வயசான கிழடுகள் இறந்துபோய்விட்டால் யாரும் அழமாட்டார்கள்! அழக்கூடாது என்று சம்பிரதாயம். ஆகையால் இன்னேரவரைக்கும் அண்ணாரப்பக் கவுண்டரின் புகழ் பற்றியே பேசிக்கொண்டிருந்த கூட்டத்துக்கு கயத்தாத்து மேளம் வந்தது 'அப்பாடா' என்று இருந்தது. இந்த மேளத்தில் ஒருவன் பொய்க்கால் குதிரைமேல் இருந்துகொண்டு ஒப்பு வைத்து அழுவான்–அதாவது பாடுவான். அதை வாங்கிச் சத்தக் சூழல்க்காரனும் கொட்டுக்காரனும் வாசிப்பார்கள். அப்போது பொய்க்கால் குதிரை அந்த இசைப்புக்கு ஏற்ற மாதிரிச் சுற்றிச் சுற்றி வந்து ஆடும். திரும்பவும் அவன் ஒப்புச் சொல்லுவான்! அவர்கள் வாங்கி வாசிப்பார்கள்! அவன் ஆடுவான்.

முதலில் கொஞ்சநேரம் மேளத்துக்கு ஆடிவிட்டுப் பிறகு பொய்க்கால் குதிரைக்காரன் ஒப்பாரி ஆரம்பித்தான்.

> 'கத்தரிக்காய் எங்களுக்கு
> கத்தரிக்காய் எங்களுக்கு
> கைலாசம் உங்களுக்கு'
> டண்டணக்கு டண்டணக்கு
> டண்டணக்கு டண்டணக்கு

மேளக்காரன் அடிக்கும் ஒவ்வொரு கொத்து அடிக்கும் குதிரைக்காரன் 'தாயாரே தாயாரே' என்று மார்பில் இரண்டு கைகளாலும் மெதுவாக ரொம்ப மெதுவாக வலிக்காமல் (!) அடித்துக்கொள்வான். அவன் இப்படி அடித்துக்கொள்கிறதைப் பார்த்த கூட்டத்திலிருந்த ஒரு நடுத்தர வயசுப் பொம்பிளை 'அப்பா மெள்ளப்பா! நெஞ்சிலே ரத்தம் கட்டிக்கிடாமெ!'

என்று எடக்காகச் சொல்லவும் கூட்டம் கலகலத்தது; குதிரைக்காரனும் சிரித்துக்கொண்டான்.

‘வாழைக்காய் எங்களுக்கு
வாழைக்காய் எங்களுக்கு

வைகுந்தம் உங்களுக்கு’
டண்டணக்கு டணக்கு
தாயாரே தாயாரே

இழவுவீடு கோலாகலமாய் இருந்தது.

கவுண்டரின் உடம்பைத் திரும்பவும் கிணற்றடிக்குக் கொண்டு போனார்கள். பண்டிதன் அவருக்கு முகச்சவரம் செய்தான். மீசையை ஜோராகக் கத்தரித்துத் திருத்தினான். திருக்குற்றாலத்திலிருந்தும், பாபனாசத்திலிருந்தும் கொண்டு வந்திருந்த அருவித் தண்ணீர்க் குடங்களைக் கொட்டிக் குளிப்பாட்டினார்கள். ‘பயணப் பீசை’ உடுத்தினார்கள். நெற்றியில் திருமண் இட்டு, அரைக்கால் ரூபாயை அதில் பதித்து ஒட்டவைத்தார்கள். நாடிக்கட்டுக் கட்டினார்கள். இரண்டு கைப்பெரு விரல்களையும் சிறிய நூல் கயிற்றினால் இணைத்தார்கள். கையில் வெற்றிலை வைத்துக்கொண்டிருப்பது போல் இருக்க, வெற்றிலையையும் பாக்கையும் கையில் வைத்தார்கள். உதடுகளைக் குங்குமத்தால் சிவப்பாக்கினார்கள். ஒரு பெரிய செவ்வரளி மாலையை அணிவித்தார்கள்.

வீட்டின் முன்னால் பந்தலுக்குக் கீழே கூட்டம் நெருக்கியது. எதிரே மைதானத்தில் உடுக்கு ஆட்டம், எதிர்பாராத போது திடீர் திடீர் என்று பிடாங்கு வேட்டின் உலுக்கி அதிர்ச்சியடைய வைக்கும் சத்தம்.

சாவுப்பல்லக்கு அலங்கரிக்கப்பட்டு வீட்டுக்கு முன்னால் தயாராக இருந்தது. அண்ணாரப்பக் கவுண்டரைக் கொண்டு வந்து பல்லக்கிலுள்ள நாற்காலியில் சப்பணம் போட்டபடி உட்கார வைத்து, சாய்மானத்தில் ஒரு அழுக்குத் தலையணையைப் போட்டுச் சாய்த்து வைத்தார்கள். அவரது தலை அண்ணாந்து பல்லக்கின் முகட்டைப் பார்த்தவண்ணமிருந்தது.

பல்லக்கைத் தூக்கி ஒரு கட்டை வண்டியில் வைத்தார்கள். இதனால் அவருக்குப் பின்பக்கம் நின்றுகொண்டு அவருடைய கொள்ளுப் பேரன்மார் இருவர் நெய்ப்பந்தம் பிடிக்கத் தோதாக இருந்தது. முன்பக்கம் இரண்டு பேரன்கள் தங்களுடைய மேல்துண்டை எடுத்து ஆட்டி ‘வெஞ்சாமரை’ வீசினார்கள்.

கூட்டம் வழிவிட்டு விலகி நிற்க, கைதேர்ந்த சிலம்பு ஆட்டக்காரர்கள், கம்பைப் பல கோணங்களில் பிடித்துக் காட்டி, முன்னாலும், பக்கவாட்டிலும், பின்னாலும் அளவோடு எட்டுகள் எடுத்துவைத்து நடந்து பாவலாச் செய்து கம்பைச் சுழற்றி வீசி அடித்து விளையாடினார்கள்.

ஊர்கோலம், முக்குகளில் திரும்பும்போதும், சிலம்பாட்டம் முடிந்து புறப்படும்போதும் பெண்களின் குலவை ஒலி பலமாகக் கேட்டது. வண்ணார்கள் வேகமாக ஓடி ஓடிக் கவுண்டரின் குடும்பத்தார் நடந்துவரத் தெருக்களில் சேலை களைத் தரையில் நடைமாத்தாக விரித்தார்கள். கடகப் பெட்டிகளில் கனிந்த கதலிப்பழங்களை உதிர்த்து நிறைத்துக் கொண்டு கூட்டத்தில் சூறை போட்டார்கள். மடிநிறைய்ய சில்லறை நாணயங்களாக மாற்றி நிறைத்துக்கொண்டு கூட்டத்தில் வாரி இறைத்தார்கள். ஜனங்கள் அவைகளை ஓடி ஓடிப் பொறுக்கினார்கள்.

சவ ஊர்வலம் ஊரைவிட்டு வெளியே வந்தவுடன் கொட்டுக்காரர்கள், வழக்கமாக வாசிக்கிற மாதிரி 'அடியின் நடை'யை மாற்றினார்கள்; தூரத்திலிருந்து கேட்பவர்கள் இந்த அடிச் சத்தத்தைக் கேட்டு 'சரி கூட்டம் மயானத்துக்குப் பக்கத்தில் வந்துவிட்டது போலிருக்கு' என்று யூகித்துவிடு வார்கள். சத்தக் குழல்காரனின் துயரமான இழைப்பு ஒலி; மேளத்தின் அந்தத் தட்டுதலோடு பெண்களின் குலவையும் சேரும்போது சோகம் மனசை அப்பும்."

கரிசல் காட்டில் நிகழ்ந்த இறப்பு நடைமுறைகள் பலவாக இருந்துள்ளன. அவற்றில் கி.ரா. பதிவு செய்துள்ள குறிப்புகள் யாவும் ஒப்பியல் சிந்தனைக்கு உகந்தவை. குறிப்பாக, தமிழர் இனவரைவியல் எழுதுபவர்களுக்கு இவையெல்லாம் அற்புத மான செய்திகள். எண்ணியல் சாராமல், மதிப்பியல் சார்ந்த தரவுகள் இவை. கரிசல் வட்டாரத்தை மற்ற வட்டாரங்களோடு ஒப்பிட்டுப் பார்க்கவும், கம்மவார் வாழ்வியலை மற்ற சமூகங்க ளோடு ஒப்பிட்டுப் பார்க்கவும் கி.ரா. முன்னெடுத்துள்ள சுதேசி இனவரைவியல் பெரிதும் உதவும்.

இன்னொரு பதிவையும் காண்போம். 'கரிசல் காட்டில் ஒரு சம்சாரி' கதையில் வரும் நிகழ்வுகள் இவை.

"நாயக்கர் ஒன்றையும் அனுபவிக்கவில்லை என்று ஊர்க்காரர்கள் சொன்னாலும் அவர் மனநிறைவோடுதான் வாழ்ந்தார். கரைக்கஞ்சி குடிக்கும்போது அவருடைய நாக்கு அறுசுவை போஜனத்தை எண்ணி அழுததில்லை. கோரைப் பாயில் சாயும் உடம்பு இலவம்பஞ்சு மெத்தையை நினைத்து

ஏங்கியது இல்லை. தலைக்குத் தலையணைகூடக் கிடையாது; கிழிந்த பழந்துணிகள் கொண்ட ஒரு பொட்டணம்தான் தலைக்கு.

நாலரைமுழம் லாயல்மில் கச்சைதான் அவருக்கு வேட்டி. அந்தக் காலத்தில் கோவில்பட்டி லாயல்மில்லில் ஒரு கால்ரூபாயைக் கொண்டு போய்க் கொடுத்தால் ஒரு கட்பீஸ் பொட்டணம் ஒன்று கொடுப்பார்கள். அதை அவிழ்த்துப் பார்த்தால்–கரையில்லாத கச்சைத் துணிகள் கொண்டவை—நாலரை முழத்துக்கு ஒரு வேட்டி போர்த்திக் கொள்ள துண்டு மாதரியில் ஒன்று, இதுபோக ஆண்கள் துண்டுகள், இந்த மாதிரி இருக்கும். ஒரு கால்ரூபாயோடு அவர் தன்னுடைய ஒருவருச ஆடைத் தேவையைப் பூர்த்தி செய்து கொள்வார். எல்லாம் மனம் ஒட்டிய நிறைவோடு இருக்கும் அவருக்கு.

ஆரூடம் ஜோதிடம் ஜாதகம் இவைகளில் அவருக்குத் துளிக்கூட நம்பிக்கை கிடையாது. ஆனாலும் ஏதாவது ஒரு காரியம் ஆரம்பிக்க மட்டும் நல்லநேரம் பார்ப்பார். இந்த நல்ல நேரம் என்ற ஒன்றில் மட்டும் அவருக்கு நம்பிக்கை இருந்தது. அதனால் ஆகாத நேரங்களில் குடும்பத்தின் மூத்தவர்கள் இறந்தால், அந்த வீட்டில் அவர்கள் ஆவி பிரிந்த இடத்தில் ஒரு மண்பானை நிறையத் தண்ணீர், எண்ணெய் ஊற்றி திரிப் போட்டு வைத்த ஒரு அகல்விளக்கு இவைகளை வைத்து, ஆறுமுழ நீளம் மூன்று முழ அகலம் மூன்று முழ உயரம் மண்ணினால் மூடி, கொஞ்சம் காலம் வைத்திருந்து பிறகு ஒரு குறிப்பிட்ட நாளில் அதைத் திறந்து பார்ப்பார்கள். இதற்கு அடைப்பு என்று பெயர். இதில், இறந்தவர்களின் நேரத்தைப் பொறுத்து மூன்று மாத அடைப்பு ஆறு மாத அடைப்பு, இருபது நாள், அறுபது நாள் அடைப்பு என்றெல்லாம் உண்டு.”

உயிர் பிரிவதற்கு முன்பு செய்யும் இறுதிக் கடமைகள் பற்றிப் ‘புறப்பாடு’ (1973) கதையில் இவ்வாறு பதிவு செய்கிறார் கி.ரா.

“அந்தக் கரிசல் மண்ணைக் கொண்டுவந்து சங்கில் சுண்டைக்காய் அளவு இட்டு அந்த ஊரின் உப்புத் தண்ணீரான குடிநீரில் கரைத்துக் கவுண்டரின் திறந்த வாயில் புகட்டினார்கள்.

அந்த மண்ணைக் கரைத்துப் புகட்டியதாலோ அல்லது தற்செயலாகவோ, மறுநாள் பின்னிரவு எல்லோரும் அலுத்து அயர்ந்து தூங்கிக் கொண்டிருந்தபோது அந்த விவசாயி அண்ணாரப்பக் கவுண்டர் காலமானார்.”

இறப்பு பற்றிய கி.ரா.வின் இனவரைவியல் குறிப்புகளில் பின்வரும் பதிவு வழக்காறு சார்ந்தது. இதுவே கி.ரா. வின் தனி முத்திரையாகும்.

“கங்கை நதியில் முனிவர் ஒருத்தர் இறங்கிக் குளித்துக் கொண்டிருந்தார். அந்த வழியாக எமதூதர்கள் போவது அவர் கண்ணுக்குத் தெரிந்தது. கையைத் தட்டி அவர்களைக் கூப்பிட்டார். வந்து நின்றதும்.

“விடியுமுன்னெ எங்கடா புறப்பட்டுப் போறீங்க?” என்று கேட்டார்.

“காசிக்குப் போறோம்; அவசரம்.”

“அவரசமா, அப்பிடி என்ன சோலி?”

“ஒரு ஆயிரம் பேர் உசுரை எடுக்க வேண்டியதிருக்கு.”

“என்ன, சண்டை நடக்கப் போகுதா?”

“இல்லெ பேதி.”

“சரி சரி… போங்க” என்று அனுப்பிவிட்டார் அவர்களை.

சாயந்தரம் அவர் காதுக்கு எட்டிய தகவல் – ‘காசியிலெ ரெண்டாயிரம் பேர் பேதியிலெ போய்ட்டாங்க’ என்று.

மறுநாள் முனிவர் குளித்துக்கொண்டிருக்கும்போது அந்த எம தூதர்கள் திரும்பிப் போய்க்கொண்டிருந்தார்கள். கையைத் தட்டிக் கூப்பிட்டார்.

“என்னப்பா, ரொம்ப அநியாயமா இருக்கு… ஆயிரம்னு சொல்லிட்டு ரெண்டாயிரம் உசுரெ வேட்டு வெச்சிட்டீங்களே?” என்று விசாரித்தார்.

“சாமீ, அதுக்கு நாங்க என்ன செய்யிறது… ஆயிரம் பேர் உசுரைத்தான் எடுத்தது. அதப் பார்த்துப் பயந்து செத்தவங்க ஒரு ஆயிரம் பேர் ஆயிட்டது” என்றார்கள்! (ஓ…! அதிலிருந்து தான் பயந்து சாகுறான் என்கிற பிரயோகம் வந்திருக்க வேண்டும் என்று நினைத்துக்கொண்டேன்.)

எமன் ரொம்ப நல்லவனாம். பழியை அவன் தலையில் விழாமல் கவனமாய்ப் பார்த்துக்கொள்வானாம்.

‘காச்ச வந்தது; செத்தான்’

‘மாரு வலிச்சது; போய்ட்டான்’

‘தவறி விழுந்தான்; கிளம்பிட்டான்’

‘இல்லாத ஆட்டம் போட்டான்; அவுட்டாயிட்டான்’.

இப்படித்தான் இருக்குமே தவிர, எமன் வந்தான், அதனாலெ வந்தது சாவு என்றே இருக்காதாம்.”

பின்னுரை

      மக்கள் வாழ்வில் இறப்பு தற்செயலானது என்றாலும் அது ஈடு செய்ய முடியாத இழப்புக்குரியது. கரிசல் சமூகம் மட்டு மல்ல, எந்தவொரு சமூகமும் இந்த இழப்பைச் சாதாரணமாக எடுத்துக் கொள்வதில்லை. ஆனால் வாழ்வின் நிகழ்வுகளைக் கலாப்பூர்வமாகக் காண்பதுதான் புதினத்தின் நோக்கம். கி.ரா. வாழ்வைப் போலவே சாவையும் தன் கதைப் பரப்பில் பேசியிருக்கிறார். ஒரு நிகழ்வாக, ஆழ்ந்த துக்கத்துக்குரியதாக, ஒரு கொண்டாட்டமாக, சடங்காக, வழக்காறாக, இப்படிப் பல்வேறு பரிமாணங்களுடன் சாவை அவர் பதிவிடுகிறார். சில குறிப்புகளை மட்டுமே இங்குக் கவனப்படுத்தியிருக்கிறேன். கி.ரா. வின் கதைகளில் இன்னும் பல்வேறு கூறுகள் பரிணமிக் கின்றன.

224   பக்தவத்சல பாரதி

25

இசை ஞானம்

"என் சிறுகதைக் காளையை வசக்கி . . . உழுகிற மாடாக மாற்றியவர் கி.ரா. தான் . . . கி.ரா. எனக்கு எழுதிய கடிதங்கள் எல்லாவற்றிலும் செதுக்கிச் செதுக்கி எழுத வேண்டிய நுட்பங்களைக் கற்றுத் தருவார் . . . என் மொழிநடையின் ஆணிவேர் அவர் என்பதால், அவரும் எனக்கொரு வகையில் குலதெய்வம்தான். எனக்கு மட்டுமல்ல, கரிசல் இலக்கியவாதிகள் யாவருக்கும் அவரே குலதெய்வம்."

– மேலாண்மை பொன்னுச்சாமி

இனமரபு இசையியல் வல்லுநர்கள் சொல்வார்கள், இசை மண்ணோடும் மக்களோடும் வாழ்வோடும் இணைந்தது என்று. மண், மக்கள், வாழ்வு ஆகிய மூன்றும் உலகளாவிய பொதுமை என்றாலும், அம்மூன்றும் உலகந்தழுவி அந்தந்தப் பிரதேசங்கள் ஊடாகத் தனித்துவம் பெறுவதைக் காண்கிறோம்.

சங்ககாலத்தில் புன்செய் வேளாண்மைக்கு மழையை எதிர்பார்த்தார்கள். குறவர்கள் மலைகளி லிருந்து கற்களை உருட்டிக் கருமேகத்தை மழை பொழியுமாறு போலச் செய்தார்கள். இதில் ஏற்பட்டது கல்லோசை, இன்று அது செவ்விசையாகி விட்டது. சுடலைமாடன் கொடையில் பரண் வெட்டுக்கு ஓர் இசை. முளைப்பாரி விழாவுக்கு மற்றோர் இசை. வாழ்வுக்கு ஓரிசை என்றால் சாவுக்கு மறு இசை. இப்படியாக இசையின் வடிவங்களும் கோலங்களும் பரிணாமம் பெற்று வந்துள்ளன. இந்த நுட்பங்களை அறிந்தவர் கி.ரா.

இசையின் ஆதாரம் சுதியும் தாளமும். நம்முடைய இசை மரபில் மிகவும் முக்கியமானதாகக் கருதப்படுவது ராக ஆலாபனை. நம் சங்கீதத்தின் பெரும் செல்வமும் ராக ஆலாபனை தான். இதனை நன்குணர்ந்தவர் கி.ரா. அடிப்படையில் சங்கீதக் காரனுக்குச் சுருதி ஞானமும் சுருதி சுத்தத்தை அனுபவித்துப் பரவசமடையும் குணமும் வேண்டுமென்பார் கி.ரா.

தமிழில் பாடல்கள் பல்லாயிரக் கணக்கில் வகைவகையாக இருக்கின்றன. கீர்த்தனைகள் உண்டு, வண்டி வண்டியாய். ஆனால் வர்ண மெட்டுகளுக்குத்தான் பஞ்சம் என்கிறார் கி.ரா. மனசைக் கொள்ளை கொள்ளும் படியான சிறந்த வர்ண மெட்டுகள் நமக்கு வேண்டுமென்கிறார். இருப்பது காணாது, இன்னும் தேவை என்கிறார்.

ஒரு வர்ண மெட்டை எத்தனை தடவை கேட்டாலும் சலிப்பு ஏற்படாமல் நித்தம் புதுமையாக இருக்கணும் என்பார். ஆரம்பத்தில் மகுடி அறிமுகமான போது அனைவரும் அதில் சொக்கினார்கள். பிறகு மாறி மாறித் தொடர்ந்து கேட்கும் போது சலிப்பே வந்துவிட்டதாம். ராகங்கள் அப்படியில்லை. கொடுப்பவர் தந்துகொண்டிருந்தால் கேட்பவர் கேட்டுக் கொண்டே இருக்கலாம், வாழ்நாள் பூராவுமே. வர்ண மெட்டுக்கள் எந்த மொழியானாலும் அற்புதமாக அமைந்துவிட்டால் அது சக்கை போடு போடத்தான் செய்யுமாம். மகாகவி பாரதியின் ‘சின்னஞ்சிறு கிளியே கண்ணம்மா . . .’ எனும் பாடல் தமிழ் இசையுலகில் திடீர் பிரபலம் அடைந்ததற்குக் காரணம் இது தான். கி.ரா. இப்படி எத்தனையோ நுணுக்கங்களைத் தன் எழுத்துகளில் பேசியிருக்கிறார்.

கி.ரா. இனவரைவியல்

இசை பற்றிய கி.ரா.வின் ஞானம் ஆழமானது. இவர் அளித்த நேர்காணல் வழி இதனைக் காண்போம்.

கேள்வி: “அடிப்படையில் நான் ஒரு சங்கீதக்காரன். காலம் என்னை எப்படியோ ஒரு எழுத்தாளனாக்கி விட்டது” என்று நீங்கள் பல சந்தர்ப்பங்களில் சொல்லக் கேட்டிருக்கிறேன்.

உங்களுக்கும் சங்கீதத்துக்கும் இருந்த தொடர்பு பற்றிக் கொஞ்சம் சொல்லுங்களேன் . . .

பதில்: சங்கீதத்தைப் பற்றிப் பேசுவது கூட ஒரு சொகம் தான். கொஞ்சம் விரிவாகவே சொல்கிறேனே.

எனக்கு மொத்தம் நான்கு தலைகள்! முதல் தலை சங்கீதம் தான். ரெண்டாவது தலை அரசியல். மூணாவது தலை இலக்கியம். நாலாவது எனது சொந்தத் தலை.

அதென்னது . . . சொந்தத் தலை!

ஆம் அதுதான் நெசம். சொந்தத் தலை இல்லாட்டா எப்படி? தூங்கும் போது நீங்க உங்க தலையோட தான தூங்கணும். ஊர் விவகாரம் பேசும் போது எந்தத் தலையோட பேசுவீங்க? எல்லோருக்கும் இப்பிடிச் சொந்தத் தலை என்று உண்டு தானெ. சரி.

நான் அம்மாவின் வயத்துக்குள்ளே இருக்கும்போதெ அப்பா பாடும் பிரபந்தப் பாடல்களைக் கேட்டிருக்கணும். எப்படியோ எனக்கும் இசைக்கும் ஒரு தொந்தம் ஏற்பட்டுப் போச்சி.

சின்ன வயசில், எங்கள் வீட்டில் அடிக்கடி சிறீ வைணவ பாகவதர்கள் கூட்டமாக வந்து நாலாயிர திவ்யப் பிரபந்தப் பாடல்களை இசைத்துச் 'சந்தை' வைப்பார்கள். ஆழ்ந்த தூக்கத்தில்கூட அது என்னில் ஒலித்துக்கொண்டே இருப்பது போல ஒரு பிரமை இருந்துகொண்டே இருக்கும். அப்புறம், பஜனைப் பாடல்கள் கேட்டுக்கொண்டே இருக்கும். மார்கழி மாதம் பூராவும் வீதிகளில் அதிகாலையில் பாடிக்கொண்டே ஊரை வலம் வருவது. ஆண்டுக்கு மூன்று திருவிழாக்கள்; சப்பரம் எழுந்தருளத்துகளின்போது ராத்திரி பூராவும் நாயன வாசிப்பைத் தவறாமல் கேட்பது. அதோடு கழுகு மலை, கடம்பூர், கோவில்பட்டி ஊர்களில் நடக்கும் கோவில் திருவிழாக்களின்போது வடக்கத்தி மேளங்களான திருவாவடுதுறை ராஜரத்தினம், திருவெண்காடு சுப்ரமணியம் போன்ற நாயனக் கச்சேரிகளைப் போய் தவறாமல் கேட்பது. இப்படி, இப்படி.

இதுகள் எல்லாத்தையும்விடக் கிராமபோன் ரிக்கார்டு களைப் போட்டுப் போட்டுக் கேட்டுக்கொண்டே இருப்பேன். அந்தக் காலத்தில் வெளிவந்த ரிக்கார்டுகள் அனைத்துமே தூய கர்நாடக இசையாகவே இருக்கும். நான் மிகவும் விரும்பிக் கேட்ட ரிக்கார்டுகள் அனைத்துமே நாதஸ்வர இசைத் தட்டுகள்தாம், திருவீழிமிழலை, திருவாவடுதுறை, திருவெண்காடு இவர்களின் ரிக்கார்டுகள் தான் மிக விருப்பமாகக் கேட்பேன்.

எனக்கு இசை ஞானம் ஏற்படக் காரணங்களே இவை தான். எஸ்.ஜி. கிட்டப்பா பாடிய பாடல்கள் கொண்ட ரிக்கார்டுகள் அனைத்துமே என்னிடம் இருந்தன.

இலக்கியத்தில் – மொழியில் – நாட்டுப்புறத்தையே மிகவும் விரும்பும் நீங்கள் இசையில் மட்டும் செவ்விசையை நாடுவது எப்படி?

வசமான கேள்விதான்!

நுட்பமாகக் கவனித்தால், நாட்டுப்புற இசையும் ஒரு செவ்வியல் தான். இசையின் ஆதாரம், சுதியும் தாளமும் இவை

சரியாக இல்லாத நாட்டுப்புற இசையைக் கேட்கச் சகிக்குமா? இவை நாட்டுப்புற இசைக்கும் உண்டு.

சிந்து வகைகள் அனைத்தும் நாட்டுப்புற இசைதான். சிந்துக்களின் அழகு ராணியான காவடிச் சிந்துவை மட்டும் நீங்கள் விவாதிக்க எடுத்துக்கொண்டால் அவைகளில் என்ன குறைச்சலைக் காட்ட முடியும் உங்களால்?

இப்பொழுதும் மக்களிடத்தில் புழக்கத்தில் உள்ள நாட்டுப்புறப் பாடல்களின் வர்ணமெட்டுகளை மட்டுமே நீங்கள் கேட்டால் சொக்கிப் போய் விடுவீர்கள்.

முதலில் இந்த வர்ண மெட்டுகளைத் தேடித் தேடிப் பதிவுகள் செய்து வைக்கணும். எந்த ராக வகையிலும் ஒட்டாத வர்ண மெட்டுகளைத் தனித்துப் போற்ற வேண்டும். நவரத்தினக் கற்களில் எந்தக் கல்லோடும் சேராத, நீரோட்ட முள்ள ஒளி வீசும் ஒருவகைக் கல் கிடைத்தால் அதைத் தூர வீசிவிடுவீர்களா?

டொரியன் பழம் நம்மது இல்லையென்றாலும் அதன் சுவையை மறுக்க முடியுமா?

தேங்காய் நம்மதில்லை தான். எலுமிச்சைப் பழம் நம்ம தில்லைதான். ரோஜாப்பூவும் நம்மதில்லைதான். வயலின்கூட நம்மதில்லை. அதனால் என்ன – சிந்து பைரவி, தேஷ் போன்ற ராகங்களைச் சாதியை விட்டுத் தள்ளி வைத்துவிடவா முடியும்?

உலகின் பிற பகுதிகளில் நாட்டுப்புற இசை பற்றிய சிந்தனை வளர்ந்திருப்பது போலத் தமிழ்நாட்டிலும் இருப்பதாக நினைக்கிறீர்களா?

ஆம் எனில் எவ்வாறு?

இல்லை எனில் ஏன்?

இது பற்றிய முழு சர்வே (கணக்கெடுப்பு) என்னிடம் இல்லை. என்றாலும் கொஞ்சம் சொல்லலாம். இசைக் கலைத்துறையில் இளையராஜாவின் பிரசன்னத்துக்குப் பிறகு தமிழ் இசை உலகம் நாட்டுப்புற இசை பற்றி அதிகம் சிந்திக்கத் தொடங்கி யிருக்கிறது. இன்னும் பல இசை அறிஞர்கள் வருவார்கள் இந்தத் துறைக்கு என்று எதிர்பார்க்கலாம்.

நாட்டுப்புற இசை பற்றி ஒரு ரெண்டாம் பார்வை இருக்கிறது நமது இசை விற்பன்னர்களுக்கு, இந்தப் பண்டிதம் நமது மொழி சம்மந்தப்பட்டதிலும் உண்டு; ஆழ்ந்து சிந்தித்துப் பார்த்தால் இந்தத் தீண்டாமை சரியில்லை என்று படும்.

“உலகின் பிற பகுதிகள் போல” என்று கேட்கிறீர்கள். நமது நாட்டின் நிலையே – முக்கியமாகத் தென் நாட்டின் நிலையே

வேறு அல்லவா? இதையெல்லாம் பேசித் தீர்க்கவும் முடியாது; விவாதத்திலும் தீராது.

நாட்டுப்புற இசை, கர்நாடக இசை இவைகளில் எது உயர்ந்தது என்பது போன்ற ஒப்பீடுகள் செய்யப்படுவது சரியா?

அது அதுதான்; இது இதுதான். அம்மாவையும் அப்பாவையும் ஒப்பீடுகள் செய்து எவர் சிறந்தவர் என்று எப்படி ஒரு முடிவுக்கு வருவீர்கள்.

இதுகளையெல்லாம் அஞ்ஞானிகளிடம் விட்டுவிடுவோம்.

கர்நாடக இசை பெருவாரி மக்களிடமிருந்து அந்நியப்பட்டு இருப்பதாக நினைக்கிறீர்களா?

இல்லை; ஒரு நாளும் இல்லை. ஒரு நல்ல இசை மக்களோடும், மக்களிடம் தானிருக்கும். அந்நியப்பட்டிருப்பதெல்லாம் இந்த இசையை அடி முதல் நுனி வரை கற்றறிந்த வித்வான்களிடம் மட்டுமே. காரணம், அனைத்தும் அறிந்துவிட்டோம் என்ற மமதைதான். ஞானவான்கள் ஒரு நாளும் இப்படி ஆவதில்லை.

இசையில் மொழிப் பிரச்சினை இருப்பதாக உணர்கிறீர்களா?

வாத்ய இசையில் இல்லை; வாய்ப்பாட்டில் உண்டு. ராகத்தில் இல்லை; பாடலில் உண்டு.

கர்நாடக இசை தமிழிசை தான் என்பது பற்றித் தங்கள் கருத்து யாது?

கர்நாடக இசை நான்கு மொழி பேசும் மக்களுக்குச் சொந்தமானது. எந்த மொழி மக்கள் நடுவில் நீங்கள் பாடுகிறீர்களோ அந்த மொழிப் பாடலாக இருந்தால் அர்த்தம் அறிந்து கூடுதலாக அனுபவிப்பார்கள். அல்லாத பட்சம் வர்ண மெட்டில் மட்டும் சுகம் காண்பார்கள். மீரா பஜன் பாடலில் நாம் காணும் (கேட்கும்) சுகம் என்ன? அந்தப் பேதை கண்ணனை நினைத்துக் கதறும் போது நாமே நமக்குள் ஒரு தெரிந்த மொழி அர்த்தம் கொடுத்துத்தான் அனுபவிக்கிறோம். அது நம் கண்களில் கண்ணீரை வரவழைத்துவிடுகிறது.

தமிழில் பாடக் கூடிய அளவுக்குக் கீர்த்தனைகள் இல்லை எனக் கருதுகிறீர்களா?

கீர்த்தனைகள் உண்டு வண்டி வண்டியாய். ரஞ்சிதமான வர்ண மெட்டுக்கள் அமைந்த கீர்த்தனைகள்தான் ஏராளமாக இல்லை.

நான் அறிய அறுபது ஆண்டுகளாக ஒரே ஒரு கீர்த்தனையை விடாமல் பாகவதர்கள் மேடைதோறும் பாடுகிறதும் அதைச் சலிப்பில்லாமல் ரசிகர்கள் ஆஹா ஆஹா என்று சொல்லிக்

கேட்டுக்கொண்டிருப்பதும் ஏன்? அந்தக் கீர்த்தனையின் அர்த்தம்கூட யாருக்கும் தெரியாது! (ஒரு வேளை கடவுளுக்குத் தெரியுமோ என்னவோ) கீர்த்தனையை உண்டு பண்ணிய மொழிக்காரருக்கு மட்டும் நிச்சயம் தெரிந்திருக்கும். அப்படி உண்டாக்கியவர் இப்போது உயிரோடு இல்லை என்கிற தைரியத்தில், நிரவல் என்ற பேரில் அந்த மொழி வார்த்தை களை நைத்து, பீஸ் பீஸாக பிய்த்து, கடித்துக் குதறி... இப்படி என்னவெல்லாமோ செய்து பாட முடிகிறது. இப்படிச் சமயத்தில் சபையோரின் கவனம் பூராவும் தாளத்தில் லயித்து நிற்பதால் மொழி தெரிந்தாலும் பொருள் பார்ப்பதில்லை; இசை எனும் ரயிலே முக்கியம். தண்டவாளம் முக்கியமாகத் தோன்றுவதில்லை.

இதையெல்லாம் சொல்லக் காரணம் வர்ண மெட்டும் சுருதியோடு கூடிய இசையும் அப்புறந்தாம்! பாடலுக்குத்தான் மொழி முக்கியம்; கீர்த்தனைக்கு ரெண்டாவது பட்சமெ. கீர்த்தனை என்பது வர்ணத்தின் அடுத்த வளர்ச்சி (இரண்டாம் நிலை). வர்ணத்தைத் திரிகாலம் பாடுகிற போது வார்த்தைகள் என்ன பாடுபடுகின்றன. உலக்கைக்கும் உரலுக்கும் இடையே அகப்பட்ட அவல்தானே.

நீங்கள் அனுபவித்து, இன்பத்தில் திளைக்கும் இசையைப் பெருவாரி மக்கள் அனுபவிக்க இயலாத நிலை கண்டு வருந்தியது உண்டா? சென்ற தலைமுறையில் இம்மக்களும் ராகங்களை எல்லாம் உணர்ந்து அனுபவித்தவர்கள் தாமே?

படைப்பதிலும், கொடுப்பதிலும் மனசுக்கு மனம் வித்தியாசப்படுவது போலவே அனுபவிப்பதிலும் வித்தியாசப் படும். ஒவ்வொருத்தருடைய அனுபவிப்பும் ரசனையும் ஒவ்வொரு மாதிரி இருக்கும். எனக்கு உச்சாணியாகத் தெரிவது உங்களுக்குத் தாழ்ந்து தெரியலாம். ரசனையில் அநேகமாகச் சமநிலை கிடையாது.

பாடலை உணர்ந்து அனுபவிப்பவர்களெல்லாம் ராகத்தை உணர்ந்து அனுபவிப்பவர்களாகக்கொள்ள முடியாது. ராகத்தையும் சேர்ந்து அனுபவித்தால், பொன்மலர் வாசம் உடைத்தது போல.

பெருவாரி மக்களின் இசையாகக் கர்நாடக இசை எப்போது வளரும்; இதற்கு உங்களின் யோசனை என்ன?

சுத்த சுயம்பான கர்நாடக இசை எப்போதும் நமது வீட்டில் – வீடுகளில் – மெல்லிய ஓசையில் – ஊதுவத்தியிலிருந்து நறுமணப்புகை கசிந்துகொண்டே இருப்பது போல வீடு நிறைந்து கொண்டே இருக்க வேண்டும்.

பிறந்தவுடன் நாய்க்குட்டிக்குக் கண் தெரியாது. அது கண் திறக்க நாப்பது நாள் ஆகும். மனுசக் குழந்தை கண் திறந்திருந்தாலும் பார்வை வர மூன்று மாதங்கள் ஆகும். (மூணாம் மாசம் குழந்தை முகம் பார்த்துச் சிரிக்கும் என்பது சொலவடை) ஆனால் இதே குழந்தைக்குக் காது கேட்பது தாயின் வயிற்றுக் குள்ளே இருக்கும்போதே!

கேட்பதுதான் முதல். செவிச் செல்வமே பெரிது. கற்றலை விடக் கேட்பதே நன்று. உயர்ந்த இசையைக் கேட்டுக் கொண்டே இருந்தாலே போதும். இசை ஞானம் வந்துவிடும்.

நம் நாட்டில் ஒலி மாசு மிக அதிகம். ஒலியும் ஓசையும் அதிகமாக ஆக ஆக நிர்மூடர்களும் அஞ்ஞானிகளும் பெருகிக் கொண்டே இருப்பார்கள். பட்டாசு வெடிப்பில் சுகம் காணுகிறவர்களை ஒருக்காலும் திருத்தவே முடியாது.

கொலைகளும் கொள்ளைகளும் அதிகமாவதற்குக் காரணம் ஒலிமாசுதான். யுத்த தளபதிகள் போர்க் கொலைகளைச் சதா விரும்பக் காரணம், ஓசை, பேரோசை, வெடித்துக்கொண்டே இருக்க வேண்டும் அவர்களுக்கு. இவை யாவற்றிற்கும் ஒரே மருந்து ஸ்ருதியும் உயர் இசையும் தான்.

தங்களது நீண்ட வாழ்க்கைப் பயணத்தில் இசை சம்மந்தமான நூல்களும், ஆய்வுகளும், புதிய முயற்சிகளும் குறிப்பிடத் தகுந்த படி தங்கள் கவனத்தில் உள்ளதா? இருந்தால் விவரமாகச் சொல்லுங்களேன்.

தங்களிடம் சொல்லி மகிழும் படியாக எதுவும் இல்லை. அந்த விசயத்தில் நான் பரம ஏழை. சிறிய வயசில் என்னிடம் வந்து சேர்ந்து மிக நீண்ட நாட்கள் தங்கியிருந்த கிராமஃபோன் ரிக்கார்டுகள் ஒரு அரிய செல்வம். பார்த்த புத்தகங்கள் என்றால் – என் வீட்டில் வந்து கொஞ்ச நாள் தங்கியிருந்த தஞ்சாவூர் ஆபிரஹாம் பண்டிதர் எழுதிப் பதிப்பித்து வெளியிட்ட ஒரு அரளைக்கல் உருவத்திலும் கனத்திலும் இருந்த ‘கருணாமிர்த சாகரம்’ என்ற மாபெரும் நூல்.

அந்தப் புத்தகத்தை யாரும் வாசிக்காவிட்டாலும் பார்க்கணும். அப்படி ஒரு கட்டட நேர்த்தி. ஒரு அதிசயம் என்னவென்றால், சற்றும் இசை ஞானமே இல்லாத படு ஞான சூன்யனுடைய வீட்டில் அது இருந்தது.

எப்படி இது இங்கே வந்தது என்று கேட்டேன், அந்த வீட்டுப் பையனிடம். யாரோ ஒருத்தர் இதை அடமானமாக வைத்து அப்பாவிடம் பணம் வாங்கிக்கொண்டு போனார் என்றான் (கலைவாணி சம்மந்தப்பட்ட விசயங்கள் அப்போது இப்படித்தான் இருந்தது).

பெருங்குளம் சீனிவாச அய்யங்கார் – என்ற ஞாபகம். அக்காலத்தில் அவர் நடத்திய ஒரு சங்கீத இதழ்கள் அடங்கிய பைண்டு வால்யூம் ஒன்று. அதில் நான் விரும்பிய ஒரு பக்கம்; எழுபத்தி இரண்டு மேளகர்த்தா ராகங்களின் பட்டியல், அவைகளின் ஆரோகண அவரோகண ஸ்வர விபரங்கள், சுத்த மத்திம, பிரதி மத்திம ராகப் பிரிவின்படி அச்சாக்கம் செய்யப்பட்டிருந்தது. இந்த வால்யூமினுள் ராக அகராதியும் அடக்கம். இவை எங்களுக்கு ரொம்பப் பயன்பட்டது என்று சொல்ல வேண்டும். (எனக்கும் கு.அ.வுக்கும்) "தியாகராஜ ஹிருதயம்" (?) தியாகய்யருடைய கீர்த்தனைகள் ஸ்வரப்படுத்தப் பட்டவை ஒரு பகுதி. தெலுங்குச் சொற்களுக்குத் தமிழில் அர்த்தம் சொல்லப்பட்டிருக்கும்.

ரசிகமணி டி.கே.சி. அவர்கள் பதிப்பித்த தமிழ்க் கீர்த்தனைகள் அடங்கிய ஒரு புத்தகம் – சின்ன அண்ணாமலை அவர்கள் பதிப்பித்தது என்று ஞாபகம்; "தமிழிசைப் பாடல்கள்" என்ற பெயரில் (?) வேலூர் சம்மந்த மூர்த்தி ஆச்சாரியார் பதிப்பித்த ராக அகராதி (சிறியது) திருவனந்தபுரம் டி. லஷ்மண பிள்ளை இயற்றிய தமிழிசைப் பாடல்கள் ராக, தாள, ஸ்வரக் குறிப்புகளுடன்.

பாபநாசம் சிவன் இயற்றிய கீர்த்தன மாலை ரசிகமணி டி.கே.சி. அவர்கள் எழுதிய அணிந்துரையுடன். அருணாசலக் கவிராயர் இயற்றிய ராம நாடகக் கீர்த்தனைகள்.

ஊத்துக்காடு வேங்கடசுப்பையர் இயற்றிய கண்ணன் தோத்திரப் பாடல்கள்.

சென்னிகுளம் அண்ணாமலை ரெட்டியார் இயற்றிய காவடிச் சிந்துப் பாடல்கள்.

இவையெல்லாம் போக, இவைகளுக்கு முன்னால் என்னிடம் இருந்தவை அந்தக் காலத்திய சினிமாப் பாட்டுப் புத்தகங்கள்! அவைகளை வைத்திருக்கக் காரணம் அந்தப் பாடல்களெல்லாம் இன்ன இன்ன ராகங்களில் அமைந்தவை என்று அதில் இருக்கும். ராகங்களோடும் மனங்கவரும் வர்ண மெட்டுக்களோடும் சதா இடைவிடாத தொடர்பு இருந்ததின் விளைவு, நாங்களும் அந்த வர்ணமெட்டில் சொந்தத்தில் பாடல்கள் இயற்றிப் பாடுவோம். பிற்காலத்தில் நான் விவசாய சங்க (கிஸான் சபா) இயக்கத்தில் சேர்ந்து ஊர் ஊராகப் போய் கூட்டங்களில் பாட நேர்ந்தபோது, பிலஹரி ராகத்தில்,

"காரிருள் போக்கியதே கிஸான் சபா
காலைக் கதிரவன் போல்..."

என்ற எனது பாடல் பல மேடைகளில் தோழர்களால் பாடப் பட்டது. அந்தப் பாடல் வத்றாயிருப்பு ஊரில் நடந்த தமிழ்நாடு முதலாம் மாநில மாநாட்டில் முதன் முதலில் நானும், பிச்சைக் குட்டியும், ஆர்.வி. அனந்த கிருஷ்ணனும் சேர்ந்து பாடினோம். அம் மாநாட்டில் பாடுவதற்காகவே இயற்றினேன். இப்போது அந்த இரண்டு அடிகள்தான் ஞாபகத்தில் இருக்கிறது. ஒரு வேளை தோழர் – நல்லகண்ணுவுக்கு ஞாபகத்தில் இருக்கலாம். (கோடாரங்குளம் மாநாட்டிலும் பாடினோம்)"

பின்னுரை

வழிபாட்டின்போது பாட்டுப்பாடி, ஆட்டமாடி, உடுக்கை யடித்து, வர்ணித்து அம்மன்களை அழைப்பது போலச் சில இடங்களில் கி.ரா.வின் எடுத்துரைப்பு 'வர்ணிப்பு' போல இருக்கிறது.

கி.ரா. ஓர் அபூர்வம். ரசத்தைப் பிழிந்தெடுப்பவர். தென்னை மரம் நிலத்து நீரை உறிஞ்சி இளநீரைத் தருகிறது. பனை பதநீரைக் கொடுக்கிறது. திராட்சை ஒப்பற்ற ரசத்தைத் தருகிறது. முக்கனிகள் மூன்று அமிர்தமான சுவைகளைக் கொடுக்கின்றன. கி.ரா.வின் மொழிதல் நுட்பம் இந்த அமிர்தருசிகள் போன்றது, அல்லது ஈரமான ரோஜா போன்றது, இல்லை 'மழை நிலவு' போன்றது. இவையெல்லாமும் அதிசயங்கள் தான். கரிசல்காட்டுக் கதை சொல்லியாகப் பெயரெடுக்க அவதரித்தவர் கி.ரா.

சமூகத்தில் சில நடைமுறைகள் வழக்கிழந்தும் பொருத்த மில்லாமலும் இருக்கும். இவற்றை விமர்சிப்பது எழுத்தாளரின் தலையான பண்பாகும். இதனைக் கி.ரா. பல இடங்களில் அங்கதச் சுவையுடன் செய்கிறார். அங்கதத்தை வெளிப் படுத்த பண்பட்ட, தேர்ந்த உளப்பாங்கு அவசியமாகும். உலக அளவில் பார்க்கும்போது பல மொழிகளிலும் அங்கதச் சுவையை அளிப்பவர்கள் வயதில் மூத்த, முதிர்ந்த படைப்பாளி களாக இருப்பதைக் காண்கிறோம். அங்கதத்தைக் கையாளுவதில் கி.ரா.வுக்கு நிகர் கி.ரா. தான். அவருக்கென்று ஒரு தனி பாணி உள்ளது; செய்நேர்த்தி உள்ளது. கிராமங்களில் நல்லவை செய்பவர்களும் அல்லவை செய்பவர்களும் உள்ளனர். அவர் களில் அல்லவை செய்பவர்களை அங்கதச் சுவையோடு வர்ணிப்பார் கி.ரா. அவரின் எழுத்து முன்னோக்கி ஓடும் நதி என்பார் பா.செயப்பிரகாசம். எழுத்தழியா இளமைக்குரியவர் என்பார் க. பஞ்சாங்கம். இனி சொல்வதற்கு என்ன இருக்கிறது?

26

அகராதி அறிஞர்

"நான் சினிமாத் துறைக்குள் வராமல் இருந்திருந்தால், கி.ரா. தமிழில் கதை எழுதாமல் இருந்திருந்தால், இளையராஜா நமக்குக் கிடைக்காமல் போயிருந்தால், இவை எனக்குள் எழும் முக்கியமான மூன்று கேள்விகள்... அப்பா கி.ரா.வின் எழுத்தாலும் சந்திப்பா லும் நானும் என் எழுத்தும் பெற்ற பேற்றை என் பிள்ளைகளும் பிள்ளைகளுக்குப் பிள்ளைகளும் பெற முடியுமா என்ற ஏக்கம் எனக்கு எப்போதும் உண்டு."

– தங்கர் பச்சான்

கி.ரா. பன்முகம் கொண்டவர். கதை சொல்லி, எழுத்தாளர் ஆகிய நிலைகளைத் தாண்டி மிகுந்த இசை ஞானம் மிக்கவர். இவற்றைத் தாண்டி எந்த எழுத்தாளரும் செய்ய நினைக்காத அகராதி உருவாக்கும் முயற்சி செய்ததை இவருடைய தனிப் பெரும் பங்களிப்பாகக் கருத வேண்டியிருக்கிறது. கி.ரா. உருவாக்கிய *வட்டார வழக்குச் சொல்லகராதி* எல்லோருக்கும் முன்மாதிரி ஆகிவிட்டது.

பேச்சு மொழிக்கு (கிளைமொழி) ஓர் அகராதி. அதுவரை யாரும் யோசிக்காதது. அதற்கு ஓரிடத்தில் கி.ரா. பின்வருமாறு காரணம் சொல்கிறார். "பேச்சில்தான் தமிழைப் பார்க்கிறேன் நான். தமிழின் அழகெல்லாம் மக்கள் பேசும் பேச்சில்தான் இருக்கிறது. முதலில் எளிமை. பளிச்சென்று விஷயத்துக்கு வந்துவிடலாம்; சுற்றி வளைத்துவர தேவையில்லை. நேரம் மிச்சம்; மொழியின் லாவகம், வீச்சு எல்லாம் பேச்சு மொழியில் கண்டுகொள்ள லாம். இப்படி இன்னும் நிறைய..." (*கட்டுரைகள், பக்.430*).

மொழி பற்றிக் கி.ரா.வுக்குத் தீர்க்கமான தரிசனம் உண்டு. அதுதான் அவரது அடையாளம். தன்னுடைய கரிசல் வட்டார மொழியில் எழுதும்போது மற்ற வாசகர்களுக்கு அவரது வட்டார மொழி விளங்க வேண்டுமென்பதற்காக உருவாக்கியது தான் கரிசல் வட்டார அகராதி. வட்டார மொழியில் எழுதுவது பற்றியும், அது தமிழுக்கு வளம் சேர்க்குமா என்பது பற்றியும் கி.ரா. பின்வரும் பதில்களைச் சொல்லியிருக்கிறார்.

கி.ரா. இனவரைவியல்

மொழி பற்றியும், மொழிப் பயன்பாடு பற்றியும், வட்டார வழக்குகள் பற்றியும் கி.ரா.வுக்கெனத் தனியான கருத்துகள் உண்டு. பின்வரும் நேர்காணலில் அவை பற்றிப் பேசியிருக்கிறார்.

ஒவ்வொரு எழுத்தாளரும் அவரவர் வட்டார நடையில் எழுதத் தொடங்கிவிட்டால் வாசிக்கிறவர்கள் பாடு பெரும் பாடாகி விடுமல்லவா?

இந்தக் கேள்வி, வாதத்துக்குச் சரி என்று தோன்றினாலும், இதில் உண்மை இல்லை.

தமிழ்த் தாய்க்கு எத்தனையோ முகங்கள். நாம் நினைத்திருந்தது போல அவளுக்கு ஒரே முகம் இல்லை. "முப்பது கோடி முகமுடையாள்" என்று பாரதி சொன்னது தேசத்துக்கு; இது நாட்டுக்கு (தமிழ்நாட்டுக்கு) தமிழ்த் தாய்க்குச் செட்டி நாட்டில் ஒரு முகம், கொங்கு நாட்டில் ஒரு முகம், சோழ நாட்டில் ஒன்று, நெல்லைச் சீமையில் ஒன்று, கரிசல்க் காட்டில், தொண்டை நாட்டில், நாஞ்சில் நாட்டில், மதுரை மண்ணில், இன்னும் பல, (ஈழத்துத் தமிழையும் சேர்த்துக்கொள்ளலாம்). இப்படி வட்டாரந் தோறும் அவளுக்குத் திருத்தமான முகங்கள் இருக்கின்றன. முகத்துக்கு ஒரு நாக்கு இருக்கிறது. நாக்குக்கு ஒரு பேச்சு இருக்கிறது. தமிழ் மொழி அவ்வளவு பரந்...த விஸ்தாரமான மொழி. நீங்கள் நினைப்பது போல் இப்போது தமிழ் அறிஞர்கள் மேடைகளில் பேசுகிற எழுதுகிற "ஓட்டல் சாம்பார் மொழி" அல்ல, நமது தமிழ்மொழி.

அதென்ன "ஓட்டல் சாம்பார் மொழி"

ஓட்டலில் சாப்பிடுவதற்குப் பல்வேறு நாக்கு ருசிகள் கொண்டவர்கள் வருவார்கள். ஒருவருக்குப் புளிப்புப் பிடிக்கும். ஒருவருக்குக் காரம் பிடிக்கும், ஒருத்தருக்குக் காரமே உதவாது. இப்படி வரும் எல்லோருக்கும் ஒத்துக்கொள்ளும் படியாக ஒரு சமரச (!) சாம்பார் செய்துவிடுவான் ஓட்டல்க்காரன்.

ஏற்கெனவே பலமுறை சொல்லியிருக்கிறேன். என்றாலும், அவசியம் கருதிச் சொல்கிறேன். பெரியார் மேடையிலும்கூட

அவருடைய தாய்மொழியிலேயே பேசினார். ராஜாஜியும் அவருடைய மண்ணின் மொழியிலேயேதான் மேடையில் பேசினார். கரிசல் காட்டுக் காமராஜரும் அவருடைய மொழியிலேதான் பேசினார். இந்த முப்பெரும் தலைவர்களும் மேடையில் பொய்த் தமிழில் பேசவே இல்லை; மெய்யான தமிழ் மொழியில்ப் பேசினார்கள். நாமோ இன்று மேடையில் முகம் இல்லாத மொண்ணை மொழியில் அதாவது தமிழ் போலத் தெரியும் ஒரு பொய்த் தமிழில் முழங்கிக்கொண்டிருக்கிறோம்.

வட்டார நடை வாசகனுக்குப் புரிந்துகொள்ள, அறிந்து அனுபவிக்கச் சிரமம் தராதா?

முதலில் கொஞ்சம் சிரமம் இருப்பது போலத் தோன்றும். சுவையை நாக்கு அனுபவிக்கப் பழகணும். எனது ஒரு அனுபவத்தை இங்கே சொல்லுகிறேன். நம்முடைய வானொலி நாடகங்களைக் கேட்டுச் சலித்த எனக்கு, நண்பர் ஒருவர் சொன்ன யோசனை, சனிக்கிழமை தோறும் இரவு 9.30-க்குச் சிலோன் வானொலி ஒலிபரப்பும் தமிழ் நாடகங்களைக் கேட்டுப் பாருங்கள் என்றார்.

அந்தக் காலத்தில், அப்போது இந்தக் "கச்சரா" ஏற்படாத காலம் - சனிக்கிழமை தோறும் ராத்திரி 9.30 மணிக்கு ஆவலோடு வானொலிப் பெட்டியின் முன் உட்காரும் வழக்கம் வந்தது. ஹ; வானொலி நாடகங்கள் என்றால் அதுவல்லவா நாடகங்கள். நம்மவன்களும் பண்ணுகிறான்களே சாவஞ்செத்த நாடகங்கள். அந்த ஈழத்து மக்களின் தமிழையே கேட்டுக் கொண்டிருக்கலாம்; என்ன சொகம் என்ன சொகம்!

முதலில் கேட்கக் கொஞ்சம் சங்கடமாகத்தானிருந்தது. பல வார்த்தைகள் புரியவேயில்லை; நுளம்பு, பகடி, பாவிக்கிறது, விசர், சிகெட், இப்படி. அப்புறம் அதுவே, கேட்கக் கேட்க ஆனந்தமாகவும் ரசிக்க முடியும் படியாகவும் இருந்தது.

"மணிக்கொடி கால" எழுத்தாளர்களைத் தொடர்ந்து ஈழத்து எழுத்தாளர்களும் கொஞ்ச காலம் நம்மவர்களைப் போலவே ஒருவகைச் "சாம்பார் நடை"யில்தான் எழுதிக் கொண்டுவந்தார்கள். பிறகு தாம் தெரிந்தது அவர்களுக்கு, இந்த மொண்ணைத் தமிழ் நடையை உதறிவிட்டு, ஈழ நாட்டு முகம் தெரியும்படியான ஒரு உயிருள்ள தமிழ் நடையில் எழுத வேண்டும் என்று. இந்த நடையை அவர்கள் தங்கள் மக்கள் பேசும் பேச்சு நடையிலிருந்து வடித்தெடுத்தார்கள்; அதில் வெற்றி பெற்றார்கள்.

வட்டார வழக்குச் சொற்கள் திரட்டு, தமிழுக்குச் சிறந்த வார்த்தைகள் தந்து உதவ முடியுமா?

உங்கள் கேள்வி சரியாக அமையவில்லை என்று நினைக்கிறேன். தமிழ்ச் சொற்களின் பொதுக்களஞ்சியத்துக்கு வட்டார வழக்குச் சொற்களின் பங்களிப்பு என்ன – அல்லது அனைத்து வட்டாரங்களுமே பயன்படுத்தத் தகுந்த மாதிரியான பொதுமைச் சொல் ஏதேனும் கிடைக்க முடியுமா – இந்த மாதிரியான ஒரு எண்ணத்தில் நீங்கள் கேட்கிறீர்கள் என்று நினைக்கிறேன்; சரியா?

சரிதான் சொல்லுங்கள்.

எங்கள் துணைவேந்தரிடமிருந்து எனக்கு வரும் தபால்களின் உறைக்கூட்டின் மேல் சில சமயம் "மந்தணம்" என்று அவர் கைப்பட எழுதியிருக்கும். எனக்கு முதலில் இது என்ன என்று விளங்கவில்லை. அகராதியில் தேடிப் பார்த்தபோது மந்தணம் என்பதற்கு இரகசியம் என்று இருந்தது. அந்தரங்கம்; ரகசியம் என்பது வடமொழி என்று நினைத்துச் சுத்தத் தமிழில் மந்தணம் என்று குறிப்பிட்டிருக்கிறார் என்று யூகித்துக்கொண்டேன். இந்த அந்தரங்கம்; ரகசியம் என்கிற சொற்களுக்கு நம்முடைய நாட்டுப்புற மக்கள் என்ன சொல் பயன்படுத்துகிறார்கள் என்று நினைத்துப் பார்த்தபோது கமுக்கம் என்கிற சொல்லைப் பயன்படுத்துகிறார்கள் என்பது நினைப்புக்கு வந்தது. இது பரவலாகவே உபயோகிக்கப்பட்டு வரும் ஒரு சொல்தான். அனைவரும் அறிந்த அல்லது அறியக்கூடிய, கமுக்கம் என்கிற சொல்லைப் பயன்படுத்தலாமே என்று எனக்குப்பட்டது.

பேருந்தின் வழித்தடங்கள் (பஸ்ரூட்) என்று இப்போது கேள்விப் பட்டிருப்பீர்கள். பேருந்து, சீருந்து (பிளஷர்கார்) என்பதெல்லாம் இப்போ வந்தது. வழித்தடம் என்கிற சொல் கொங்கு நாட்டில் மக்களிடம் புழங்கும் வட்டார வழக்குச் சொல். அதிலிருந்துதான் இந்தப் பேருந்தின் வழித்தடம் என்று ஆக்கிக்கொண்டார்கள். (இதை எனக்குச் சொன்னவர் தஞ்சைப் பல்கலைக்கழகத்தின் ஒரு தமிழ்ப் பேராசிரியர்).

ஆகவே வட்டார வழக்குச் சொற்கள் நம்முடைய பொதுத் தமிழ்க் களஞ்சியத்துக்கு வந்தால் இப்படி மிகவும் பயனாகவும் இருக்கும். சொல்லப் போனால் நம்முடைய பேரகராதியில் தமிழ் மக்கள் நாவில்ப் புழங்கும் சொற்கள் நிறைய்ய வந்து சேரவேண்டியதிருக்கிறது. அதுக்கெல்லாம் முன்னோடிதான் இந்த வட்டார வழக்குச் சொல் அகராதிகள் (கட்டுரைகள், பக்.414–427).

அறிவார்ந்த வேலைகளில் மிகவும் கடினமானது அகராதி உருவாக்கம்தான். அதிலும் வட்டார வழக்குச் சொல்லகராதி உருவாக்குதல் மேலும் கடினமாகும். கி.ரா.வுக்கு

முன்பு அப்படியொரு வழக்குச் சொல்லகராதியை யாரும் உருவாக்கவில்லை. அதிலும் இவரே முன்னத்தி ஏர்.

கி.ரா. தொகுத்துள்ள வட்டார வழக்குச் சொல்லகராதி, வழக்குச் சொல்லகராதி ஆகிய இரண்டும் மிக முக்கியமானவை. கி.ரா.வின் அகராதிகளில் இரண்டு வகையான பதிவுகள் உள்ளன. ஒன்று, தனிச் சொற்கள். மற்றொன்று, தொடர்கள். தனிச் சொற்களில் கி.ரா. காட்டும் கவனம் அகராதி முக்கியத்துவம் கொண்டது.

அம்மாச்சி – தாயைப் பெற்றவள்

அம்மாஞ்சி – ஒன்றும் அறியாதவன் ('சுத்த அம்மாஞ்சி')

ஓரெழுத்து மாறுபாட்டால் ஏற்படும் பொருள் மாற்றங்களை மிகுந்த கவனத்துடன் பதிவு செய்துள்ளார். அவ்வாறே, கரிசல் வட்டார மக்களின் ஒலிப்பு முறையை மிகுந்த கவனத்துடன் பதிவிட்டுள்ளார். அதிசயம் என்பதை 'அதீசயம்' என்றும், நிறைய என்பதை 'நிறைய்ய' என்றும், முதல் பக்கம் என்பதை 'முதல்ப் பக்கம்' என்றும், நெல் சோறு என்பதை 'நெல்ச் சோறு' என்றும் பதிவிடுகிறார்.

கரிசல் வட்டாரத்தின் ஒலியழுத்தங்களைத் துல்லியமாகப் பதிவிடுவது வரலாற்று மொழியியலாருக்குக் கி.ரா. வழங்கும் மிகப்பெரும் கொடையாகும். கி.ரா.வின் எழுத்துக்களை மொழியியல் நோக்கில் ஆராய்ந்துள்ள பேராசிரியர் இரா. கோதண்டராமன் (மேனாள் இயக்குநர், புதுச்சேரி மொழியியல் பண்பாட்டு ஆராய்ச்சி நிறுவனம்) அதன் முக்கியத்துவங்களை விளக்கியுள்ளார் (*கோட்பாட்டு நோக்கு ஆய்வு, கி.ரா.95*, பக்.29–40).

அகராதிகள் பெரும்பாலும் ஒரு சொல்லுக்குப் பொருள் கூறும் முறையைப் பின்பற்றுகின்றன. ஆனால் கி.ரா. வழக்கு மொழிக்கு முக்கியத்துவம் கொடுப்பதால் இருசொற்கள் இணைந்து பொருள்படுத்தும் சொல் இணைவுக்கும் முக்கியத்துவம் தருகிறார்.

அத்தக் கூழ் (புளிக்க வைக்காமல் காய்ச்சும் கூழ்)

அடிச்சிப் பிடிச்சி (மிகவும் சிரமப்பட்டு)

கி.ரா.வின் அகராதிகளில் நாம் கவனிக்க வேண்டியது ஒன்றுண்டு. மரபுத் தொடரும் வழக்குத் தொடரும் கருத்து வேறுபாடு கொண்டவை. மரபுத் தொடர்கள் காலங்காலமாக ஒரு பொருளை உணர்த்தி வரும் தன்மை கொண்டவை. வழக்குத்

தொடரில் சொற்களுக்கும், அவற்றின் சொற் பொருளுக்கும் நேர்ப் பொருள் இருக்காது.

குழி பறிக்கிறான் – தீங்கு செய்கிறான்

மண்டையைப் போட்டான் – இறந்தான்

அலைய குலைய திங்கலாம் – ஆசை தீர உண்ணலாம்.

இத்தகைய வழக்கு வேறுபாடுகளைக் கி.ரா. மிகவும் கவனத்துடன் பதிவிட்டிருக்கிறார். மரபுத் தொடர்களுக்கும் மிகுந்த முக்கியத்துவம் கொடுத்திருக்கிறார். ‘அடிச்சான் பாதர் வெள்ளை’, ‘அடிரா சக்கைன்னாம்’ போன்ற தொடர்கள் பாராட்டுதலையும் மகிழ்ச்சியையும் வெளிப்படுத்தும் தொடர்களாம்.

கி.ரா. வின் அகராதிகளில் சொலவம், பழமொழி இரண்டும் தனித்தனியாக இடம்பெறுகின்றன. ‘நாய் இல்லாத இடத்தில் நரி அம்பலம்’ – இது சொலவம். ‘அவசரத்துல அரிக்கான் சட்டிக்குள்ள கை போகாதது மாதிரி’ – இது பழமொழி.

பின்னுரை

“எழுத்தாளர்கள் ஏகலைவன் மாதரி. அவர்கள் எந்த வாத்தியாரையும் வைத்துக்கொண்டும் தங்கள் தொழிலைக் கற்றுக் கொண்டதில்லை. அதே போல எந்த ஒருவனுக்கும் அவர்கள் வாத்தியாராக இருந்து கற்றுக் கொடுக்க விரும்புவதும் இல்லை” (கி.ரா. 1988:X).

கி.ரா. நாற்பது வயதுக்குப் பின்னரே தமிழில் படைக்கும் படைப்பாளி ஆனார். 1958ல் முதல் படைப்பு வெளியானது. 62 வருடங்களாக எழுதிக் கொண்டிருக்கிறார். எழுத்தனுபவத்தின் ஊடாகக் கரிசல் வட்டார வழக்குச் சொல்லகராதி உருவாக்க வேண்டிய தேவையை உணர்ந்தார்.

கி.ரா. போட்ட பாதையில் தமிழில் இதுவரை இருபத்திரண்டு வட்டார வழக்குச் சொல்லகராதிகள் வெளிவந்துள்ளன. பட்டறிவின் வாயிலாக இந்த வரிசையில் வந்த முதல் அகராதியை உருவாக்கியுள்ளார். கி.ரா. ஓர் எழுத்துலக பிரம்மா.

27

சமூக – பொருளாதார மாற்றங்கள்

"கி. ராஜநாராயணின் 'கிடை' கதையைப் படமாக்க எனக்கு இரண்டு முக்கிய காரணங்கள் உந்துதல்களாக இருந்தன. அதில் தலித் பெண் செவனிக்கும், நாயக்கர் சாதி ஆண் எல்லப்பனுக்கும் இடையே நிறைவேறாக் காதல் சொல்லப்பட்டிருக்கிறது."

– **அம்ஷன் குமார்**

பண்பாடு என்பது ஜீவ நதி போன்றது. ஒவ்வொரு துளியிலும் அதன் தன்மை தெரியும். கி.ரா. அடிப்படையில் பொதுவுடைமைவாதி என்பதால் அவருடைய படைப்புகளில் சமூக, பொருளாதார மாற்றங்கள் பற்றி நிறையப் பேசியிருக்கிறார். சமூக வாழ்வில் மாற்றம், வளர்ச்சி ஆகியவற்றைக் காட்டிலும் வேறு எந்த நிகழ்வுகளும் அந்தச் சமூகத்திற்குச் சவாலாக இருக்க முடியாது.

சமூக, பொருளாதார மாற்றங்கள் பொது நிலையில் சிக்கலான நிகழ்வுகளாகும். நவீனமய மாதல், தொழில் மயமாதல், நகரமயமாதல், மேற்கத்தியமயமாதல், இந்துமயமாதல், பிற சமயம் தழுவுதல், உயர் குடியாதல், பண்பாட்டுத் தழுவல் முதலான பல்வேறு போக்குகளால் ஏற்படும் மாற்றங்கள் பெரும் தாக்கத்தை விளைவிக்கின்றன.

கி.ரா. பேசும் கரிசல் வாழ்க்கை நவீன வேளாண் முறைக்கு முந்தையது. மின்சாரம், பம்புசெட், எந்திர உழுவண்டி, அரசு வழங்கும் கடன் முதலான நவீனங்கள் உள்ளே நுழையும் காலகட்டம்.

நிலவுடைமையாளர்கள், சிறுவிவசாயிகள், கூலித் தொழிலாளிகள் ஆகிய மூன்று பிரிவினர் களையும் மிகத் துல்லியமாக மதிப்பிடுகிறார். உறவுமுறை சார்ந்த உற்பத்தி முறை மிச்ச சொச்சமாக இருப்பதைக் கி.ரா. பேசுமிடம் மிகவும் பெறுமதியானது. தனிக்குடும்ப உற்பத்தியும் நிலவுடைமை உற்பத்தியும் வளர்ந்துவிட்ட கி.ரா. காலத்தில் தொன்மையின் தொடர்ச்சியை மிக அழகாகப் படம்பிடித்துக் காட்டுகிறார்.

குடி ஊழிய முறையையும் கவனப்படுத்துகிறார். ஒரு கிராமத்துக்குள் பல்வேறு சாதிகள் தங்கள் தொழில்களையும் பொருள்களையும் மற்றவர்களுடன் பரஸ்பரம் பரிமாறிக் கொண்ட பண்டைய நிலையைக் கி.ரா. கலைநுட்பங்களுடன் தம் கதைகளில் பேசுகிறார். கி.ரா. கதைகளைக் கொண்டு அக்காலத்தில் சமூக, பொருளாதார மாற்றங்களை விரிவாக வும் ஆழமாகவும் புரிந்துகொள்ள முடிகிறது. இது கி.ரா.வின் தனிப்பட்ட சாதனை என்று கருதலாம்.

கி.ரா. இனவரைவியல்

கி.ரா. தம் கதைகளில் பேசுகின்ற கால மாற்றங்கள் நேரடியாகப் பொருளாதார மாற்றங்களைச் சொல்பவை. ஆனால் சில இடங்களில் கதையம்சமாகவும், சில இடங்களில் பொருளியல் எதார்த்த அம்சங்களாகவும் காட்டுகிறார். பின்வரும் கதைப் பரப்பில் கி.ரா. இன்றைய இளைய சமூகத்தினரின் மனநிலையை மிகுந்த நேர்மையுடன் சித்தரிக்கிறார். 'ஒரு செய்தி' (1982) எனும் கதையில் இவ்வாறு எழுதுகிறார்.

"இப்போது வேகமாக விடியல் ஒளி பரவிக்கொண்டு வருகிறது. கிராமத்தின் பரம்பரைத் 'தொள்ளாளி'களான தச்சாசாரிகளும், கொல்லாசாரிகளும் தூக்குச் சட்டிகளில் சோற்றை எடுத்துக்கொண்டு டவுன் பஸ்ஸைப் பிடிக்கத் தயாராகிறார்கள். அவர்களோடு விறகு வெட்டுகிறவர்கள், கொத்தனார்கள், சித்தாள்கள், இதுபோக மற்றக் கூலி வேலை செய்கிறவர்களும் நகரத்தில் போய்த் தினப்படி வேலை பார்த்து வர டவுன் பஸ்ஸுக்காகக் காத்திருக்கிறார்கள். நகரத்தில் அவர்களுக்குக் கிடைக்கும் கூலித்தொகை கிராமத்தில் கிடைக்காது – கொடுக்கக் கட்டாது – ஆகவே அவர்கள் கிராமத் தில் வசித்தாலும் கிராமத்தைக் கைவிட்டு அநேக வருஷங்கள் ஆகின்றன.

காலையில் எழுந்ததும் தெருவில் 'வெளிக்கு' இருக்கும் சிறு குழந்தைகளைத் தவிர, இப்பொழுது தெருவே காலியாகி விட்டது. தெருக்களில் பாண்டி விளையாடக்கூட ஒரு பெண் பிள்ளையைக் காணோம்.

வயசுக்கு வந்த பெண்கள் மட்டுமே வீட்டுக்குள் உட்கார்ந்து கொண்டு உடம்பை முன்னும் பின்னும் ஆட்டிக்கொண்டே வேகமாகத் தீப்பெட்டி ஒட்டிக்கொண்டிருக்கிறார்கள்.

இவர்கள் மீது வெயில் பட்டுப் பல வருஷங்கள் ஆகின்றன. அரங்கு வீட்டின் இருட்டில் வளர்க்கப்பட்ட முளைப்பாரிப் பயிர்கள் போல வெளுத்துக் காணப்படுகிறார்கள்.

காலையிலிருந்து மாலையும் கடந்து, இருட்டுகிறவரை உள்ளே உட்கார்ந்து ஒட்டுகிற இவர்கள், வெளிச்சத்துக்காகத் தெருவிளக்கடிக்கு வந்து உட்கார்ந்து ஒட்டும்போது மட்டும் அவர்கள் மீது கொஞ்சம் வெளிக்காற்று படும்.

அந்தக் கிராமத்தில், மீதி இருக்கும் இளைஞர்கள் . . . அதாவது வெளிநாடுகளுக்கும், வெளிமாநிலங்களுக்கும் போனவர்கள் போக மற்ற இளைஞர்களின் கால்கள் இந்த மண்ணின் மீதுதான் இருந்தாலும் மனசு 'வெளியே'தான் இருக்கிறது."

நிலம் எனும் உடைமை எவ்வாறு கருதப்படுகிறது என்பதைக் கி.ரா. 'ஒரு செய்தி' (1982) கதையில் சொல்லும் விதம் வரலாற்றுணர்வை வெளிப்படுத்துகிறது.

"நிலம் கிடைக்கிறதும் இப்போ ஒன்றும் கஷ்டமில்லை. சாகுபடி நிலங்களெல்லாம் தரிசு விழுந்துகொண்டு வருகிற இப்போது நிலம் பெறுகிறதா கஷ்டம்?

இந்தத் திட்டங்களின்கீழ் பால் மாடுகளும், ஆடுகளும் வந்து கிராமத்தில் லாரி லாரியாக இறங்கிக்கொண்டிருக்கின்றன.

ஒரு காலத்தில் மனிதன், கலப்பையைக் கண்டுபிடிப்பதற்கு முன்னால் ஆடுகளையும், மாடுகளையும் மேய்த்துக்கொண்டு தான் திரிந்தானாம். அந்தக் காலம் திரும்பிவிட்டது. விவசாயம் நின்றுபோய்விட்டது அல்லது வேகமாய்க் குறைந்துகொண்டே வருகிறது.

மேழியைப் பிடித்த கைகள் எருமைமாடு மேய்க்கிற கம்பைப் பிடிக்க ஆரம்பித்திருக்கிறது.

விளைநிலங்களெல்லாம் தரிசுநிலங்களாகவும் மேய்ச்சல் நிலங்களாகவும் மாறிக்கொண்டிருக்கின்றன."

கரிசல் காட்டுச் சம்சாரிகளின் வாழ்வில் தீப்பெட்டித் தொழில் ஒரு புதிய தொழிலாக உருவெடுத்துவிட்டது. அது பற்றிக் கி.ரா. 'ஒரு செய்தி' (1982) கதையில் பேசுவதைக் காண்போம்.

"குழந்தைகள் இருக்குமிடங்களில் ஒரு கலகலப்பு இருக்குமே, அது இல்லாததால் நமக்கு இந்தச் சந்தேகம் வந்தது.

இதோ அவர்கள்!

உட்கார்ந்து காலை நீட்டிக்கொண்டோ மடக்கிக் கொண்டோ, உடம்பை முன்னும்பின்னும் ஆட்டிக்கொண்டே தீப்பெட்டியை ஒட்டி ஒட்டி எறிந்துகொண்டே இருக்கிறார்கள். சதா உட்கார்ந்தே இருப்பதாலும் பெருங்கால் பிடித்துக் கொள்வதாலும் அவசரத்துக்கு அவர்களால் எழுந்திருக்க முடியாது! இதுமட்டும் இல்லை; அவர்களால் பேசமுடியாது; சிரிக்க முடியாது; கதைகள் சொல்லி மகிழ முடியாது. மனம் திறந்து பாட முடியாது.

அவர்கள் எல்லாரையும் தீப்பெட்டி ஆபீஸ்காரன் பைசா வினால் தரையோடு தரையாக அறைந்து வைத்துவிட்டான்!

அவர்களால் செய்ய முடிந்ததெல்லாம் பிசுபிசுக்கும் கஞ்சிப் பசையை விரல்களால் தடவித்தடவித் தீப்பெட்டிகளை ஒட்டுவதும், டிரான்சிஸ்டரில் அதிகபட்சம் எவ்வளவு சத்தம் வருமோ அவ்வளவுக்கு இரைச்சலாகச் சிலோன் ரேடியோவில் ஞானமில்லாத சினிமாப் பாட்டுகளைக் கேட்டுக்கொண்டே இருப்பதுந்தான்."

கிராம வேளாண் சமூகத்தில் நிலம் முதன்மையானது என்றாலும், அதில் உழைக்கும் அடித்தள மக்களும் முக்கிய மானவர்கள். கூலி வேலை செய்யும் பள்ளு சமூகத்தினர் கால கதியில் மாற்றத்துக்கு ஆட்பட்டு வருகின்றனர். இந்த மாற்றத்தைக் கி.ரா. 'அவுரி' (1982) கதையில் பின்வருமாறு பதிவிடுகிறார்.

"கூலி ஆட்களும் முந்திமாதிரி இல்லை. முந்தி, அவர்களுக்கு ஒரு அக்கரையும் பதட்டமும் இருந்தது. நேரத்துக்குப் புறப்படணுமே. நிண்ணு வேலை செய்யணுமே என்று. இப்பொ அதெல்லாங் கிடையாது. எட்டு மணிநேர வேலைங்கிறதெல்லாம் பேச்சி; அதெல்லாம் இப்பொ டவுன்லெ உள்ள தொழிலாளிகளுக்குத்தான். காலையிலெ ஆறுமணிக்கு எழுந்திருக்க வேண்டியது. கடைக்குப் போறேன். அங்கெபோறேன் என்று சொல்லி ஒரு காப்பித் தண்ணியைப் போட்டுக் குடிக்க வேண்டியது. பிறகு கஞ்சியை ஏனத்துலெ எடுத்துக்கொண்டு, ஊர் சங்கதிகளைப் பேசிக்கிட்டே புறப்பட மணி ஏழு ஆயிடும். இதுக்கு மத்தியிலெ அவுகளை நாம ஒரு நாலு தரமாவது. "என்னாத்தா புறப்படுங்க; நேரங்காணாதா?" என்று மந்திரம் ஓதுராப் போலெ சொல்லிக்கிட்டே இருக்கணும். புஞ்சையிலெ போய் களையைத் தொட்ட கொஞ்சநேரத்துக்கெல்லாம் 'கஞ்சி குடிக்க'ண்ணு உட்காந்திடுவாங்க.

கஞ்சி குடிச்சி முடிஞ்சி, நேத்து சாய்ந்திரம் தெருவுலெ போட்ட சண்டையைப் பத்திய பேச்சு, அதிலே யார் சரியான

படி கேள்வி கேட்டா, பதிலுக்கு இவ எப்படி நாக்கைப் பிடுங்கிட்டுச் சாகும்படியா எதிர்க்கேள்வி கேட்டா என்கிற தெல்லாத்தையுமே பேசிக்கிட்டே வெத்திலை போயிலை போட்டு முடிச்சி திரும்பவும் அவுகளை களையெடுக்க ஆரம்பிக்க வைக்க கையைப் பிடிச்சித் தூக்கிவிடாத குறைதான். மணி பதினொண்ணு ஆகவேண்டியதுதான். செங்கோட்டை வண்டி வருதா தூரத்துலே புகை தெரியுதாண்ணு கவனிச்சிக்கிட்டே ஒரு கண்ணு ரயில் வண்டியையும் ஒரு கண்ணு மட்டும் களையைக் கவனிச்சிக்கிட்டே இருக்கும்.

"ஏத்தா, களையைப் பார்த்து வெட்டுங்க. செங்கோட்டை ரயில் வண்டிக்காரனா உங்களுக்குக் கொத்து அளக்கப் போறான்!"ன்னுகூட புஞ்சைக்காரங்க கேக்கிறதுதான்; என்னத்தைக் கேட்டு என்ன செய்ய? இப்பொவெல்லாம் தீப்பெட்டி ஆபீசுக எங்கனெ பார்த்தாலும்வேற வந்து விட்டது. சின்னஞ் சிறுசுகளெல்லாம் வெயில் முகத்தைப் பார்க்காம நிழல்லெ குந்த வச்சிக்கிட்டே தீப்பெட்டி போட ஆரம்பிச்சாச்சி. இந்த வயசான ஆட்கள்தான் களைமொளைக்கு வாராங்க. இந்த ஆட்களோட தலைமுறையும் கழிஞ்சுட்ட தானா, அவ்வளவுதான். விவசாயமும் களை மூடிப்போயிரும்."

கி.ரா.வின் கதைகளில் மிக உன்னதமான கதைகள் எனப் பட்டியலிட்டால் அதில் 'கதவும்' (1959) இடம்பெறும். ஒரு சம்சாரியின் வீட்டுக் கதவு ஜப்தியால் பறிபோன கதை எல்லாருடைய நெஞ்சத்தையும் பிளந்த கதை. அந்தக் 'கதவு' கதையிலிருந்து ஒரு சிறு பகுதியை மட்டும் காண்போம்.

"மணிமுத்தாறிலிருந்து ஒரு தகவலும் வரவில்லை. நாட்கள் சென்று கொண்டே இருந்தன. இரவு வந்துவிட்டால் குளிர் தாங்க முடியாமல் குழந்தைகள் நடுங்குவார்கள்; கதவு இல்லாததால், வீடு இருந்தும் பிரயோஜனமில்லாமல் இருந்தது. கார்த்திகை மாசத்து வாடை, விஷக்காற்றைப் போல் வீட்டினுள் வந்து அலை மோதிக்கொண்டே இருந்தது. கைக்குழந்தையின் ஆரோக்கியம் கெட்டுக்கொண்டே வந்தது. ஒரு நாள் இரவு வாடை தாங்காமல் அது அந்த வீட்டைவிட்டு அவர்களையும் விட்டுப் பிரிந்து சென்றுவிட்டது. ரங்கம்மாளின் துயரத்தை அளவிட்டுச் சொல்ல முடியாது. லட்சுமிக்காகவும் சீனிவாசனுக்காகவுமே அவள் உயிர் தரித்திருந்தாள்."

அதே கதையில் இன்னுமொரு பகுதி நம்மைத் துயரத்தில் ஆழ்த்துகிறது.

"சாயந்திரம் லட்சுமி சட்டிபானைகளைத் தேய்த்துக் கழுவிக் கொண்டிருந்தாள். சீனிவாசன் முகத்தில் ஆவல் துடிக்க,

மேல் மூச்சு கீழ் மூச்சு வாங்க ஓடி வந்தான். "அக்கா அக்கா நம்ம பள்ளிக்கூடத்துக்குப் பக்கத்திலே சாவடி இருக்கு பாரு. அதுக்குப் பின்புறம் நம்ம வீட்டுக் கதவு இருக்கக்கா! கண்ணாலே நான் பார்த்தேன்" என்றான்.

"அப்படியா! நிஜமாகவா? எங்கே வா பார்ப்போம்" என்று சீனிவாசனின் கையைப் பிடித்தாள், இருவரும் கிராமச் சாவடி நோக்கி ஓடினார்கள்.

உண்மைதான். அதே கதவு சாத்தப்பட்டு இருந்தது. தூரத்திலிருந்தே தங்கள் நண்பனை இனம் கண்டுகொண்டார்கள் அச்சிறுவர்கள். பக்கத்தில் யாராவது இருக்கிறார்களா எனச் சுற்றும் முற்றும் பார்த்தார்கள். ஒருவரும் இல்லை.

அவர்களுக்கு உண்டான ஆனந்தத்தைச் சொல்ல முடியாது.

அங்கே முளைத்திருந்த சாரணத்தியும் தைவாழைச் செடிகளும் அவர்கள் காலடியில் மிதிபட்டு நொறுங்கின. அதிவேகமாய் அந்தக் கதவின் பக்கம் பாய்ந்தார்கள். அருகில் போய் அதைத் தொட்டார்கள். தடவினார்கள். அதில் பற்றி இருந்த கரையான் மண்ணை லட்சுமி தன் பாவாடையால் தட்டித் துடைத்தாள்.

கதவோடு தன் முகத்தை ஒட்டவைத்துக்கொண்டாள். அழ வேண்டும் போல் இருந்தது அவளுக்கு! சீனிவாசனைக் கட்டிப் பிடித்துக்கொண்டாள். முத்தமிட்டாள். சிரித்தாள். கண்களிலிருந்து கண்ணீர் வழிந்தோடியது, சீனிவாசனும் லட்சுமியைப் பார்த்துச் சிரித்தான். அவர்கள் இருவரின் கைகளும் கதவைப் பலமாகப் பற்றி இருந்தன."

இந்திய வரலாற்றில் திருப்புமுனையே விடுதலை வரலாறுதான். இந்த வரலாற்றினை அதிகம் அனுபவித்த நம்காலத்து முதன்மை சம்சாரி கி.ரா. தான். விடுதலைக் கால நினைவலைகளிலிருந்து ஒரு சிறு பகுதியைக் கி.ரா. *கரிசல் காட்டுக் கடுதாசியில்* இவ்வாறு எழுதுகிறார்.

"கட்டபொம்மனைத் தூக்கிலிட்ட அந்த இடத்தைப் பார்க்கப் போகிறவர்களும், அந்த சாலைப் பாதையைக் கடந்து நடந்து போகிறவர்களும் தூரத்தில் வரும்போதே ஒரு கல்லை எடுத்துக்கொண்டு வருவார்கள். அங்கே ஏற்கனவே மக்களால் குவிக்கப்பட்டிருக்கும் கல் குவியல் மேல் இந்தக் கல்லையும் போடுவார்கள். எனக்குத் தெரிய இது தொடர்ந்து நடந்து கொண்டு வந்தது. நடந்து போகிற காலம் முடிந்து மக்கள் பஸ் ஏறுகிற காலம்வரை இது நடந்துகொண்டுதான் இருந்தது.

கட்டபொம்மனுக்குக் குவிக்கப்பட்டிருந்த கற்குவியல், மாலையான் கோயிலில் குவிக்கப்பட்டிருக்கும் குவியலைவிட எத்தனையோ பல மடங்கு பெரியது.

இப்போது அந்த மரியாதைக்குரிய கற்குவியல் எங்கே..?

திடீரென்று ஒரு நாள் அது காணாமலே போய்விட்டது! ஒரு கல்லைக்கூட நீங்கள் இப்போது அங்கே பார்க்க முடியாது.

'வீரபாண்டிய கட்டபொம்மன்' சினிமாப் படம் வெளிவந்து அமோகமாக ஓடியது எல்லோருக்கும் தெரியும். நடிகர் திலகம் சிவாஜி கணேசனுக்கு, கட்டபொம்மனைத் தூக்கிலிட்ட இடத்தில் அவனுக்கு ஞாபகார்த்தமாக ஒரு சிலை எழுப்ப வேண்டும் என்று நினைப்பு வந்தது. இது ரொம்ப வரவேற்க வேண்டிய, பாராட்டப்பட வேண்டிய காரியம். ஆனால், மக்கள் தங்களால் இயன்ற ஒரு ஞாபகார்த்தத்தை ஒவ்வொரு கல்லாகச் சேர்த்து வீரபாண்டியனுக்கு எழுப்பி யிருந்தார்களே, அதை ஏன் அழித்தார்கள்..?

வேறு ஒரு நாட்டில் இப்படி ஒரு காரியம் நடக்குமா..? மக்கள் அதற்குச் சம்மதிப்பார்களா..?

சத்தம் காட்டாமல் நடந்து முடிந்துவிட்டது இங்கே... பாஞ்சாலங்குறிச்சிக் கோட்டையை நொறுக்கி இடித்துத் தரைமட்டமாக்கி, அதை இருந்த இடம் தெரியாமல் ஆக்கிய வெள்ளைக்காரனுடைய காரியத்துக்கும் இதற்கும் ரொம்ப வித்தியாசம் இருப்பதாகத் தெரியவில்லை எனக்கு!"

பின்னுரை

கி.ரா. 1923இல் பிறந்தவர். 97 வயதினைக் கடந்திருக்கிறார். இந்தக் கால ஓட்டத்தில் கரிசல் காட்டில் பல்வேறு நிலைகளில் வியத்தகு மாற்றங்கள் நிகழ்ந்திருக்கின்றன. அப்போது பெட்ரோலுக்கு மிகுந்த பற்றாக்குறை இருந்தது. பேருந்துகள் அடுப்புக் கரியிலிருந்து உருவாக்கப்பட்ட ஒரு வாயுவினால் இயக்கப்பட்டன. இது எனக்கு எப்படித் தெரியும்? கி.ரா. எழுத்திலிருந்துதான் எழுதுகிறேன்.

இரண்டாம் உலகப் போரின்போது அரிசி உட்பட இன்றியமையாப் பொருள்களுக்கு மிகுந்த பற்றாக்குறை இருந்தது. பருத்தி கரிசல் காட்டில் பிரபலமடைந்த வரலாறும் சுவையானது. விவசாயத்தில் இயந்திரங்கள் பெருகின. கிராமங்கள் வெகுவாக மாறத் தொடங்கின.

தமிழகக் கிராமங்களின் தொன்மையையும் தொடர்ச்சியையும் அறிவதற்குக் கி.ரா.விடம் நிறைய உள்ளன. அவருடைய கதைகளில் வரும் செய்திகளைத் திரட்டி நிரல்படுத்திப் பகுத்து ஆராய்ந்தால் பல்வேறு விடயங்களைப் பேசலாம். கடந்த அறுபது ஆண்டுகளாகக் கரிசல் சமூகம் கண்டுள்ள மாற்றங்களைக் கி.ரா. அளவுக்குச் சொன்னவர்கள் யாருமில்லை.

காலனிய காலத்தையும், விடுதலைக்குப் பிந்தைய பின்காலனியக் காலத்தையும் வலம், இடம் போலப் பக்கத்துப் பக்கம் வைத்துப் படிப்பதற்குக் கி.ரா.வின் எழுத்துக்கள் உதவுகின்றன. கி.ரா. கால் நூற்றாண்டுக் காலம் காலனியம் கண்டவர். முக்கால் நூற்றாண்டுக் காலம் பின்காலனியம் கண்டவர். இந்த அனுபவம் அவருடைய எழுத்துக்களில் கிடைக்கிறது. ஒரு நூற்றாண்டு மனிதர் அவர். அவரைப் பார்ப்பதுவும் சுகம்; படிப்பதுவும் சுகம்.

பின்னுரை

பின்னுரையில் கி.ரா.வைப் பற்றி எப்படித் தொடங்குவது என்று தெரியவில்லை. அவரே அவரைப் பற்றி இப்படி எழுதுகிறார்: 'என் வரலாறு என் கதைகளில், என் கட்டுரைகளில், என் பேட்டி களில் (ஒலி - ஒளி பேட்டிகள் உட்பட) என்று எல்லாவற்றிலும் ஏதோ ஒரு விதத்தில் புதைந்து கிடக்கிறது. அவற்றைக் கூர்மையான வாசகரால் கண்டுகொள்ள முடியும்' என்கிறார் கி.ரா.

கி.ரா. சின்ன வயசுலேயே எதிர்நீச்சல் போட்டவர். 10 மாசத்தில் அப்பாவையும், 49 வயசில் அம்மாவையும் இழந்தவர். 24 வயசில் கடுமையான காசநோய்க்கு ஆளானார். பிழைத்தது ஆண்டவன் செயல். இறந்துருவார்னு நெனச்சாங்க. நாகர்கோவில் அருகில் புத்தேரி டி.பி. ஆஸ்பத்திரியில் ஒரு வருசம்; திருப்பதிக்கு அருகில் மதனபள்ளி டி.பி. ஆஸ்பத்திரி யில் மூணு மாசம். பிழைப்பார்னு சொல்லல. அப்போது கண்டுபிடிக்கப்பட்ட 'ஸ்டெப்டாமைசின்' ஊசி ஒரு நாளைக்கு ஒன்று வீதம் 90 ஊசிகள் போட்டுக் காப்பாற்றினார்கள். உயிர் பிழைத்தது அதிசயம்தான்.

"நான் மழைக்குத்தான் பள்ளிக்கூடம் ஒதுங்கினேன்; ஒதுங்கியவன் பள்ளிக் கூடத்தைப் பார்க்காமல் மழையையே பார்த்துக்கொண்டிருந்து விட்டேன்" என்பார் கி.ரா. அவருடைய சுயசரிதையில் மறக்க முடியாத உன்னத வரிகள் இவை. இப்படிப் பட்டவர் படிக்காத மேதையானார். 40 வயதுக்குப் பின்னர்தான் தமிழில் படைக்கும் படைப்பாளி ஆனார்.

எட்டாம் வகுப்பைத் தாண்டாத கி.ரா. புதுவை மத்திய பல்கலைக்கழகத்தில் வருகைதரு பேராசிரியராகப் பணியாற்றினார் என்பது உலக அதிசயம். முதுகலைப் பட்டம் பெற்றவர்களையும், முனைவர் பட்டம் பெற்றவர்களையும் வழி நடத்தினார் என்பது உலகக் கல்வி வரலாற்றில் என்றென்றும் பேசப்படும் பேசு பொருளாக இருக்கும். 35 வயதுக்கு மேல் எழுதத் தொடங்கி, 60 ஆண்டுகளுக்கும் மேல் தொடர்ந்து எழுதி வருகிறார். இது ஒரு சாதனை.

கி.ரா.விடம் இருந்த அளப்பரிய 'இயற்கை ஞானம்'தான் அவரைப் படைப்பாளியாக்கியது. தான் பெற்றிருந்த 'மீவியல் பார்வை'யால் (*liminal view*) தன் மண்ணையும், தன் மக்களையும் பரிசீலனை செய்தார். அதுவே அவரை ஓர் எழுத்தாளனாக்கியது. தான் பெற்றிருந்த மீவியல் ஞானத்தால் கதைகளையும் சிறுகதைகளையும் எழுதிவந்தார். இதற்காகவே தன் வாழ்நாளைச் செலவிட்டிருக்கிறார்.

ரசிகமணி டி.கே.சி.யைப் பற்றிப் பேசத் தொடங்கினால் கி.ரா.வுக்கு எங்கிருந்தோ அளவு கடந்த உற்சாகம் வந்துவிடும். நாள் முழுவதும் பேசிக் கொண்டே இருப்பார். தேனும் பாலும் கலந்து பருகுவது போல் இருக்கும். அதுபோல, ஜீவாவைப் பற்றியும் அளவு கடந்து பேசுவார். ஆகச் சிறந்த உரையாடலாளர் கி.ரா.

டி.கே.சி.யுடன் தொடர்புகொண்டதன் பிறகே கி.ரா.வின் எழுத்தில் மாறுதல் ஏற்பட்டது என்ற ஒரு கருத்துண்டு. ஆனால், உண்மை அதுவல்ல. ரசிகமணி 1954ஆம் ஆண்டு காலமானார். கி.ரா.வின் படைப்புகள் அனைத்தும் 1958க்குப் பின்னர் வெளிவரத் தொடங்கின. முதல் கதையான 'மாயமான்' 1958இல் வெளிவந்தது. முதல் சிறுகதைத் தொகுப்பு 'கதவு' 1965இல் வெளிவந்தது. 12 வருடங்களுக்கு முன்பே கி.ரா. கதைகளின் தொகுப்பொன்று ஆங்கிலத்தில் வந்தது. ஒவ்வொரு கதையும் சிலாகிக்கப்பட்டது. குறிப்பாக, கதவு, பேதை, கோமதி, கனிவு, கட்டை வண்டி முதலானவை ஒரே நேரத்தில் நாட்டார் வாழ்வியலையும் அழகியலையும் துன்பியலையும் பேசின.

கி.ரா.வின் கதைகள் *சரஸ்வதி, தாமரை* முதலான இதழ்களில் வெளிவரத் தொடங்கியபோது தமிழ் இலக்கிய உலகம் கி.ரா. வைக் கவனிக்க ஆரம்பித்தது. குறிப்பாக, 'கதவு' கதை வெளியானபோது சுந்தரராமசாமி, கிருஷ்ணன் நம்பி போன்றவர்கள் "செகாவ் மாதிரியில்ல எழுதுகிறார்" என்று வியந்து போனார்கள்.

கி.ரா. வின் படைப்புகளை முழுமையாக உணர்தல் என்பது ஒரு நுண்ணியல் வாசிப்பாக அமையக்கூடியது. அவருடைய ஒவ்வொரு எழுத்தும் ஒரு பகுதியாகும். எல்லாப் பகுதிகளையும் இணைத்துப் பார்க்கும் முழுமையே அவரது இலக்கியப் பரப்பைக் காட்டுவதாக இருக்கும்; கதைகளின் ஊடாக அவர் செய்திருக்கும் பண்பாட்டு நெசவைக் காண்பதாக இருக்கும். ஒரு பகுதியின் தொடர்ச்சி மற்றொரு பகுதியில் வெளிப்படுகிறது.

'கோபல்ல கிராம'த்தைத் தனியாகப் படிக்கும்போது கம்மவார் இனக்குழுவின் சமூகப் பண்பாட்டினைக் கலாபூர்வமாக அறியமுடிகிறது. இதனையே 'கோபல்லபுரத்து மக்கள்', அந்தமான் நாயக்கர் ஆகிய பிரதிகளோடு சேர்த்துப் படிக்கும் போது இம்மூன்றும் இணைப்பிரதிகளாக, தொடர்பிரதிகளாக அமைந்து ஒரு தொடர் கதையாடல் வரிசையில் செல்வதை அவதானிக்கலாம். கி.ரா.வின் சிறுகதைகளிலும் வாய்மொழித் தன்மையின் ஒரு தொடர் கதையாடலைக் காணமுடியும். ஆகவே கி.ரா.வின் படைப்புலகத்தின் முழுமையைத் தேடி அறிய வேண்டிய கட்டாயம் உள்ளது.

அவருடைய முழுமையான படைப்புலகத்தைக் காணும் முயற்சியை யாராவது செய்தாக வேண்டும். க. பஞ்சாங்கம் போன்றவர்களே இதனைச் செய்ய இயலும் எனத் தோன்றுகிறது. ஏனெனில் அவர் எழுதியுள்ள 'மறுவாசிப்பில் கி.ரா' ஒரு நுண்ணியத் திறனாய்வாகும். தமிழிலக்கியத் திறனாய்வில் க. பஞ்சாங்கம் மிகுந்த உயரங்களைக் கண்டிருக்கிறார். பேராசிரியர் சிலம்பு நா. செல்வராசு கி.ரா.வுடன் இணைந்து பணியாற்றியவர். அவரும் 'கி.ரா. 95' முன்னிட்டுத் தனியொரு நூலினை எழுதியவர்.

கி.ரா.வின் பண்பாட்டு நெசவு என்பது அறிதல் முறையும், புலனுணர்வு முறையும், பொருள்கோள் முறையும் ஒருசேர இணைந்து வண்ணங்கள், வடிவங்கள் நிறைந்த கண்கவர் சேலையைப் போன்றதொரு நெசவாகும். படைப்பாளிக்கும் வாசகருக்குமான உறவில் மேற்கூறிய மூன்று கூறுகளும் அந்நியோன்யப் பட்டுள்ளன. கி.ரா.வின் முறையியல் என்பது 'பேசுவது போல எழுதுதல்' என்பதால் அது ஒருவகையான உள்ளார்ந்த பண்பாட்டு நெருக்கத்தைக் காட்டுகிறது. இதன் ஊடாக வெளிப்படைப் பண்பாட்டை இணைத்து ஓர் அசலான பண்பாட்டு நெசவை நமக்குத் தருகிறார்.

கி.ரா.வின் படைப்புகளில் 'கதவு' (சிறுகதைகள்), 'அப்பா பிள்ளை அம்மா பிள்ளை' (சிறுகதை), 'கி.ரா. கடிதங்கள்', 'மக்கள்

தமிழ் வாழ்க' (கட்டுரை), 'வயது வந்தவர்களுக்கு மட்டும்', 'பெண் மணம்' (பெண்கள் பற்றிய நாட்டுப்புறக் கதைகள்), 'கரிசல் காட்டுக் கடுதாசி', 'கோபல்ல கிராமம்', 'வட்டார வழக்குச் சொல்லகராதி' முதலானவை தனித்தனி வகைமைகள் சார்ந்தவை. மற்ற படைப்புகளும் இவ்வகைமைகளின் தொடர்ச்சி யாகக் கொள்ளலாம். எல்லா வகைமைகளிலும் அவரது உயிர் மூச்சு 'பேசுவதுபோல எழுதுதல்' என்பதாகும்.

மொழிச் செயல்பாடுகளில் பேச்சு என்பது எழுத்து முறைக்கு நேரடியாக உடன்படுவதில்லை. எதிரிணையானது என்று கூடச் சொல்லலாம். இவை மொழியின் கண் இயங்கும் இரண்டு பகுதிகள் என்றாலும், பேச்சு மையமான (அதிகாரத்திற்கான) இடத்திற்குச் செல்வதில்லை, விளிம்பில் அடையாளங் கொள்கிறது. மைய மறுப்பின் அழகியலாகப் பேச்சு அமைகிறது. கி.ராவின் நாட்டார் கதையாடல் பண்பு பேச்சு வகையை மையமிட்டது. பேச்சின் ஊடாக அவர் செய்து வந்துள்ள பண்பாட்டு நெசவு தனித்துவமானது. இத்தகையதொரு நெசவினைக் கி.ரா. தன் வாழ்நாள் முழுவதும் செய்திருக்கிறார். எங்கும், எதிலும், எதற்காகவும் அதனை அவர் சமரசம் செய்து கொள்ளவில்லை. கி.ரா.வின் எழுத்துலகம் தமிழ்ப் படைப்புலகில் மகத்தான இடத்தைக் கொண்டிருக்கிறது.

கி.ரா.வின் தனித்தன்மைகளை அவருடைய கடிதங்களில் காணலாம். அவருடைய பாணியில் சொல்ல வேண்டுமானால் வண்டி வண்டியாய்க் கடிதங்கள் எழுதியவர் அவர் ஒருவர் மட்டுமே. கடிதங்கள் வழி அவர் சிலாகித்த விடயங்கள் ஏராளம், ஏராளம். கதைகளில் பேசிய அளவுக்குக் கடிதங்களிலும் பேசியிருக்கிறார்.

எழுத வேண்டும், எழுத வேண்டும் என அவருடைய விரல்கள் சதா நமத்துக்கொண்டே இருக்குமாம். நமச்சல் தீரக் கடிதங்களாக எழுதித் தள்ளியவர் கி.ரா. அவரது உள்ளக் கிடக்கைகளை, உணர்வுகளை, ஊற்றெடுத்துப் பெருகும் சிந்தனை களை எல்லாம் நண்பர்களுடன் பகிர்ந்துகொள்ள கடிதம் ஓர் எல்லை கடந்த வாய்ப்பாக அமைந்தது (தீப.நடராஜன் 2017:16-17).

கி.ரா. மண் மணம் நிரம்பியவர். அவருடைய கிராமம் அவரது உயிர். அங்கு உண்ட உணவு, சுவாசித்த காற்று, கற்றுணர்ந்த வாழ்வு அத்தனையும் அந்த மண்ணிலிருந்து பெற்றவை. அவரது கதைகள் இன்று உலக வழக்காறுகளில் தனியொரு வகையாகப் பரிணமித்துள்ளது.

கி.ரா.வுக்கு உயிர் வாய்மொழி மரபு. தமிழ் மரபில் இலக்கியத்திற்கு மகிமை உண்டென்றால், சொல் மரபிற்கும் உண்டென்று கி.ரா. சாதித்துக் காட்டியுள்ளார். நல்ல பழமை யானது (கிராமம்) மோசமான புதுமையால் (நகரம்) சீரழிகிறது என்று கி.ரா. கருதியதால் அவர் சொல் மரபுக்குச் சென்றாரோ! எனக் கருத வேண்டியுள்ளது. கி.ரா. இயற்கையையும் கிராமத்தை யும் ஒருசேர நேசிப்பவர்.

கிராமிய வாழ்வின் அடிச்சரடு எல்லாக் கதைகளிலும் தொடர்ந்து ஓடிக்கொண்டிருக்கிறது. கிராமமற்ற கி.ரா.வை எங்கும் காணமுடியாது. கி.ரா.வின் சொல் மரபில் இன்றைய வாழ்வின் அவலமும் நெருக்கடியும், இருப்பின் இழப்பும், இழப்பின் இருப்பும், சவால்களின் மோதலும், இயற்கையை நேசிக்கின்ற அனுசரனைகளும் என வாழ்வியலின் நேர்நிறைப் போக்குகளும், முரணெதிர்ப் போக்குகளும் பல தளங்களில் விதந்து பேசப்படுகின்றன.

கி.ரா.விடம் கலாச்சாரத்திலிருந்து விலகுதல் என்ற பேச்சுக்கே இடமில்லை. நமது கலாச்சாரத்தில் நின்றுகொண்டே அதனைப் பேசுவதும் விமர்சிப்பதும் மாற்றத்தைக் கோருதலும் அவருடைய எழுத்துக்களின் வீச்சாக உள்ளன. உன்னதமான எழுத்துக்கள்.

புதுச்சேரி **பக்தவத்சல பாரதி**

05-10-2019

கலைச்சொற்கள்

அகத்தார் – Insider
அகவய ஒழுங்கமைப்பு – Endogenous system
அகவயப் பார்வை – Emic perspective
அடர் வரைவியல் – Thick description
அறிதிறன் – Cognition
அனுபவவாதம் – Empiricism
இனவரைவியல் பனுவல் – Ethnographic text
உட்பண்பாடு – Subculture
உணர்வார்ந்த இனவரைவியல் – Reflexive ethnography
உயர்குல மணம் – Hypergamy
உலகப் பார்வை – World view
உறவுத் திருமணம் – Cross-cousin marriage
எதிரிணை – Binary opposition
கதைக்கூறன் – Motifeme
குடிஊழிய முறை – Jajmani system
சுதேசி இனவரைவியல் – Indigenous ethnography
சமூக மெய்மைகள் – Social facts
சமூகவயமாதல் – Socialization
சுய இனவரைவியல் – Auto-ethnography
தரமொழி – Standard language
பண்பாட்டுவயமாதல் – Enculturation
பன்முக அதிர்வுடைய குறியீடுகள் – Multi-valency symbols
பன்மைப் பனுவல்கள் – Multiple texts
புறத்தார் – Outsider
மதனி மணம் – Levirate
மானுட வாய்ப்புவாதம் – Human possibilism
மிகு பிரதிபலிப்புத்தன்மை – Intense reflexivism
மைத்துனி மணம் – Sororate